தமிழ் அழகியல்
மரபும் கோட்பாடும்

தி.சு. நடராசன்

நியூ செஞ்சுரி புக் ஹவுஸ் (பி) லிட்.,
41-பி, சிட்கோ இண்டஸ்டிரியல் எஸ்டேட்,
அம்பத்தூர், சென்னை- 600 098.
☎: 044 - 26251968, 26258410, 48601884

Language : Tamil
Thamizh Azhagiyal
Marabum Kotpaadum
Author: **T.S. Natarajan**
First Edition : May, 2016
Second Edition : July, 2024
Third Edition : July, 2025
Copyright: Author
No. of pages : vi + 246 = 252
Publisher :
New Century Book House Pvt. Ltd.,
41-B, SIDCO Industrial Estate,
Ambattur, Chennai - 600 050.
Tamilnadu State, India.
Email: info@ncbh.in
Online: www.ncbhpublisher.in

ISBN: 978-81-2343-160-4
Code No. A 3462
₹ **225/-**

Branches
Ambattur 044 - 26359906 **Spenzer Plaza (Chennai)** 044-28490027
Trichy 0431-2700885 **Pudukkottai** 04322- 227773 **Thanjavur** 04362-231371
Tirunelveli 0462-4210990, 2323990 **Madurai** 0452-4374106
Dindigul 0451-2432172 **Coimbatore** 0422-2380554 **Erode** 0424-2256667
Salem 0427-2450817 **Hosur** 04344-245726 **Krishnagiri** 04343-234387
Ooty 0423 2441743 **Vellore** 0416-2234495 **Villupuram** 04146-227800
Pondicherry 0413-2280101 **Nagercoil** 04652-234990

தமிழ் அழகியல்
மரபும் கோட்பாடும்
ஆசிரியர் : தி.சு. நடராசன்
முதல் பதிப்பு : மே, 2016
இரண்டாம் பதிப்பு : ஜூலை, 2024
மூன்றாம் பதிப்பு : ஜூலை, 2025

அச்சிட்டோர்: **பாவை பிரிண்டர்ஸ் (பி) லிட்.,**
16 (142), ஜானி ஜான் கான் சாலை, இராயப்பேட்டை, சென்னை - 14
☎: 044-28482441

All rights reserved. No part of this book may be reprinted or reproduced or utilised in any form or by any electronic, mechanical, or other means, now known or hereafter invented, including photocopying and recording, or in any information storage or retrieval system, without permission in writing from the publishers.

கவிதையியல் கொள்கை எனும் பொருளில் மதுரைப் பல்கலைக்கழகத்தில், ஆராய்ச்சி மேற்கொண்டிருந்த போது எனக்கு அன்பான நெறியாளராக இருந்தவர், பேராசிரியர் மொ. அ. துரையரங்கனார். ஆராய்ச்சிக்கு உந்துதலும் உறுதுணையும் தந்தவர், அன்று துணைவேந்தராக இருந்த பேரறிஞர் தெ. பொ. மீனாட்சிசுந்தரனார். தமிழ் ஆர்வமூட்டி முதலில் வழிப்படுத்தியவர், எம் உயர்நிலைப்பள்ளித் தமிழாசிரியர், வித்துவான் பெ. கோவிந்தமூப்பனார். இவர்களை நெஞ்சார நினைத்துக்கொள்ள இது ஒரு நல்ல தருணம்.

இந்த நூல், சரியாக உருப்பெற்று வந்ததற்கு உறுதுணை புரிந்தவர், என்னுடைய மனைவி திருமதி ரமோலா. மேலும், சில நண்பர்களும் தோன்றாத் துணையாக இருந்திருக்கிறார்கள். சில புதிய கட்டுரைகளுடனும் மாற்றங்களுடனும் நீக்கங்களுடனும், இன்று புதிதாய் இது வருகிறது. உற்சாகத்துடனும் நேசத்துடனும் கொண்டு வந்திருப்பவர்கள், என். சி. பி. எச். நிறுவனத்தார். உங்கள் கைகளில் இதனை அழகுடன் தவழவிட்டிருக்கிறார்கள். எல்லோரையும் மனமகிழ்ச்சியுடன் போற்றுகிறேன்.

எனக்கு எல்லாமாக இருந்து எல்லாமும் தந்து சென்ற என்னுடைய தந்தை, திரு. வெ. சுப்பையாநாடார், என்னைப் பெற்றெடுத்த என்னுடைய தாய், திருமதி குருவம்மாள், வளர்த்தெடுத்த என் சிற்றன்னை, திருமதி. ஆவுடைத்தாய், இம் மூவர்க்கும் என்னுடைய இந்த நூலைக் காணிக்கை யாக்குவதற்குப் பெருமைப்படுகிறேன்.

iv

அடங்கல்முறை

1. அழகு : வரையறையும் சொல்வளமும் — 1
2. அழகியலும் புலனுகர்வும் — 13
3. கலைகளின் ஒருங்கியைபுக் கோட்பாடு — 20
4. கவிதை : மொழிசார்கலை — 43
5. சங்க இலக்கியமும் தொல்காப்பியமும் : சில முன்வரைவுகள் — 52
6. உயிர்ம்மவியல் கொள்கை — 63
7. பொருளின் பொருள் — 75
8. அகம், புறம் பாகுபாடு: சில தனித்தன்மைகள் — 91
9. கூற்றுநிலை எனும் அமைப்பு முறை — 103
10. மூன்று தளங்கள் — 117
11. வருணிப்பும் இயற்கையும்: உத்தியாகவும் செய்தியாகவும் — 130
12. உவம வழக்கு — 155
13. உள்ளுறை, இறைச்சி — 163
14. அடியும் பாட்டும் — 177
15. ஓசைப் பின்னல் — 191
16. நடையியலும் வடிவமைப்பும் — 201
17. கதைசொல்லி — 224

அழகு என்பது ஒரு பண்பு; ஓர் ஆற்றல்; தூலப் பொருள்களின் புலப்பாட்டுத் திறனைக் காட்டுகின்ற ஒரு நுண்ணுணர்வு. அது, கண்டாரால் விரும்பப்படும் தன்மையுடன் கூடிய சார்பியல் நிலையில் அறியப்படுவது. கிரேக்கம், சமசுகிருதம் உள்ளிட்ட மொழிகளிலும், தமிழிலும் இலக்கியக் கலையின் பண்புகளை முதன்மையாகக் கொண்டே அழகியல் பற்றிய கொள்கை அமைந்துள்ளது. கலைக்கும் இலக்கியத்துக்கும் உள்ள பொதுமைகளையும் சிறப்பு நிலைகளையும் கணக்கிலெடுத்துக் கொண்டு, இலக்கியத்தின் கலைசார்ந்த கூறுகளைத் தமிழ் அழகியல் விளக்கமாகப் பேசுகிறது. தமிழ் மரபில் அழகியல், பரவலாகவும் ஆழமாகவும் வேரூன்றியுள்ளது. அழகு பற்றிய பல கலைச்சொற்களை தமிழில் வழங்குகின்றன.

1

அழகு : வரையறையும் சொல்வளமும்

தமிழ் அழகியல், தமிழிலிருந்துதான் தொடங்குகிறது. அதன் மூலாதாரங்களும் கருத்தியல்களும் கணிசமாகவும் கவனிக்கத் தக்கனவாகவும் இருக்கின்றன. மேலும் வெவ்வேறு பண்பாட்டுச் சூழமைவுகளில், சமூக வரலாற்று நிலைகளில், தனிச்சிறப்பியலான கூறுகளுடன் அழகியல் புலப்பட்டு நிற்கும் என்பதால், அவ்வப் பண்பாடுகளையும் கலை இலக்கியங்களையும் சார்ந்தே அவ்வழகியலைப் புரிந்துகொள்ள வேண்டும். அதுவே, அறிவாராய்ச்சிக்கு முதன்மையானதாக இருக்க முடியும். பிறபுலச் சொல்லாடல்களும் விளக்கங்களும், சில ஒளி பாய்ச்சல்களுக்கும் ஒப்பிடுதல்களுக்கும் உதவலாமே தவிர, தமிழ் அழகியலை வடிவமைக்கத் தமிழ்ச் சூழல்களே முதன்மையான தளங்களாக

உள்ளன. இந்தக் கருதுகோளை மையமாகக் கொண்டு இங்கு, நாம் 'தமிழ் அழகியல்' எனும் கோட்பாட்டைக் கட்டமைக்கிறோம்.

அழகியல், அழகு பற்றிப் பேசுவது; அழகு வெளிப்படுகின்ற முறைமைகள் பற்றிப் பேசுவது; அழகு பற்றிய கருத்துநிலைகள் குறித்துப் பேசுவது. அழகு, ஒரு பண்பு; ஓர் ஆற்றல்; உணர்வு நிலையோடு கூடிய தகவல். அழகு, தூலப் பொருளல்ல. தூலப் பொருளின் பண்பாகவும் பயனாகவும் புலப்படுவது. அழகு பற்றிய சிந்தனைகள் தொல்காப்பியம் உள்ளிட்ட பல பனுவல்களில் உண்டு. சங்க இலக்கியம் உள்ளிட்ட பல இலக்கியங்களில், கலை வடிவங்களில் அழகின் பல நிலைப்பாடுகள் உண்டு.

தமிழ் அழகியலைக் கட்டமைப்பதற்குச் சங்கப் பாடல்களும் தொல்காப்பியமுமே மூலாதாரங்கள். சங்க இலக்கியம், தன்னுடைய உலகின் அழகியல் நலன்களைக் கண்டறிந்து அவற்றைத் தனதாக்கிக்கொள்வதிலும், அழகின் ஆற்றலைக் கலைவயப்படுத்துவதிலும் சில தனித்தன்மைகளைக் கொண்டிருக்கிறது. இதற்குப் பார்வைத்தளமாக அமைந்திருப்பது-பொருட்களும் நிகழ்வுகளும் இலக்கியத் தன்மையைப் பெறுதல் என்பதனைப் பேசுகின்றதும் இதனுடைய சமகாலத்திய அல்லது அண்மைக் காலத்திய பங்காளியாக இருப்பதுமாகிய தொல்காப்பியம் ஆகும். இவை இரண்டும் அன்றைய அழகியலை நிர்மாணிப்பதற்கு ஆதாரத் தளங்களாக ஆகியுள்ளன. இவை தரும் ஒளிக்கீற்றுக்களிலிருந்து விளக்கங்களை நாம் தேடுகிறோம். தமிழ் அழகியல் அசன்மையாகவும் சுயமானதாகவும் அறியப்படுமாறு உள்ளதை நாம் அறிகிறோம்.

எந்தத் தேடுதலுக்கும் ஒரு பொருண்மையும் நோக்கமும் உண்டு. அந்த நோக்கம்தான் அதன் இலக்கு. இலக்குதான் அதன்பயணத்தைத் தீர்மானிக்கிறது. இங்கே, இந்த நூலில் சொல்லப்பட்டிருப்பவை மட்டுமே சொல்ல வேண்டியவை அல்ல. தேடுவதற்கு ஓர்மையிருக்கும் யாரும் இன்னும் தேடிக்கொள்ள முடியும்.

அழகு எனும் பொதுவான பொருண்மையில், அதனுடைய பல நிலைகளையும் பண்புகளையும் காட்டுகிற விதத்தில், சொல் வளம் தமிழில் உண்டு. அவை:

திரு	-	கண்டாரால் விரும்பப்படும் தன்மை, நோக்கம், நிறைவானது; செல்வமாக இருப்பது.
அம்	-	அழகின் பொதுவான பண்பு; வியப்புடையது.
அணி	-	அணுகுதற்கு ஏதுவாக இருப்பது; அழகுக்கு அழகு செய்வது.
எழில்	-	எழுச்சி பெற்ற தோற்றம்; உயர்ச்சி யுடையது
ஏர்	-	எழுகின்ற செயலிடத்தே தோன்றுவது; உழைப்போடு உறவுடையது.
முருகு	-	முருகித் தோன்றும் நிறைவான அழகு
நோக்கு	-	காண்பதற்குரிய கூர்மையான வடிவம். (நோக்கு விளங்க = அழகு விளங்க - மதுரைக் காஞ்சி)
கவின்	-	'கவவு அகத்திடுமே' (தொல்) என்பது போன்று, பொருந்திக் கிடக்கும் அழகு. கவிதைக்குள் உயிர்த்துக் கிடக்கும் அழகு.
ஐ	-	வியப்பும் உணர்வும் நுண்மையும் கொண்ட தோற்றம்.
காமர்	-	காண்பாரை ஈர்த்துப் பெரும் விருப்பம் தரும் அழகு; நிறைவானது.
தகை	-	அளவோடும் பண்போடும் வண்ணத் தோடும் கூடிய அழகு; ("மெய்த்தகை = புனையாத அழகு")
மதன்	-	வலிமையால் பெறும் அழகு.
மைந்து	-	கொத்துக் கொத்தென உணர்வுறுத்தும் அழகு (சிலப்., 1 : 8: 120)
மா	-	பெருமையும் திண்மையும் கொண்ட தோற்றம். கருமை அல்லது நீலநிறத்தின் மாண்பு.
பொற்பு	-	நல்ல பண்புகளினால் கூடிய அழகு.

பொலிவு	-	ஒளிதரும் அழகு, பொன் போன்றது; மேலும் வளருவது.
வனப்பு	-	இயற்கையின் செழுமையோடு கூடியது; வனையப்படுகின்ற பண்போடு சேர்ந்தது. (கவின்பெறு வனப்பு - திருமுருகாற்றுப் படை)
சீர்	-	சீர்மை அல்லது ஒழுங்கோடு கூடியது. ('சீர்த்த காட்சி')
வடிவு	-	வடிவை அல்லது தோற்றத்தை முதன்மை யாகக் கொண்ட அழகு.
கோலம்	-	புனைவுடன் கூடிய அழகு.
வண்ணம்	-	திரட்சியில் தோன்றும் நிறத்தோடு கூடிய அழகு.
நலன்	-	வடி நலம் (ஐங்., 475); மாண் நலம் (ஐங்., 258, 458)
அழகு	-	அழகமைபுனை வினை (கலித்., 59)

அழகு எனும் பொருள் பற்றிய இந்தச் சொற்களில் பலவும் சங்க இலக்கியத்தில் வழங்குபவை. இயற்கையும் மனிதரும் கலைப்பொருட்களும் அழகுபடச் சொல்லப்படுகின்றன என்பதோடு, அழகியல் சார்ந்த கருத்து நிலைகளைக் குறிக்கின்றனவாக, பன்முகப்பட்ட பண்பாட்டுச் சூழமைவுகளில் இவை வழங்குகின்றன. இந்தச் சொல்வளம் அழகின் தேடலைக் குறிப்பது; அது பற்றிய விரிவான - ஆழமான - கருத்தோட்டத்தையும் கருத்தியலின் திறத்தையும் குறிக்கின்றது. சங்க இலக்கியத்தில் அதிகமாக வழங்கும் சொற்கள் கவின், வனப்பு, நலம், எழில் ஆகியவை மற்றும் திரு. அணி, ஏர் ஆகியவை. ஆனால், அழகு எனும் சொல், சில இடங்களிலேயே காணப்படுகிறது. கவின், வனப்பு, நலன் உள்ளிட்ட சொற்கள், பலபோது, அடைகளோடு (attributes) சேர்ந்தே வழங்குகின்றன. சில போது, இவை ஒன்றுக்கு மேற்பட்டுச் சேர்ந்தும், "பெருங்கவின் அன்ன நலம்" (அக நா., 326) 'காமரு நல்லெழில் கவின்' (கலித்., 45) என்பன போன்று வழங்குகின்றன.

'கவின்' என்பது பல இடங்களில் 'ஆய்கவின்' அதாவது நுண்மையான - தேர்ந்த - அழகு எனும் பொருளில் வருகிறது.

இது பெயர்ச் சொல்லாக மட்டுமின்றி வினை வடிவமாகவும் வருகிறது; இது இதனுடைய தனிச்சிறப்பு. தோள், நுதல், பொதுவான உடலின் நிறம் அன்றியும் குளம், காடு, செஞ்ஞாயிறு, ஊர் முதலியனவும் கவின் என்பதனோடு சேர்ந்து வருகின்றன. இது அழகின் பரப்பினைக் குறிப்பிடுகிறது.

> மாக்கடல் நிவந்து எழுதரும்
> செஞ்ஞாயிற்றுக் கவினை மாதோ

(புறநா., 4)

(கவினை = கவின் உடையவனே) என்று பரணர், உருவப்பல்தேர் இளஞ்சேட் சென்னியை வாழ்த்திக் கூறுகிறார். இதே பாடல், செவ்வானத்து வனப்புப் பற்றியும் பேசுகிறது.

வனப்பு என்பது கவின் வனப்பு, தகை வனப்பு, தளிர் வனப்பு, பொலிந்த வனப்பு, மணிநிறத்தன்ன வனப்பு என்று பல இடங்களில் அடைகளோடு வருகின்றது. 'நலன்', நல்லதாக - நிறைவாக - கவர்ச்சியாக - ஒன்றனை அடையாளங் காட்டுவதாக - இருத்தல் எனும் பொருளில் பல பாடல்களில் அழகினைக் குறித்து வருகிறது. பல புலவர்கள், பரவலாக இதனைப் பயன்படுத்துகின்றனர். அழகியல் குறித்துவரும் பிற சொற்கள் போல் அல்லாமல், நலன், உடலழகைச் சார்ந்து மட்டுமே வருகிறது; இயற்கைப் பொருளைச் சார்ந்து வருவதில்லை. கூந்தல் நலம், பெருந்தோள் நலம், வடி நலம், புனை நலம், கண்ணார்ந்த நலம் என்று அடைகளோடு வரும் இந்த நலன், நலனுண்டு (நலனை / அழகினை உண்டு) நலம் புதிதுண்டு என்ற வழக்குகளையும் பெற்றுவருவது குறிப்பிடத்தக்கது. திருக்குறள், காமத்துப்பாலில், 'நலம் புனைந்துரைத்தல்' 'உறுப்பு நலன் அழிதல்' என்று இரண்டு அதிகாரங்களில் நலன் என்பது, (உடல்) அழகினையே பேசுகிறது. பின்னர் வந்த இலக்கியங்களில், 'நலன்', அழகியல் சார்ந்த முக்கியத்துவத்தை இழந்துவிட்டிருக்கிறது. எழில், திரு, அணி முதலியவை மனித அழகை மட்டுமின்றிப் பொதுவான அழகினையும் பேசுபவை. 'திரு' என்ற சொல், பெரும்பாலான இடங்களில் அழகு - எனும் பொருளிலேயே, திருமுகம், திருமணி, திரு நலன் உரு - என்பன போன்று வழங்குகிறது. அணியும் அப்படியே - அணிமுகம், அணிநிறம், அணிமிகு காலம் - என்பன சில வழக்குகள்.

உணர்வு நிலை

பொருளின் ஒழுங்கமைவினையும் திரட்சியையும் முழுமையையும் நிறைவையும் திரட்சியினால் எழும் வண்ணத்தினையும் வடிவத்தையும், மேற்காட்டிய அழகு பற்றிய சொல்வளம் நமக்குக் காட்டுகின்றது. காட்சிப்படுதல், விருப்பத்தைத் தருதல் எனும் இரண்டும் இதனுடைய சாரம். தூலப் பொருள்களின் புலப்பாட்டுத் திறனைக் காட்டுகின்ற நுண்ணுணர்வாகிய இவ்வழகு, அதே நேரத்தில் கேட்போர் - பார்ப்போரின் புலனறிவோடும் மனநிலையோடும் செயல்படுகிறது.

பொருளுக்கும் பொருட் புலப்பாட்டுக்கும் இடையிலான உணர்வு நிலை, அழகுக்கும் அதன் நுகர்வுக்கும் மிகவும் முக்கியமானது. இதனுடைய இன்றியமையாத்தன்மையைத் தமிழ் இலக்கணக்காரர்கள் வலியுறுத்தி வந்துள்ளனர். ஒப்பு, உரு, சாயல், ஏர், எழில் ஆகிய அழகியல் சார்ந்த கருத்தமைவுகளும் கற்பு, நாண், மடன் ஆகிய சமூக மதிப்புக்களும், வெறுப்பு, நோய், வேட்கை, நுகர்வு ஆகிய மனவுணர்வுகளையும் குறித்த சொல் வழக்குகள் எல்லாம் கட்புலனாகக் காட்டக்கூடிய பொருள்கள் அல்ல என்றும், நாட்டப் பெற்ற மரபின் நெஞ்சு கொள்ளுவதற் குரியவையே என்றும் தொல்காப்பியம் (பொருளியல், 53) பேசுகின்றது. குறிப்பாகத் தோற்றத்தின் அழகு சார்ந்த ஒப்பு, உரு, சாயல், ஏர், எழில் ஆகியவற்றை 'நெஞ்சு கொளின் அல்லது காட்டலாகாப் பொருள்கள்' என்று வரையறுத்திருப்பது நம் கவனத்திற்குரியது. இதுபோல் இன்னோரிடத்தில், சொல்லின் பொருள்படு தன்மையைக் கூறவந்த தொல்காப்பியம்,

உணர்ச்சி வாயில் உணர்வோர் வலித்தே

(உரியியல், 95)

என்று சொல்லியிருப்பதும் இங்கே நினைவில் கொள்ளத்தக்கது. எனவே அழகு என்பது பொருளின் (object) பண்பு மட்டுமல்ல; காண்பவரின் மன உணர்வை (subject)யும் அதாவது அவ்விரண்டின் உறவையும் சார்ந்ததாகும். எனவே, அழகு என்பது இயங்கியல் சார்ந்த ஓர் உணர்வுநிலை; மனிதப் பண்பாட்டு மனநிலை.

தூலப் பொருள், ஒழுங்கமைவு பெற்ற குறிப்பிட்ட வடிவமைப்பின் மூலமாகவும் உள்ளார்ந்து இருக்கும் அதன் பொருண்மை காரணமாகவும் குறிப்பிட்ட ஓர் இயல்பைப் பெற்றிருக்கிறது. அந்த வடிவு விழுக்காட்டு அளவைகளோடு,

உறுப்புகள் ஒன்றுதிரண்டு தமக்குள் பொருந்தி நிற்கும் தன்மையோடு கூடியது. சீர்மையோடும் பொருண்மையை உணர்த்தும் திறனோடும் அதனுடைய தோற்றம் அமைகிறபோது அழகு என்பதனை அது குறிக்கிறது. எனவே அழகு, தோற்றத்தின் திறன்; அதனுடைய பொருண்மையின் செயல், பாரதி கூறியது போன்று விந்தை செய்யும் சோதி.

> புல்லை நகையுறுத்திப் பூவை வியப்பாக்கி
> மண்ணைத் தெளிவாக்கி நீரில் மலர்ச்சி தந்து
> விண்ணை வெளியாக்கி விந்தை செயுஞ் சோதி
>
> (குயில்பாட்டு)

திருவும் அழகும்

இத்தகைய அழகு, பொருளையும் அதன் பொருண்மையையும் மட்டுமல்லாது, அதனை எதிர்கொள்ளுகின்ற மனிதரின் உணர்வினையும் சார்ந்தது. மனிதனின் உணர்வு நிலையோடு கூடிய அதன் சார்புநிலையை அழகியலின் மையமான கருத்துநிலையாகச் சொல்லியிருப்பது, அழகியலுக்குத் தமிழ் மரபு தந்திருக்கின்ற முக்கியமான பங்களிப்பு ஆகும். இதனைத் திருக்கோவையாரின் உரையாசிரியர் மிகச் சிறப்பாக விளக்கியிருக்கின்றார். மாணிக்கவாசகரின் திருக்கோவையார், காதலோடு இணைத்துப் பக்தியுணர்வோடு சிவனைப் பாடுகின்ற பாடல் தொகை நூல். இதற்கு உரையெழுதியவர், கி.பி. 12 அல்லது 13ஆம் நூற்றாண்டைச் சேர்ந்தவர்; பேராசிரியர் என்று வழங்கப் பெறுபவர். (தொல்காப்பியத்திற்கு உரை தந்த பேராசிரியரிலிருந்து வேறுபட்டவர்.) தமிழ் அழகியலுக்குக் கருத்தியல் தளத்தில் சிறந்ததொரு பங்களிப்புச் செய்திருக்கிறார். 'திருவளர் தாமரை...' எனத் தொடங்கும் திருக்கோவையாரின் முதற்பாடலில் முதற் சொல்லாகிய 'திரு' என்பதற்கு உரை விளக்கம் தருவது போல, அழகியலுக்கு அவர் விளக்கம் தருகிறார்.

"திரு என்பது, கண்டாரால் விரும்பப்படும் தன்மை நோக்கம் என்றது அழகு." இது உரை. அழகு, பொருளின் தன்மையா? பார்ப்பவர் உணர்வின் தன்மையா? இரண்டும் ஊடாடிக் கலக்கும் நிலைப்பாடு கொண்டது. இதனை அவர்,

தொடர்ந்து விளக்குகின்றார். "இஃது என் சொல்லியவாறோ எனின், யாவன் ஒருவன் யாதொரு பொருளைக் கண்டானோ அக்கண்டவற்கு அப்பொருள் மேற் சென்ற விருப்பத்தோடே கூடிய அழகு. அதன்மேல் அவற்கு விருப்பம் சேறல், அதனிற் சிறந்த உருவும் நலனும் ஒளியும் எவ்வகையானும் பிறிது ஒன்றற்கு இல்லாமையால், 'திரு' என்றது அழகுக்கே பெயராயிற்று." அழகியலை, இயங்கியல் (dialectics) நிலைப்பாட்டோடு திருக்கோவை உரையாளர் விளக்குவது கவனிக்கத்தக்க சேதி. பின்னர், இந்த அழகை விரிவான தளத்திற்கு அழைத்துச் சென்று விளக்குகிறார்.

"அங்ஙனமாயின், இது செய்யுளின் ஒழிய, வழக்கினும் வருமோ வெனின், உண்டு; கோயிலைத் திருக்கோயில் என்றும் கோயில் வாயிலைத் திருவாயில் என்றும், அலகைத் திருவலகு என்றும் பாதுகையைத் திருவடி நிலை என்றும் வழங்கும் இத்தொடக்கத்தன எல்லாம் திருமகளை நோக்கி எழுந்தன அல்ல. அது கண்டவனுடைய விருப்பத்தானே எழுந்தது. ஆதலானும் திரு என்பது அழகு என்றே அறிக. அதனால் திரு என்பது கண்டாரால் விரும்பப்படும் தன்மை நோக்கமே." அழகு என்பது, விரும்பப்படும் தன்மை நோக்கமே என்று வலியுறுத்துவதோடு, அவ்வழகு, கோயிலையும் வாயிலையும் கூடக் குறித்து நிற்கிறது என்று விரித்துச் சொல்லுகின்றார். திருமகள் என்ற சொல் வழக்கிலுள்ள பொருண்மையைக் கூடத் தெய்வம் என்ற நிலையில் அல்லாமல் 'திரு' என்பது அழகே என்ற கருத்து நிலையின் பின்புலத்தோடு விளக்குவதிலே தான் அவர் நிறைவு காணுகின்றார். அதன் பின் தொடர்ந்து அவர் சொல்லுவார், "என்னை, எல்லாராலும் விரும்பப்பட்ட அழகு அவட்குண்டு; ஆகையாலே திருமகள் என்று பெயராயிற்று."

அழகு என்பது, பொருள் - அதன் பொருண்மை - அதனை எதிர்கொள்ளுகின்ற மனநிலை - என்ற செயலுறவுகளோடு கூடியது. இவ்வாறு இயங்கியல் நிலைப்பாட்டோடு கூறப்படும் கருத்து நிலை, தமிழ் அழகியல் கோட்பாட்டின் அடித்தளமாக விளங்குகிறது. இது இவ்வுரையில் மட்டும் அல்ல; ஏற்கனவே காட்டியது போலத் தொல்காப்பியத்திலும் சங்கப் பாடல்களிலும் காணப்படுகிறது.

மேலும், மேற்காட்டிய உரையில் 'திரு'வுக்குத் தருகிற விளக்கத்தில் அழகியலின் இன்னொரு முக்கியமான கருத்துநிலையும் உண்டு. அழகின் மூன்று முதன்மையான பண்பு நிலைகளை

(premises) அது முன்வைக்கின்றது. 'உரு', 'நலன்', 'ஒளி' என்பன அவை. இவற்றுள் 'உரு' என்பது விகிதாச்சார முறையில் உறுப்புக்கள் ஒழுங்கமைவு பெற்றிருக்கின்ற முழுமையான தோற்றத்தைக் குறிப்பது. அது, ஒரு வகையான செயற்பாட்டையும் விளைவையும் கொண்டதாகும். அவ்விதத்தில் நலனும் ஒளியும் உருவின் திறம் பெற்ற வெளிப்பாடுகளாகவும் பயன்களாகவும் இருப்பவை. 'உரு' தூலப்பொருளானால், 'நலன்' அதன் பண்பாக வெளிப்படும் நுண்பொருளாகும். இது காண்போர் அல்லது கேட்போர் நுகர்வு கொள்வதற்குரிய அத்தகைய உருவின் நிறைவாகவும் பயனாகவும் அமைவது. 'ஒளி' அந்த உருவின் நலனில் அதன் முடிவாக வெளிப்படுகின்ற ஆற்றலைக் குறிக்கின்றது. அழகு பற்றிய இந்த முப்பரிமாண நிலை, திருக்கோவை உரைகாரர் தருகின்ற கருத்து நிலையாகும். இதுபோல் 'ஒளி', பொருளுக்கு வடிவம் தருவதாகவும் கட்புலனாம் ஆற்றலுடைய தோற்றத்தைத் தருவதாகவும் அழகினைக் காட்டுவதாகவும் இத்தாலி நாட்டு அழகியலாளரும் தத்துவ ஞானியுமாகிய ஃபிசிநோ (Marsilio Ficino) என்பவரும் கூறுகிறார். ஒளி, அழகின் ஓர் அம்சம். மேலும், உலகின் இருப்புக்கு அழகியல் முறையிலான விளக்கம் தருகிறபோது, அவர், கவர்ச்சி (attraction), விருப்பம் (desire), நிறைவு (fulfilment) என்ற மூன்று நிலைகளை அடிப்படைப் பண்புகளாக முன்வைப்பார். (as quoted. Alicja Kuczinska. 'The third world of Marsilio Ficino or on the Indespensability of experiencing Beauty' - Dialectics and Humanism Vol. XV. Carsua/ 1998) ஃபிசினோவின் இந்தக் கருத்தினை விளக்குகிற வகையில், திருக்கோவையார் உரையாசிரியரின், "கண்டாரால் விரும்பப்படும் தன்மை - நோக்கம்" என்ற கருத்து நிலை ஒத்துவருகிறது. மேலும், தொடர்ந்து, 'உரு - நலன் - ஒளி' எனும் கருத்தினை விளக்குகிற வகையில், இது அழகின் வரம்புகளைத் (cardinal points) தொட்டு விளக்குகிறது; அழகின் சாராம்சமான பண்பினை வரையறை செய்கிறது.

கலைகளும் அழகியலும்

அழகு பற்றி, பல கருத்து நிலைகள் உண்டு. அழகு என்றால் என்ன? அது எப்படிப் புலப்படுகிறது? அல்லது, உணரப்படுகிறது? அழகின் செயல்பாடுகள் என்ன - எத்தகையன? ஒரு சிந்தனை முறை என்ற நிலையில் அதன் இடம் எத்தகையது? இப்படிப் பல வினாக்கள் அழகியல் பற்றிய விவாதத்தில் உண்டு. அழகு

பற்றிய சிந்தனைகள், நீண்ட காலமாக, ஏதாவது ஒரு தளத்தில் இருந்து வருவதுதான். ஆனால், நிறுவப்பட்ட ஓர் ஒழுங்கு முறையாகக் (system) கட்டமைக்கப்பட்டது, சற்றுப் பின்னர்தான். தொடக்கத்தில், கவிதையைப் பற்றிப் பேசுகிற ஓர் ஒழுங்கு முறையாக, இலக்கிய இயல் (Poetics) என்பதாக இருந்தது. இன்றும் கூட மேலை நாடுகளில் அழகியலும் கவிதையியலும் ஒன்றாகவே பேசப்படுகின்றன.

மேலை நாடுகளில் அழகியல் என்பது தத்துவத் தளத்தில் ஒரு கொள்கையை விளக்கும் கலைச் சொல்லாக 18ஆம் நூற்றாண்டில்தான் வந்தது. முதன் முதலில் அலெக்சாண்டர் கோட்லீப் பாம்கார்த்தன் (Alexandar Gottlieb Baumgarten) என்பவரால் இந்தச் சொல், ஒரு சிந்தனை முறையாக அறிமுகப்படுத்தப்பட்டது. இன்று பரந்துபட்ட சிந்தனை உலகில் - குறிப்பாகத் தத்துவத்திலும் கலை இலக்கியத்திலும் - ஆகச் சக்திவாய்ந்த ஒரு பகுதியாக - பரிமாணமாக விளங்குகிறது.

அழகு என்பது இயற்கையிலும் மனிதன் படைத்த பொருள்களிலும் காணப்பட்டாலும் - இவற்றின் பண்புகளை விளக்கக்கூடியது என்று பொதுவாகக் கருதப்பட்டாலும் - கலைப் பொருட்களை விளக்கும் சிந்தனைச் சாதனமாகவே இன்று பலராலும் ஏற்கப்பட்டிருக்கிறது. ஈழத்து அறிஞர் ஆனந்த குமாரசாமி, நடராசரின் ஆனந்த தாண்டவத்தை (Dance of Siva) மையமாகக் கொண்டு கீழைத் தேய அழகியலைத் தொன்மவியல் சார்ந்த ஒரு குறியீட்டுக் கலையாக விளக்கிக் காட்டுவார். அழகியலின் வரலாற்றை மூன்று பெரும் தொகுதிகளில் வெளியிட்ட புகழ்பெற்ற போலந்திய அறிஞர், விளாதிஸ்வாவ் தாதர்கேவிட்ச் (Wladyslaw Tatarkiewicz) அழகியலைப் பற்றி இவ்வாறு விளக்குகிறார்: 'அழகியல் என்பதை அழகு பற்றிய ஆராய்ச்சியாக வரையறை செய்வது மரபு. ஆனாலும், அழகு பற்றிய கருத்துக்கள், தீர்மானிக்கப்பட முடியாதவையாகவும் தெளிவற்றவையாகவும் இருக்கின்றன. அதனால் ஆராய்வதற்கு உகந்தனவாக அவை இல்லை என்று அழகியலாளர்கள் பலர் முடிவுக்கு வந்துள்ளனர். எனவே, இவர்கள் கலைகள் பற்றிய ஆய்வுக்கு வந்துள்ளனர்; அழகியல் என்பது கலைகள் பற்றிய ஆய்வே என்ற முடிவுக்கு வந்துள்ளனர். வேறுசில அழகியலாளர்கள், அழகியலின் இரு தளங்களாகிய அழகு, கலை ஆகியவற்றை வேறு பிரித்து ஆராய்வதில் அக்கறை

காட்டுகின்றனர். ஆனால் இவர்களும் அழகு, கலை எனும் இரண்டையும் உறவுபடுத்தியே ஆராய்கின்றனர்.'

தாதர்கேவிட்சின் இக்கூற்று, அழகியலின் பொருளையும் இலக்கினையும் காட்டுகின்றது. அழகியல் என்பதனைக் 'குறி' (Sign) என்று கொள்வோமானால் கலைகள் பற்றிய விளக்கம் அல்லது ஆய்வு, குறிப்பான் (Signifier) ஆகின்றது; அழகு என்பது குறிப்பீடு (Signified). நம் முன் அறியக் கிடக்கும் இக்குறிப்பீடு வழியாகத்தான், நாம் அழகியல் எனும் 'குறி'யை அறிந்துகொள்ள முடியும். இக்கூற்று, அழகியல் என்பது அழகு பற்றிய தத்துவம் என்ற கூற்றினை மறுப்பதாகாது. உண்மையில், அழகியல், இவ்வரையறையிலிருந்தே தொடங்குகிறது. நாமும் இங்கிருந்தே புரிந்துகொள்வது, அழகியலின் சரியான தடத்திற்கு இட்டுச் செல்லும்.

அழகியல், அறிவாராய்ச்சித் துறையாக விளக்கம் பெறுவது ஏற்கெனவே குறிப்பிட்டதுபோல, கலையியலாகிய தளத்திலே ஆகும். ஆனால், அழகு என்பது கலைக்கு மட்டுமே உரியது அல்ல; கலை மட்டுமே அழகின் தேடல் அல்ல. ஆனால் கலை பற்றிய ஆராய்ச்சியில் அழகு பற்றிய கருத்து நிலைகள் ஏராளமாக வெளிப்பட்டுள்ளன. அதுபோல அழகு பற்றிய ஆராய்ச்சியில் கலைகள் பற்றிய ஏராளமான கருத்துக்கள் வெளிப்பட்டுள்ளன. எனவே இந்த இரண்டையும் தனித்துப் பார்க்க முடியாது. கலையழகு (கலாரீதியான அழகு) என்பதும் கலையின் அழகு என்பதும் இன்று வேறு பிரித்தறிய முடியாதவையாக இருக்கின்றன. மேலும், எந்தக் கலையும் தனித்து இருப்பதில்லை. இலக்கியம், ஓவியம், இசை, நாடகம் மற்றும் கட்டடக்கலை முதலியவை தமக்குள் உறவு கொண்டவை. பரஸ்பரம் தமக்குள் தாக்கம் செலுத்துபவை. இதனை இங்கே பதிவுசெய்து கொள்ள வேண்டும். எனவே அழகியல் என்பது கலையையும், அழகையும், கலையழகையும், கலையின் அழகையும் தேடுகின்ற ஒரு தத்துவமாக விளங்குகின்றது.

அழகியலும் கவிதையியலும்

தொல்காப்பியரோ - அல்லது தமிழின் பிற இலக்கணக் காரர்களோ - கலைகள் பலவும் காட்டி விளக்கி அழகியலை நிலைநாட்ட முயன்றவர்கள் அல்லர். ஆனால் இலக்கியத்தை முன்நிறுத்தி அதன் பல இயல்புகளை விளக்கிக்காட்டி அவ்வழியே

அழகியலைக் குறிப்பிட்ட ஒரு நிலையில் வரைந்து காட்டியவர்கள். இலக்கியமே, கலைகளின் மகுடம்; இலக்கியம் பற்றிய அறிவே, அறிவுகளின் கருவூலம். தமிழில் மட்டுமல்ல; உலகத்து மொழிகள் பலவற்றிலும், இதுவே உண்மை. அரிஸ்டாட்டிலின் Poetics என்ற பனுவல், கவிதையியலை விளக்குவது. ஆனால் மேலை நாட்டு அறிஞர்கள், அழகியலைக் கட்டமைக்கின்றபோது, அரிஸ்டாட்டிலிலிருந்துதான் விவாதத்தைத் தொடங்குகிறார்கள். அதுபோல, சமசுகிருதத்தில், பாமகாவும் ஆனந்தவர்த்தனரும் தண்டியும் பிறரும் பேசியது குணங்கள், குற்றங்கள், தொனிகள், அணிகள் என்று கவிதையியல் பண்புகளைத்தான் பேசினார்கள். பின்னர் வந்த சமசுகிருத அறிஞர்கள், கவிதையியலையன்றியும் சமசுகிருத அழகியலைக் கட்டமைக்கிறபோதும் இவற்றிலிருந்தே தொடங்குகிறார்கள். எனவே, கலைகளின் மற்றும் அழகியல் சார்ந்த வெளிப்பாடுகளின் - சாராம்சமான குணாம்சங்களை இலக்கியம் பற்றிய விளக்கங்களே முதலில் நமக்குத் தருகின்றன. தொல்காப்பியரின் இலக்கணமும், நமக்கு இந்த முறையிலேதான் அழகியலை இனம்காட்ட உதவுகின்றது.

இங்கே இவ்வாறு நாம் கட்டமைத்துள்ள அல்லது விளக்கியுள்ள அழகியல், செவ்வியல் காலத்தின் உயிர்ப்பாகக் கருதப்படுகிற செவ்வியல் அழகியலாகும். (Classical Aesthetics) பின்னையவற்றிற்கு ஒரு வகைமாதிரியாகவும் உந்துதலாகவும், மேலும் பெருந்தாக்கம் புரிகின்ற ஒன்றாகவும் விளங்குவது இது. தொடர்ந்து வரும் கலை - இலக்கியப் பனுவல்களன்றியும் தமிழ் நிலத்தில் அல்லது அதன் செல்வாக்கில் காணக்கிடைக்கின்ற இசை நூல்கள், ஓவியங்கள், நடனங்கள், கூத்து நூல்கள், சிற்பங்கள், கோயில்கள், ஊர்ப்புற - நகர்ப்புற அமைப்புக்கள், நாட்டுப்புறக் கலை வடிவங்கள் முதலியனவும், பல்வேறு தளங்களில் தமிழின் அழகியலைப் பேசுகின்றன. இவ் அழகியல், தமிழ் மரபிலிருந்தும், அதன் அசன்மையிலிருந்தும் (original) முகிழ்த்தது என்ற கருதுகோளோடு, தொடர்ந்து ஆராய்வதற்கு விசாலமான இடம் தருகிறது.

அழகு, ஈர்ப்பு எனும் விசைத்திறன் கொண்டது. அழகுப் பொருள் ஒரு முனை என்றால், அதனுடைய செய்தி போய்ச் சேருகிற இடம் இன்னொரு முனையாகும். எனவே அழகியல் புலனுகர்வுப் பண்புடன் இணைந்து கிடக்கிறது. 'சொல்லப்படு பொருளை உய்த்து வேறு கண்டாங்கு' அறியச் செய்தலே அழகியலின் புலனுகர்வாகும். இவ்வடிப்படையில் காணுகிறபோது உணர்வு நிலையில் தோன்றும் கருத்துக்கள், புனைவு செய்யப்படுகிற முறையில், பொருட் பிழம்புகளாகத் தோன்றுதலும் சாத்தியப்படுகிறது. இத்தகைய புலனுணர்வு இயங்கு திறனையும் நிறைவையும் தருகின்றது.

2

அழகியலும் புலனுகர்வும்

அழகு, ஒரு செய்தி. அது செய்தியானால், ஒரு பொருளை இன்னொரு முனைக்கு அது இட்டுச் செல்லுகின்றது என்று பொருள். எதிர்கோளும் ஏற்பும் அழகின் ஆற்றல். அழகின் இந்த விரிவான படைப்புத்திறன், மனித மனத்தின் சிறப்பான வினைத்திறன் ஆகும். மனித மனத்தின் தனிச் சிறப்பியலான இந்தத் திறன், அழகினை உணர்வதிலும் அழகினைத் தேடுவதிலும் சென்றடைவதிலும் ஆழ்ந்து கிடக்கிறது. நம்மைச் சுற்றி உயிர்த்துக் கிடக்கும் அழகினையும் நாம் உருவாக்குகின்ற அழகினையும் - இரண்டையும் மனிதர் புரிந்துகொள்ள வேண்டும். அது, மனித இயல்பாக ஆகவேண்டும். புகழ்பெற்ற உடற்கூற்றியல் - மருத்துவவியல் அறிஞர் ஷெர்வின் நூலண்ட், மனிதத்துவம் அல்லது மனிதவயப்படுகின்ற வழிமுறையின் (humanizing process) ஆகப் பெரும் திறன் அல்லது சாதனைதான்

அழகியல் நுகர்வு என்பதாக இனங்காட்டுகின்றார். இது, மரபணுவின் (DNA) உயிர் வாழ்தல் தேவையோடு கூடிய விளைவு அல்ல என்றாலும் மனித மனத்தின் மிக உயர்ந்த செயல்பாடு இது என்றும் மனித உணர்வு நிலையும் மற்றும் தொடர்ந்து அழகின் தேடலும், மனித இனத்தை அடையாளங்காட்டுகின்ற தனிச்சிறப்பியலான பண்புகள் என்றும் அவர் வரையறுத்துக் கூறுவார். (Sherwin B. Nuland, The Wisdom of the Body, (A.A. Knopf) N.Y., 1997).

பரந்தவெளியில் பிரம்மாண்டமாகவும் நுண்மையாகவும் வெளிப்பட்டு நிற்கும் உள்ளார்ந்த அழகினை உணர்வதற்குத் தமிழ் அழகியல் கொள்கை, முன்வாசலைத் திறந்து வைத்திருக்கிறது. அழகு, உயிர்த்துக் கிடக்கிற பொருளோடும் அதன் இருப்போடும் முடிவு பெற்றுவிடுவதில்லை; நிறைவு பெறுவதில்லை. மாறாக, பிறர், அதனை - அது சொல்லுகிற தகவலை - நோக்கத்தை உணர வேண்டும்; நுகர வேண்டும். அது, அழகின் செயல். வண்ணத்துப் பூச்சியானாலும் மயிலானாலும் குயிலானாலும் தம்மையொத்த பிற உயிரினங்களை இனவிருத்திக்காயினும் ஈர்த்தல் வேண்டும். இது, அழகின் அடிப்படைப் பண்பு. இருப்பு அல்ல; ஈர்ப்பு. கண்டாரால் விரும்பப்படுதல் - கண்டார் அதனை நுகர்தல்; எதிர்கோடல் - அதன் நோக்கம்.

இந்தக் கருத்தியல், இயற்கை, மனிதர், கலைப் படைப்பு - இவற்றிலுள்ள விளைவைக் (effect) குறிக்கின்றது. அதனை எதிர்கொள்கிற மறுமுனையைக் (receiving end) குறிக்கின்றது. வாசிப்பு ரசனை அனுபவிப்பு ஆகியவற்றை நோக்கிக் கலைப்படைப்பு நகர்வதைக் குறிக்கின்றது. தொல்காப்பியரும் உரையாசிரியர்களும் பிறரும் இத்தகைய கருத்தியலைப் பல சூழல்களில் முன்மொழிந்துள்ளனர். தொல்காப்பியம் கூறும் செய்யுள் உறுப்புக்கள் இருபத்தாறில், நோக்கு, மெய்ப்பாடு ஆகியவை, இம்முறையில் புரிந்துகொள்ளக் கூடியவை.

நோக்குதற் காரணம்

செய்யுள் உருவாக்கத்தில் 'பா' என்பது ஒரு நிலை. அந்தச் செயல் வடிவம் நிறைவுபெறுகிறபோது, 'நோக்கு' எனும் செயல் வடிவம் வருகிறது. பாடலைக் கற்பவர், கண்டு மகிழ்தற்குரிய காரணமாகிய இனிமையின் திறனை இது குறிக்கின்றது.

மாத்திரை முதலா அடிநிலைகாறும்
நோக்குதற் காரணம் நோக்கு எனப்படுமே

(செய்யு., 101)

இதற்கு இளம்பூரணர், இப்படி விளக்கம் கூறுகிறார்: "அஃதாவது, யாதானும் ஒன்றைத் தொடுக்கும் காலத்துக் கருதிய பொருள் முடிக்குங்காறும், பிறிது நோக்காது, அது, தன்னையே நோக்கி நிற்கும் நிலை." இது போன்று, பேராசிரியர் இப்படி விளக்கம் தருகிறார்: "கேட்டோர் மறித்து நோக்கிப் பயன்கொள்ளும் கருவியை நோக்குதற் காரணம் என்றார்."

கலைப் பொருளின் அழகு, மேலும் மேலும் அதனைப் பார்க்கவோ, கேட்கவோ தூண்ட வேண்டும். உள்ளார்ந்த சக்தியாக, சரியான கட்டமைப்பு வாயிலாகப் புலப்படுகின்ற அழகு, புலனுகர்வுக்கு உதவுகிறது. தொல்காப்பியமும் உரைகளும் இக்கருத்தினை வலியுறுத்துகின்றன. நோக்கு, காட்சிப் பொருளின் கருவி மட்டுமல்ல; கேட்புப் பொருளின் கருவியுமாகும். மாத்திரை எனும் ஒலியியல் கூறோடு சேர்த்தே இது கூறப்படுவதற்கும் ஓசை ஒழுங்கமைவினை (sound texture) உட்படுத்திக் கூறுவதற்கும் இதுவே காரணம். தூக்கு, தொடை மட்டுமல்லாமல், 'வண்ணம்' என்பதுவும் இசைமை எனும் பண்போடு கூடியது. இவை கேட்போரை கவிதையை நோக்கிக் கொண்டுபோவதற்கு உதவுகின்றன. மேலும் வண்ணம் என்பது கேட்புப் படிமத்தை (auditory image) காட்சிப் படிமமாக (visual image) உருவாக்கம் செய்வதைக் குறிப்பிடுகிறது. வண்ணம், ஓசைகளின் இறுதிக்கட்டமைப்பில் வெளிப்படும் நிறம் (colouring) அல்லது மேனியைக் குறிக்கிறது.

கண்காட்டும் உடல்மொழி சம்பந்தப்பட்டது, மெய்ப்பாடு. நடனம், கூத்து ஆகிய நிகழ்த்து கலைகளின் முக்கிய அம்சம், மெய்ப்பாடு. இது, கவிதைக் கலைக்கு ஆகிவருகிறபோது, கதை மாந்தர்கள் தமக்குள் வெளிப்படுத்திக்கொள்ளும் அங்க அசைவுகளும் சமிக்ஞைகளும் மட்டுமல்லாமல், அவற்றின் வழியே, அந்தக் கலைவடிவம், பார்ப்போரின் உணர்வு நிலைகளுக்குப் புலப்படும் கருவியாக - வாயிலாக - விளங்குகிறது. நிகழ்த்துகலை என்ற 'வெளி'யில் காண்போரின் பார்வைத் தளத்தில் கட்புலனாவது, மெய்ப்பாடு. கலை நுகர்வின் முக்கியமான பகுதி, இது. தொல்காப்பியத்தின் கருத்தினை

விளக்க வந்த பேராசிரியர், கவிதையின் புலனுகர்வுத்திறனை உள்வாங்கிக்கொண்டு பேசுகின்றார்: 'மெய்ப்பாடு என்பது பொருட்புலப்பாடு'. இதே சூழலில், 'கவிதை, கண் காட்டும்' என்றும் சொல்லுகின்றார். இது, கவிதையின் செயலைக் 'காட்சித்திறன்' (visual effect) கொண்டதாகக் காட்டுகின்றது; வாசகரின் நுகர்தல் அனுபவத்திற்கு, இந்தத் திறன் ஒரு வாயிலாகவும் காரணியாகவும் அமைவதைக் குறிப்பிடுகின்றது.

நுண்பொருளானதோர் உணர்வுநிலை, தூலப்பொருளானதொரு காட்சி வடிவமாகத் தோற்றம் தருகிறது. பேராசிரியர் இத்தகைய திறனை அடையாளங்காட்டுகின்றார்: "நோக்குறுப்பால்-(அதாவது, கேட்டார் மறித்து நோக்கிப் பயன்கொள்ளும் கருவியால்) - உணர்ந்து, பொருட் பிழம்பினைக் காட்டுவது மெய்ப்பாடு' என்பது அவருடைய விளக்கம். பொருட் பிழம்பாகப் புலனாகின்ற இவ்வகையான சக்தி, புனைவுகள் தளத்தில், நம்பகத் தன்மையோடும் அவ்வகையான உணர்வோடும் கேட்போரை இட்டுச் செல்கிறது என்பார், அவர். அவர் சொல்லுவார்: "கவிப்பொருள் உணர்ந்தால் அதனாலே சொல்லப்படு பொருள் உய்த்து வேறுகண்டாங்கு அறிதலை மெய்ப்பாடு என்றார். அதனைத் தேவருலகங் கூறினும் அதனைக் கண்டாங்கு அறியச் செய்தல் செய்யுள் உறுப்பாம்." பேராசிரியரின் இந்த விளக்கம் புலனாதல் என்ற பண்பின் எல்லையை விசாலப்படுத்துகிறது. புராணிகம், பக்தி என்ற நிலைப்பாடுகள் வளர்ந்து பெருகிய காலத்தில் அவருக்கு இப்படிச் சொல்லுவது அவசியமாகக்கூட இருந்திருக்கலாம். கடவுள் பற்றிய உணர்வு நிலைகள், இறையன்பர்கள் மனங்களில் ஆட்கொள்ளுகின்றபோது, அவை அவ்வத் தேவைகளுக்கேற்பப் படிமங்களைத் தோற்றுவிக்கின்றன. கடவுளர்களின் உருவத் தோற்றங்களை யாரும் கண்டதில்லை. அறிவோம். ஆனால், நேரில் கண்டதுபோல உருவங்களைச், சிந்திக்கத் தெரிந்த பக்தர்கள் படைத்துத் தந்திருக்கின்றார்கள். சிற்பிகள் சிலைகள் வடித்துத் தந்திருக்கிறார்கள். அந்த உருவங்கள், குறிப்பீட்டினுடைய குணங்களாக இருக்கலாம்; இனக்குழுக்கள் சார்ந்த சமூகவியலின் காரணமாக இருக்கலாம்; இந்திய மக்களின் இனவரைவியல் சார்ந்த மனவெளிகளாக இருக்கலாம். எவ்வாறாயினும், இவை உணர்வு நிலைகளிலிருந்தும் கருத்தியல் நிலைகளிலிருந்தும் பொருட்புலப்பட்டுத் தோன்றும் பிழம்பு நிலைகளாக ஆகியிருக்கின்றன. முதலில் இப்படிமங்கள் எவ்வாறெல்லாம் சித்திரப்பட்டனவோ? - அது வேறு - ஆனால்

பண்பாட்டின் வளர்ச்சியில் இப்படிமங்கள் ஒருவகையான நிரந்தரத்தன்மையைப் பெற்றுவிட்டன.

சிவன் தோற்றம் குறித்த படிம வளர்ச்சி ஒரு நல்ல உதாரணம். விரித்த சடையுடனும் சுடுகாட்டுச் சாம்பலுடனும் எருக்கம் பூக்களுடனும் கழுத்திலே படமெடுக்கும் பாம்புடனும் இடுப்பிலே புலித்தோலுடனும் சித்திரமாக்கப்பட்டிருந்த வடிவம். நாகரிகம் வளர்கின்றபோது, கடவுளர்கள் அழகானவர்கள் என்ற மன எழுச்சியோடும் அழகு பற்றிய கருத்தோடும்,

> **குனித்த புருவமும் கொவ்வைச் செவ்வாயிற் குமிண் சிரிப்பும்**
> **பனித்த சடையும் பவளம்போல் மேனியில் பால் வெண்ணீறும்**
> **இனித்தம் உடைய எடுத்த பொற்பாதமும் காணப்பெற்றால்**
> **மனித்தப் பிறவியும் வேண்டுவதே இம் மாநிலத்தே**

என்று திருநாவுக்கரசர் பாடிக்களித்தது போல மனித உலகில், தேவருலகங் திருமாலையும் ‘கண்டவாறு’ படிமங்கள் உருவாகின்றன. அவனுடைய மறுவடிவங்களான இராமனையும் கண்ணனையும் மனிதக் கற்பிதங்களோடும் விருப்பங்களோடும் அழகுடைய தோற்றங்களாகக் கவிஞர்களும் கலைஞர்களும் படைத்துக் காட்டியுள்ளனர். கருத்தக் கண்ணனைக் கருமாணிக்கமாய்க் கண்டு மகிழும் ஆண்டாள் முதலிய ஆழ்வார்களும், பின்னாளில் அழகு முழுவதையும் இராமனில் கண்டுசொல்லும் கம்பனும் பக்திமரபு மட்டுமல்ல, அழகியல் மற்றும் இலக்கிய மரபும் நினைவிற் கொண்டு பாராட்டிச் சுவைக்கின்றன. முருகனை அழகும் இளமையும் உடையவனாக அவற்றின் குறியீடாகக் கண்டு மகிழுகிறது தமிழ் மரபு.

தமிழ்த்தென்றல் திரு. வி. க., முருகன் அழகுடையவன் என்ற பிம்பத்தை வரித்துக்கொண்டு “முருகன் அல்லது அழகு” என்று இணைத்துக் காட்டுவார். அவருடைய உணர்வு, முருகன் எனும் தோற்றத்தை அவரிடம் உருவாக்குகிறது. ஆன்மீக நெஞ்சம் நெக்குருகி இப்படி மகிழ்கிறது: “முருகன் எவன்? முருகை யுடையவன் முருகன். முருகு என்றால் என்ன? முருகு என்பது பல பொருள் குறிக்கும் ஒரு சொல். அப் பல பொருள்களுள், சிறப்பாகக் குறிக்கத்தக்கன, நான்கு. அவை மணம், இளமை, கடவுள் தன்மை, அழகு என்பன. இந்நான்கு பொருள் அடங்கிய ஒரு சொல்லால், பண்டைத் தமிழ் மக்கள் முழு முதற்பொருளை அமைத்தது வியக்கத்தக்கது. இயற்கை மணமும் மாறா

இளமையும் எல்லாப் பொருள்களையும் கடந்து ஒளிரும் தன்மையும் அழியா அழகும் இறைவனிடத்தில் கண்டு, அப்பொருள்கள் முறையே உறைதற்கு இடம்பெற்றுள்ள முருகன் எனும் சொல்லை அவ்விறைவனுக்குப் பழந்தமிழ் மக்கள் சூட்டியதன் திறமையை நோக்குழி, அவர்களது கூர்த்த மதி புலனாகின்றது."

கற்பித்துச் சமைக்கப்பட்ட கடவுட் படிமங்கள், புலனுகர்வு அனுபவங்களைப் பக்தர்களிடத்தே தோற்றுவிக்கின்றன. இது, கலையியல் தத்துவத்தின் சாதனை - அழகியலைச் சார்ந்து கிடக்கும் உணர்வுநிலையின் சாதனை.

புலப்படுதல்

கண்டாங்கு அறியச் செய்கிற இத்தகைய பொருட்புலப்பாடு, உவமம் எனும் கருவியின் வழியாகவும் அறியக்கூடுவதாக உள்ளது. பொருட்களிடையேயுள்ள ஒருபுடை ஒப்புமை பற்றியதாக அமைகின்ற உவமம், அந்த ஒப்புமை வழியாக ஒரு பொருளை விளக்கிக் காட்டி அதனைக் கண் முன்னே நிறுத்துகிறது. ஒவ்வுதல் - ஓவியம் - ஒப்புமை என்ற சொற்களோடு உவமம் இனங்கண்டறியப்படுகிறது. வினை, பயன், மெய், உரு என்ற நான்கின் அடிப்படையில் பொருட்களைச் சார்பியல் உறவு நிலையில் காணச் செய்கின்ற உவமம், காண்போரின் - வாசகரின் உணர்வையும் சிந்தனையையும் 'படிம வழிப்படுத்த' முயலுகின்றது. இது, சொல்லின் அல்லது சொற்றொடரின் பண்பு அல்ல, அப்படி விளக்கப்படவில்லை. மாறாக, உணர்ச்சி வடிவத்தோடு இணைந்த ஒன்றாக - அதனைக் காரணியாகக் கொண்டு வெளிப்படும் ஒன்றாக உவமம் விளக்கப்படுகிறது. காட்டாகப் பெருமை பற்றியும் சிறுமை பற்றியும் ஒப்புமை கொள்ளப்படும் உவமம், 'மெய்ப்பாடு எட்டன் வழி மருங்கறியத் தோன்றும்' (உவம., 19) பண்புடையதாகத் தொல்காப்பியம் கூறும். உவமம், 'மெய்ப்பாடு பற்றித் தோன்றி வழங்குவதாகும்' என்று இளம் பூரணர் சுட்டிக் கூறுவார்.

புலனுகர்வுக்கு உட்பட்டுப் பொருட்புலப்பாடாக உவமம் தொழிற்படுகிறது என்பது, உணர்ச்சிப் பின்னலின் வாயிலாகவே நிகழுகிறது. உவமம் இரண்டு வகையில் அழகியல் தளத்தில் தொழிற்படுகிறது. இதனை இளம்பூரணர், குறிப்பிடுகிறார் "இதனாற் பயன் என்னை மதிப்பதோ எனின், புலன் அல்லாதன

புலனாதலும், அலங்காரமாகிக் கேட்போர்க்கு இன்பம் பயத்தலும்" என்பார். 'புலன் அல்லாதன புலனாகின்ற' சாத்தியப்பாடு நிகழ்கின்றபோது, இது நேரடியாக - ஒரே நிலையில் மட்டுமே நிகழ்வது அல்ல என்பதை இங்கே சொல்லியாக வேண்டும். இது, பல்வேறு பண்புகளையும் படிநிலைகளையும் கொண்டது என்பதை நினைவிற்கொள்ள வேண்டும். உவமம், உருவகம், உள்ளுறை யுவமம், இறைச்சி என்ற உத்திகள், பிரத்தியேகமான சூழ்நிலைகளில், பிரத்தியேகமான தேவைகளோடு இடம்பெறுகின்றன. ஒவ்வுதலாகிய அல்லது ஒத்துக்காணப்படுதலாகிய உவமத்தின் சாராம்சம் இவற்றில் உள்ளது. இவை வாசிப்பின் தளங்களையும் அனுபவங்களையும் விரிவுபடுத்துவன.

கலையின் அழகு, அதன் மேலான விருப்பத்தையும் அதனை மேலும் அடுத்த தளத்திற்கு இட்டுச் செல்லுகின்ற திறனையும் தருகின்றது. கலையின் இத்தகைய புலனுகர்வு அம்சமானது, காண்பது - கேட்பது (sight and hearing) ஆகிய இரு புலன்களோடும் உறவு கொண்டது. மேலும், இத்தகைய புலனறிவு, அழகியலுக்கு 'இயங்கியல் திறனை'த் தருகின்றது. அழகு அல்லது அழகுணர்வு என்ற ஒரு நிலை, காண்போர் அல்லது வாசகர் என்ற இன்னொரு நிலைக்கு / முனைக்குச் செல்ல வேண்டும். "உய்ப்போன் செய்தது, காண்போர்க்கு எய்துதல்" அழகின் பண்பாக அமைகிறது. செயிற்றியனார் மெய்ப்பாட்டை விளக்க இப்படிக் கூறுகிறார். இளம்பூரணருடைய மேற்கோள், இது. 'காண்போருக்கு எய்துதல்' எனும் நிகழ்வு எதன் மூலமாக அமைகிறது? அழகியல் பொருளின் நுகர் திறன் மூலமாக நிகழ்கிறது. இதனைச் 'சுவை' என்று இளம்பூரணர் அர்த்தப்படுத்துகிறார். "சுவையென்பது காணப்படு பொருளால் காண்போர் உள்ளத்தில் வருவதோர் விகாரம்" என்பது அவருடைய விளக்கம். காணப்படுபொருள் - காண்போர் உள்ளம்: இந்த இரண்டும் கலையின் அல்லது அழகியலின் இரண்டு முனைகள். இந்த இரண்டின் உறவிலுள்ள செயல்திறன்தான், கலையையும் அழகியல் சார்ந்த பொருள்களையும் அர்த்தமுடையதாகவும் தரமுடையதாகவும் பயனுடையதாகவும் ஆக்குகிறது.

கலைகள் பலவகைப்பட்டவை; எனினும் அவை தமக்குள் நெருக்கமுற உறவுகள் கொண்டவை. முக்கியமாக, ஆடல் பாடல் இசை முதலியவை கூட்டுக்கலைகளாகத் தோன்றி வளர்ந்தவை; அன்றியும், நாட்டார் வாய்மொழி மரபும் கற்றார் வழி மரபும் ஒருங்கியைபு கொண்டு இயங்குகின்றன. சங்கப் பாடல்கள் கூறும் செய்திகளிலும் அவற்றின் வடிவமைப்பிலும் இந்தப் பண்பினைக் காணுகிறோம். பாணர் - புலவர் என்ற பண்பாட்டு மரபு கலைகளின் ஒருங்கியைபுக் கோட்பாட்டை அறிவதற்கு உதவுகிறது. பின்னர், சிலம்பிலும் இத்தகைய நெறி, விளக்கமாகவும் ஆழமாகவும் வெளிப்படுகின்றது. உரைகாரர்கள், இதனை 'முத்தமிழ்' என்பதாகப் பேசுகின்றனர்.

3

கலைகளின் ஒருங்கியைபுக் கோட்பாடு

அழகியல் தளங்களில் முக்கியமானவை, கலை வடிவங்கள். ஆடல் பாடல் இசை உள்ளிட்ட இக்கலை வடிவங்கள் வேறு வேறு கலைகளாக அறியப்படுகின்றன; அப்படி அறியப்பட்டாலும் கலைகள் எதுவும் தனித் தனியே தோன்றியன அல்ல; தனித்து இயங்குவன அல்ல; தனித்து வளர்வன அல்ல. அவை தமக்குள் பொதுமையும் சிறப்பும் கொண்டவை. தமக்குள் உறவும் சார்பும் ஒருங்கியைபும் (interlinking) கொண்டவை. இதுபோலவே, நாட்டார் வழிப்பட்ட வாய்மொழி மரபும் கற்றார் வழிப்பட்ட எழுத்து மரபும் அவை சார்ந்த கருத்தமைவுகளும் தமக்குள் உறவு கொண்டு இணைந்து கிடப்பவை. இத்தகைய ஒருங்கியைபு, ஒரு கலையியல் கோட்பாட்டை வடிவமைத்துள்ளது.

கலைகளின் தொடக்கம், இனக்குழு வாழ்க்கை முறையில் படிந்து கிடக்கும் கூட்டுக் குழுக்களின் செயல் நிலைகளிலிருந்தும் உணர்வு நிலைகளிலிருந்தும் உருவானதுதான். அந்த வகையான சூழல்களிலிருந்துதான், பாணர், பாடினியர், விறலியர், பொருநர், கூத்தர் முதலானோர் தோன்றினர்; மொழியின், பண்பாட்டின் புலங்களில் வேரூன்றிப் படர்ந்து தடம் பதித்தனர். தமிழில், வரலாற்றுத் தொடக்கத்தில் பதிந்து கிடக்கும் பாணர் - புலவர் மரபு என்பது கலை - ஒருங்கியைபுக் கோட்பாட்டின் ஓர் அடையாளமாக விளங்குகின்றது.

மன்றுகளிலும் பொது அவைகளிலும் மட்டுமல்லாமல் அரசர்கள், புரவலர்கள் கூடியிருக்கும் வேத்தவைகளிலும் ஆடல், பாடல், கூத்து முதலியன சேர்த்தே சுவைக்கப்பட்டன.. பட்டினப்பாலை - ஒரு லட்சிய நகரத்தைக் கட்டமைக்கிறது. அதிலே, ஒரு வீதியில் உயர்ந்ததொரு மாடம்; அதிலே அமர்ந்து அரசர் செல்வந்தர் உள்ளிட்டோர் கலைகளைத் துய்த்து மகிழ்கின்றனர். எப்படி? கடலாடிப் புனல்படிந்து அகலாக் காதலொடு பகல் விளையாடி, இரவுவரப், பெண்டிர் அழகிய பட்டு ஆடையை நீக்கி மெல்லியதுகில் உடுத்துகின்றனர். மது அருந்தி மகிழ்கின்றனர். மதி மயக்கம் காரணமாக மைந்தர் அணியும் மாலைகளை இம்மங்கையர் அணிய, இவர்கள் வழக்கமாய் அணியும் அணிகளை மைந்தர்கள் சூடப்,

> **பாடலோர்த்தும் நாடக(ம்) நயந்தும்**
> **வெண்ணிலவின் பயன்துய்த்துங்**
> ....
> **பெறற் கருந் தொல்சீர்த் துறக்கம் ஏய்க்கும்.**

(ஓர்த்து = கேட்டு, சுவைத்து; ஏய்க்கும் = போன்று அமையும்)

இவ்வாறு வாழ்க்கையை அனுபவிக்கிறார்கள். இதிலே நம்முடைய கவனத்துக்கு உரியது, பாடலும் நாடகமும் சேர்த்து நிகழ்த்தப்படுகின்றன என்பது. மேலும் கலைகளும், இயற்கை சார்ந்த சூழல்களும் அழகியல் வயப்பட்ட உணர்வு நலன்களுக்கும் நுகர்வுகளுக்கும் உரியவை என்பதை இது காட்டுகிறது.

இதேபோன்று, 'பெறற்கருந் தொல்சீர்த் துறக்கம் ஏய்க்கும் பெருந்துறை', பெரும்பாணாற்றுப்படையிலும் (வரி, 389) உண்டு. ஆனால் இரண்டையும் பாடியவர், கடியலூர் உருத்திரங்

கண்ணனார்தான். இவ்வாறு பண், பாடல், ஆடல் முதலிய நிகழ்த்துகலைகள் தமக்குள் உறவு கொண்டவையாக அமைந்துள்ளன. இவை, சேர்ந்தே சுவைக்கவும்பட்டன.

2

பண் என்பது பாண் மரபோடு பிறந்தது. பண்ணும் கூத்தும் ஆடலும் பாடலும் பாண் மரபோடு சேர்ந்து பிறந்தவை. தனியாக அல்ல - கூட்டாக - யாழையும் கலையையும் சுமந்து கொண்டு அரசுகள், நாடுகள் என்ற எல்லைகளைக் கடந்து, ஊர் பூராவும் நாடு பூராவும் அவைகளிலும் மன்றுகளிலும் சென்று இயங்கியவர்கள். கூட்டாளிகளோடு இயங்கியவர்கள், இவர்கள். பாணர், பாடினி, பொருநர், விறலியர், கூத்தர் என்பது குழு; சேர்ந்து சென்று வந்த பாண்குழு. கலை, தொடக்க காலங்களில் தனிமனித நிலையில் அல்லாமல் கூட்டாகப் பிறந்து கூட்டாக வளர்ந்தது என்பதற்கும் முதலில் அது, இசையாகவும் கூத்தாகவும் வாய்மொழிப் பாட்டாகவும் இருந்தது என்பதற்கும், அது நிகழ்த்துகலையாக வழங்கி வந்தது என்பதற்கும் சான்றாக நின்றவர்கள், இவர்கள்.

நரம்புக் கருவியாகிய யாழை முதன்மையாகக் கொண்ட கருவிஇசை, அதனோடு இயைந்த வாய்மொழிப்பாட்டு - இவை பாணர் தம் செயல்கள்; பண்ணோடு தழுவிப் பாடல்கள் இசைப்பவள், பாடினி; பாடலுக்கு ஏற்பப் பயிற்சியோடு கூடிய திறன் கொண்டு ஆடுபவள், விறலி; நிகழ்வுகளுக்கும் சூழல்களுக்கும் பொருந்த ஒப்பனைகள் புனைந்து சேர்ந்து இயங்குபவன், பொருநன்; எல்லோருடனும் இணைந்து ஆடுபவர்கள், கூத்தர்கள். இப்படித் தனித்தனித் திறன்களோடு - ஆனால் - சேர்ந்து கலைகளை நிகழ்த்தியவர்கள் இவர்கள். இவர்களுக்குப் பாண் மகனே, 'தலைவன்', அதாவது வழிநடத்தி முன்னிற்பவன். (கூத்தர்குழுவும் சில சமயங்களில் தனித்தியங்கும். முன்னிற்பவன் 'கோடியர்' தலைவன், எனப்படுகிறான், பல பாடல்களில்) இருபாலரும் அடங்கிய இக்குழு, பல சமயங்களில் ஒக்கல் என்றும் சுற்றம் என்றும் வருணிக்கப் படுகிறது. குறிப்பிட்ட ஓர் இடத்தில் வேரூன்றி - காலூன்றி இராமல், நிலங்களுக்கும் புலங்களுக்கும் கட்டுப்படாமல், ஓய்வின்றி இயங்கிய இவர்கள், பொருளாதார உற்பத்தியில் நேரடியாகப்

பங்கு பெறாதவர்கள். பிற பிற மக்களையும் புரவலர்களையும் மன்னர்களையும் அன்றாட வாழ்க்கைக்கு ஆதாரங்களாக, அரவணைப்புக்களாகக் கொண்டு, பரிசிலராய்ப், பின்னர் இரவல்ராய் வாழ்ந்து வந்தவர்கள் இக்குழுவினர். சமூக மாற்றங்கள் இவர்களையும், இவர்களின் கலை வடிவங்களையும் வெகுவாகப் பாதித்தன. தொழில் பெருமிதத்தோடு தொடங்கிய மரபு, இந்தப் பாண் மரபு.

இனக்குழுச் சமுதாயத்தின் மிச்ச சொச்சங்களோடு நிலவுடைமைச் சமுதாய அமைப்பு உருவாகி எழுச்சி பெற்று வருகிறபோது, அதன் தோற்றத்தோடும் வளர்ச்சியோடும் சேர்ந்து வந்தவர்கள், பாணர்கள் உள்ளிட்ட இந்தக் கலைஞர்கள். வளம் சுரக்க நெல் பொலிந்து மகிழ்கிற சூழல்கள், போர்க் காலத்தின் இறுதியில் வெற்றிக் களியாட்டம், பாதீடு, உண்டாட்டு, வெற்றிபெற்றோரின் வீரமும் புகழும் பற்றிய பெருமைக் கொண்டாட்டம், திணை சார்ந்து வாழும் மக்கள் கூட்டங்களின் சமூக உறவுகளின் நிகழ்வுகள் என்று இவை உள்ளிட்ட சூழ்நிலைமைகளின் பகுதியாகவும் தேவையாகவும் அடையாளமாகவும் வாழ்ந்த இவர்கள்,

> **நெடிய என்னாது சுரம்பல கடந்து**
> **வடியா நாவின் வல்லாங்கு பாடி.....**

(புறநா., 47)

முதலில் இயல்பாகவும் (spontaneous) பின்னர் தொழில் முறையாகவும் (professional) ஆகிப் போனவர்கள். இத்தகைய பண், வாய்மொழி மரபு, பிற கலைகளுடனான தொடர்பு- தமிழ் எனும் பொதுவானதொரு பண்பாட்டுத் தளத்தின் செயல்பாடு பாட்டு - பாடல் - கவிதை, தமிழில் பிறக்கிறது.

பாணர்களை முதன்மையாகக்கொண்ட 'கல்லென் சுற்றத்தில்' பறை, துடி முதலிய ஏனைய இசைக் கருவிகளில் வல்ல பறையர், துடியர் முதலானோர் இல்லை; முழவு (மத்தளம்) இசைத்து ஆடும் கோடியர் இல்லை; முரசமும் இல்லை; எனவே இசைக்கருவிகள், மற்றும் கலை நிகழ்வுகளிலுள்ள வகைமைகள், பயன்பாடு - நோக்கங்கள் சார்ந்த வேறுபாடுகள் இவற்றிலே

உண்டு என்பதை அறியவேண்டும். கருவிகள் உள்ளிட்ட வேறுபாடுகள் காரணமாகக் கலைஞர்களிடையே குழுக்ள் அமைவதில் வேறுபாடுகள் ஏற்பட்டிருக்கக்கூடும். பாணர் குழுவின் செயல்களில் அல்லது அவர்கள் செல்லும் இடங்களில் பறையர், துடியர், கோடியர் முதலானோர் பங்கு பற்றியதாகக் குறிப்புகள் இல்லை.

கோடியர், முழவு (மத்தளம்) அறைந்து இசை முழங்கிய மக்கள். இந்த முழவோடு, நரம்பு கட்டிய இசைக் கருவியும் (யாழ்?) வாசிக்கப்படுவதுண்டு. நக்கீரரும் (குறுந்., 75) இவர்களைக் குறிப்பிடுகின்றார். உயர்ந்த மலையிலிருந்து இழிதரும் நெடுவெள்ளருவியின் ஓசையை முதுவாய்க் கோடியரின் முழவு ஓசையோடு ஒப்பிட்டு அவர் பேசுகிறார். இத்தகைய முழவு, திரிபுரி நரம்பின் தீந்தொடையோடு இணைந்து இசைப்பதாக உருத்திரங்கண்ணனார் பேசுகிறார். பெருவிழாவின்போது 'பேய்முதிர்' மன்றத்தில் இந்த முழவின் ஓசை கேட்கிறது. ஆனால் இந்தக் கோடியர்கள் அதிகம் பேசப்படவில்லை. சங்கப்பாடல்களில் யாழின் இசைதான் எங்கும் கேட்டுக் கொண்டிருக்கிறது. ஆயினும் பெரும்பாலும், போர்க்காலத்தே முழங்கும் முரசு, அரச இலச்சினையாக ஆகியிருக்கிறது என்பது வேறு சங்கதி. இது ஒரு வரலாறு.

3

பொது மன்றங்களில் பாட்டுக்களோடும் ஆட்டங்களோடும் சேர்ந்து, உரைகளும் நிகழ்த்தப்படுகின்றன. இவை புனைந் துரைக்கப்படுவன. நன்னனுடைய எழிற்குன்றத்தில் அவனுடைய பிறந்தநாள் கொண்டாடப்படுகிறது. பொலிந்த சுற்றமொடு செவ்வழி பண்ணிக், குரல்புணர் நல்யாழ், முழவொடு ஒன்றி, மன்றுதொறும், நின்றசேரிதொறும்,

'உரையும் பாட்டும் ஆட்டும் விரைஇ'

(மதுரைக்காஞ்சி., 616)

யாமம் முழுக்க வெறிகொள்பு மயங்கி ஆர்ப்பரித்து மகிழ்வோடு இருந்தனர் மக்கள் என்று மதுரைக்காஞ்சி, கலைகளோடு கூடிய வாழ்க்கையை வருணிக்கிறது. யாழ் ஒலி,

முழவு ஒலி, ஆட்டம், பாட்டு, கூத்து, உரை என்று இவை ஒன்று சேர்ந்து நிகழ்கின்றன. மதுரைக்காஞ்சியே இன்னோரிடத்தில்,

> பாணர் வருக பாட்டியர் வருக
> யாணர்ப் புலவரொடு வயிரியர் வருக
>
> (அடி 749 - 50)

என்று கூறுகிறது. பாணர், பாடினி, கூத்தர், புலவர் என்று இவர்களை ஒன்றியைத்துக் கூறுவது கவனங்கொள்ளத்தக்கது.

கலைகள் இவர்களிடமிருந்தே தொடங்குகின்றன. பழங் கிரேக்கத்தில் lyre எனும் இசைக் கருவியோடு ஊரெல்லாம் அலைந்து இசைத்தும் பாடியும் வந்த 'bardic tradition' என்பதோடு இவர்தம் செயல்கள் ஒப்பிடப்படுகின்றன. இவர்கள் சங்க காலத்தின் முதற்பாதியில் மதிப்பும் செல்வாக்கும் உடையவர்களாக இருந்தார்கள். பல புலங்களைச் சேர்ந்த மக்களிடையேயும், மன்னர்களிடையேயும் தொடர்பாளர்களாக (communicators) இருந்தவர்கள். எனினும் இரவலர்களாக - பரிசிலர்களாக - ஓரிடத்தில் நிலையாக இல்லாமல் சுற்றி வருபவர்களாக இருந்தவர்கள். பின்னாளில், நிலவுடைமைச் சமூக அமைப்பின் வளர்ச்சியில், பாணர்களின் நிலைமை வீழ்ச்சியடைந்தது. புலையர்களாக (பறையரும் கொல்லரும், கைவினைஞரும், வண்ணாரும் இப்படித்தான்) வருணிக்கப்படக் கூடிய நிலையும் ஏற்பட்டது. பாணர் வீழ்ச்சி, சங்ககாலச் சமுதாய வீழ்ச்சியின் ஒரு பகுதி; ஓர் அடையாளம்.

நரம்பின் சீறியாழ் இசை மீட்டி, அதன் இனிமையோடு, வடியாநாவின் வல்லாங்கு பாடவல்லது பாணர் மரபு. இதன், வழித் தோன்றல்களாக வந்தவர்கள், புலவர்கள். இவர்கள் வளர்ந்து வந்த கற்றோர் மரபு, புலமை, அறிவு எனும் சூழல்களோடு பிறந்தவர்கள்; இசையும் கூத்தும் அறிந்தவர்கள்; ஆயின் அதனை வாழ்நெறியாகக் கொள்ளாதவர்கள். நாடு நகரங்களென அலைந்து செல்பவர்கள்; ஆயின் பின்னர், நிலையான இருப்பிடங்களை - ஊர்களை - நாடுகளை - உரிமையாக ஆக்கிக்கொண்டவர்கள். தண்கால் பொற்கொல்லன், மதுரைக் கணக்காயனார் கூடல்கிழார், என்பனபோலப் புலவர்கள் பலரின் பெயர்கள் அவர்தம் ஊர்ப் பெயர்களோடு சேர்த்துக் கூறப்படுகின்றன என்பதை நினைவுபடுத்திக் கொள்ளலாம்.

சங்க இலக்கியத்தில் பெயர் தெரிந்த புலவர்கள் எண்ணிக்கை 473; அவர்களுள் 189 பேர் இப்படி ஊர் / நாடு பெயர்களோடு அடையாளம் அறியப்பட்டவர்கள். பாணர்கள் அவ்வாறு அறியப்படுவதில்லை. புலவர்களுக்குக் கிடைத்த புரவலர்கள் பலர்; பலதரப்பினர். இவர்களில் பலர், புலவர்களைத் தொடர்ந்து பேணினர். அவர்களுடைய பாடல்களில் ஈடுபாடும் அவர்கள் மேல் தனி மரியாதையும் இருந்தன. அரசர்களின் அவைகளில் - மாங்குடி மருதன்போல - புலவர்கள் அணி சேர்ந்தனர். புரவலர்களைப் போற்றிப் புகழ்ந்து வந்த புலவர்கள் - சிலர், சிலபோது மாறுபடவும், அவர்களுக்கு அறிவுரை கூறவும் அவர்களை இடித்துரைக்கவும் தெரிந்தவர்கள். மொழியின் திறனையும் செருக்கையும் பரந்துபட்ட அரசியல் - பண்பாட்டு வெளிகளையும் அறிந்தவர்கள்; அவற்றில் ஊடாடிச் செயல் புரிந்தவர்கள்.

பாணர், புலவர் என்ற மரபினைத் தொடர்ந்து, தமிழகத்தில், சங்க காலத்தின் பிற்பகுதியில் பார்ப்பனர் மரபு வேர் கொள்ளத் தொடங்கியது. பார்ப்பனர்கள், வைதீக மரபோடு, இங்கே புலம்பெயர்ந்து வந்தவர்கள். வேற்று மொழியினர். தமிழ் மரபின் இசையோ, கூத்தோ அறிந்திராதவர்கள். பின்னர், தமிழைத் தமதாக்கிக்கொண்டவர்கள். பாணரையும் புலவர்கள் பலரையும் போல், இவர்களும் உடல் உழைப்பும், பொருளாதார உற்பத்தித் தொடர்பும் இல்லாதவர்கள். இரவலர்கள்; ஊர்களையும் நாடுகளையும் சுற்றி வருபவர்கள். செய்திகள் தேடி அலைபவர்கள். நா நலம் கொண்டவர்கள். மந்திரச் சடங்குகள், புராணிகக் கதைகள், நம்பிக்கைகள் என்பவற்றைக் கருவிகளாகக் கொண்டு, தமிழகத்தின் கருத்தியல் தளங்களையும், அரசுகளையும் மக்களில் ஒருசாராரையும் ஆட்படுத்திக் கொண்டவர்கள். இவர்களுள் புலவர்கள் பலர் உண்டு. ஆனால் இவர்களுள் பாணர்கள் இலலை; விறலியரும் கூத்தரும் இல்லை. படிப்படியாக இவர்கள், பாணர்களின் இயங்கு தளங்களைத் தங்களின் புராணிக மரபு, சடங்குகள், நம்பிக்கைகள், வைதீகக் கடவுளர்கள் மூலமாகவும் நாநலம் மூலமாகவும் ஆக்கிரமித்துக் கொண்டார்கள். பாணர் மரபின் வீழ்ச்சிக்குப் பார்ப்பனர் மரபின் எழுச்சி, முக்கியமான காரணமாகும்.

இந்த மூன்று தரப்பினரும், அன்றைத் தமிழகத்தில் கலை, இலக்கியம் மற்றும் கருத்தியல் தளங்களில் இருந்தவர்கள்; இயங்கியவர்கள்; ஆனால் இணைந்து அல்ல; அதேபோது தமக்குள் சொல்லிக்கொள்ளாத, அமைப்பியல் சார்ந்த ஒரு வகையான நெருக்குதல்களோடும் (structural pressures) முண்டியடித்தல்களோடும் இயங்கியவர்கள். இந்த மூன்று தரப்பினர் பற்றியும் அவர்தம் மரபுகள் பற்றியும் சங்கப் பாடல்கள் விரிவாகவே பேசுகின்றன. ஆனால் தொல்காப்பியம், பார்ப்பனர்தம் கருத்தியலையும், உயர்வையும் பேசுகின்ற அளவிற்குப் பாணர் பற்றியோ புலவர் பற்றியோ பேசவில்லை. இது, தொல்காப்பியரின் சார்பு நிலையை நமக்குச் சொல்கிறது. போகட்டும், மேலும், தொல்காப்பியத்தின் தோற்றச் சூழ்நிலையையும் இது குறித்து நிற்கிறது. பாணர் வீழ்ச்சி - பார்ப்பனர் எழுச்சி என்று நிகழ்ந்த காலத்தின் சூழலில் அதாவது, சங்ககாலத்தின் பிற்பகுதியில் தொல்காப்பியம் பிறந்திருக்கிறது. சமயச் சார்பற்ற சமூக நிலை, சமயச் சார்பு கொண்டதாக மாறிப் போகிற காலச் சூழல், அது. பாணரை அகவொழுக்கத்தில் தூதுவர் - பாங்கர் என்று பேசுவதோடு தொல்காப்பியம் நிறுத்திக்கொண்டுவிட்டது. மேலும் புலவர்களைத் தனியே அது பேசவில்லை. ஆனால் மொழி, இலக்கியம் பற்றிய கருத்து நிலைகளுக்கு மேற்கோள் காட்டுகிற முறையில், என்ப, என மொழிப என்று அடிக்கடி சொல்லுவதுபோல, 'என்மனார் புலவர்' என்றும் அடிக்கடி பேசுகிறது, தொல்காப்பியம். ஆனால், இங்குப் புலவர் என்பவர் நூல்வல்லார் - இலக்கணம்வல்லார் என்ற பொருளிலேயே வழங்குகிறது. 'நூல் நவில் புலவர்' என்று சொல்லுவது, இதன் அடிப்படையிலேதான். மேலும், சிலவிடங்களில், யாப்பறி புலவர் (செய்., 74) உயர்மொழிப் புலவர் (செய்,. 163) தோன்றுமொழிப் புலவர் செய்., 165) தொன்மொழிப் புலவர் (செய்., 230) என்ற தொடர்களும் வழங்கப்பெறுகின்றன. இங்குப் புலவர் என்பது அறிவுடைமை அல்லது பனுவல்களை நன்கறிந்த புலமை எனும் பொருள்களைக் கொண்டது. இது, புலவர் மரபின் அடுத்தகட்டத்து வளர்ச்சி.

பாணர் - புலவர் - பார்ப்பனர் மரபுகள், தமக்குள் ஊடாடும் உறவுகளும் வேறுபாடுகளும் மோதல்களும் கொண்டவை. இந்த

மூன்றுடனும் இணைந்துதான், இந்த மூன்றன் செயல்பாடு களுடனும்தான், சங்க இலக்கியம் அமைந்திருக்கிறது. இந்த மூன்றனையும் இசைவுபட, ஒரு கோட்பாட்டின் எல்லைக்குள் கொண்டுவரத் தொல்காப்பியம் முனைந்துள்ளது. இந்தக் கோட்பாட்டில், இந்த மூன்று மரபுகளும் பின்னிக்கிடக்கின்றன - முழுதாகக் கலந்தும் கரைந்தும் அல்ல - ஆனால் பல சமயங்களில் தத்தம் அடையாளங்களோடும், பிரத்தியேகமான பண்புகளோடும். ஒருங்கியைபு என்பது தொல்காப்பியக் கோட்பாட்டை வழிநடத்தினாலும், அதன்வரையறைகளில் தாராளப் போக்கும் திறவை நிலையும் காணப்பட்டாலும், வருணப் பகுப்பு, அந்தணர் உயர்வு, வைதீக சமயநெறி முதலிய வற்றின் சார்பு நிலைகளே அதில் ஆதிக்கம் செலுத்துகின்றன. ஆனால் மொழி பற்றியும் செய்யுள் பற்றியும் விளக்கங்கள் தருகிறபோது, இந்த ஆதிக்கம் மிகக் குறைவாகவே இருக்கிறது. எனவே தொல்காப்பியம் முன்வைக்கும் படைப்பாக்க முறைமைகளோடு கூடிய கவிதையியல், தமிழ் - அழகியலின் பிரதிநிதியாகவே விளங்குகிறது. தமிழ்ச் செவ்வியல் நெறியுடன் கூடிய வகை மாதிரியாக (type or model) விளங்குகிறது. அந்தணர், வைதீக புராணங்களைக் கொண்டுவந்தார்களே தவிர, வடமொழிக் கவிதையியலை - அதன் கருத்தியலைக் - கொண்டு வரவில்லை. உண்மையில், வடமொழியின் தொடக்ககாலக் கவிதையியலாளர்கள், தொல்காப்பியர் காலத்துக்கு மிகவும் பின்னால் வந்தவர்கள்.

இசையோடும் கூத்தோடும் கூடிய பாணர் மரபினை மையப்படுத்திய நிகழ்வுகள், கூட்டாக நிகழ்த்தப்படுபவை; திட்டமிட்ட முன்வரைவுகள் இல்லாதவை; நினைவுகளின் அனுசரணையை வேண்டுகின்ற சந்தங்களும் சொல்வழக்குகளும் கொண்டவை; நிலைம பனுவல் (fixed text) என்று இல்லாதவை; வாய்மொழி மரபாகி (oral tradition) வந்தவை. இன்றையக் கலைச்சொல்லில் சொல்வதானால், அது நாட்டார் மரபின் பிரதிநிதியாகும். எழுத்து மொழிக்கு முந்தியது. வாய்மொழி மரபு. கி.மு. 5ஆம் நூற்றாண்டில் பிராம்மி வரிவடிவம் மூலமாகக் குகைக்கல்வெட்டுக்கள் வழியாகத், தமிழ்மொழியில் எழுத்து வடிவம் வளரத் தொடங்கியது. கல்வெட்டியலாளர்கள் பலரின் கணிப்பு, இது. எழுத்து வழக்கம் பிரசித்தம் ஆவதற்குச் சிலகாலம்

ஆகியிருக்கிறது. பாடுமுறைகள் முதலில் வாய்மொழி மரபிலேயே பரவி நிற்கச் சிலகாலம் கழிந்து, நிலைம பனுவல் முறை வழக்குப் பெறுகிறபோது, அதிலே வாய்மொழி மரபின் ஆதிக்கம் வேரூன்றிக் கிடப்பது என்பது இயல்பே. தொல்காப்பியம் இந்த இரண்டு மரபுகளின் இணைவில்தான் தோன்றுகிறது. காட்டாக, எழுத்து என்பதற்கு இலக்கணம் தருகிறபோது, ஒலி, ஒலி எழூஉதல் என்பவற்றிற்கே அது முக்கியத்துவம் தருகிறது; அதேபோது, எழுதப்படுகின்ற வடிவம் பற்றியும் (எ. கா. - ஆய்த எழுத்து, முப்பாற் புள்ளி -) அது பேசுகின்றது.

எழுத்துமுறை, கற்றோர் மரபின் ஓர் அங்கம்; இது, புலவர் மரபின் ஆக்கம். நாகரிகத்தின் வளர்ச்சியில், எழுத்துமொழி என்ற வடிவத்தோடும், கலையியல் சார்ந்த விதிமுறைகளோடும் வரையறைகளோடும், பாடல் என்பது தனி வகையாக - வடிவங்கொள்ளுகிறது. வாய்மொழி மரபுக்குட்பட்ட இசையும் கூத்தும் ஆட்டமும் என்ற வடிவங்களின் வளர்ச்சிக் கட்டமாக அதன் தாக்கமும் இணையூடு பனுவலும் (inter textuality) அதில் இயல்பாகவும் கணிசமாகவும் இருக்கின்றன. எனவே இவ்வகையில், புலவர் மரபும் பாணர் மர்பும் இயைந்துதான் தமிழ்க் கவிதைப் பரப்பை ஆக்கித் தந்திருக்கிறது. இன்னொரு வகையில் சொன்னால், சங்க இலக்கியம் என்பதுவே இந்த இரண்டின் இயங்கியலிலேதான் அமைந்திருக்கிறது; உயிர்ப்புப் பெற்றிருக்கிறது. பின்னர் வந்த பார்ப்பனர் மரபு, சங்க இலக்கியத்தில் படைப்பாக்க முறைமையில் தனித்தன்மைகள் இல்லாதது. புலவர் மரபையே, தனதாக ஏற்றுக்கொண்டு அமர்ந்திருக்கிறது. ஆனால் பாடுபொருள்கள் என்ற நிலையில் அது வைதீக நெறிக்குட்பட்ட விவரணங்கள் முதலியவற்றில் தன்னை இனங்காட்டிக்கொண்டு நிற்கிறது. இது சங்க காலத்தின் வீழ்ச்சியில் தன்னை வெகுவாக வளர்த்துக்கொண்டிருக்கிறது என்பது வேறு சங்கதி.

தொல்காப்பியம் கற்றோர் மரபு (elitist) அல்லது ‘உயர்ந்தோர்’ வழக்கைப் பின்பற்றுவது; போற்றுவது; வாய்மொழி மரபு, பாமரர் மரபு போற்றப்படவில்லை; எனினும் வாய்மொழி மரபும் கற்றோர் மரபும் இணைந்து வழங்குகின்றன என்பதற்குக் குறிப்புகள் உண்டு; ஒரு சான்று: ‘யாப்பு’ எனும்

கருத்தியலும் அதனைச் சார்ந்ததாக விளங்குகின்ற 'பா' என்ற கருத்தியலும் ஆகும். இரண்டுமே செய்யுள் உறுப்புக்கள்தாம். இவற்றுள் பா என்பது பரந்துபட்டுச் செல்வதோர் ஓசையைக் குறிப்பது. அதாவது, வாய்மொழி வடிவத்திற்குரிய முக்கியமான பண்பைப் பிரதிநிதித்துவப்படுத்துகிறது. 'பா' எனும் இந்தத் தளத்திலிருந்துதான் அகவற்பா, முதலிய பல வகைகள் எழுகின்றன. ஆனால் இதனை விவரிக்கின்றபோது, இதனோடு திட்டமிட்ட சில வரையறைகளையும் நாகரிக வெளிப்பாடு களையும் கொண்டு வந்து வைக்கிறது, தொல்காப்பியம். யாப்பு என்பது கட்டப்படுவது என்ற பொருளையுடையது. எழுத்து முதலாக ஈண்டிய அடியில் குறித்த பொருளை முடிய நாட்டுவது யாப்பு. முயன்று ஆக்கப்படும் கற்றோர் மரபினை இது பிரதிநிதித்துவப் படுத்துகிறது.

பா வகைகளில் 'அகவுதல்' எனும் பண்போடு கூடியது, அகவற்பா. 'மஞ்ஞை அகவும்' என்று அகநானூறு கூறும் (272); 'அகவினம் பாடுவம் நாம்' என்று கபிலர் கூறுவார் (கலித்., 40). அகவற்பா என்பது இத்தகையதோர் இசை வடிவத்திலிருந்து தோன்றியதுதான். கூற்று நிலைகளுக்கேற்றதாகிய பண்புக்குரிய 'அழைத்தல்' என்ற பேச்சுச் சந்தம் (speech rhythm) கொண்ட ஒரு வடிவம், இது. கலிப்பாவுக்குரிய ஓசை, துள்ளல் ஓசை எனப்படுகிறது. ஆட்டக்கலை மற்றும் கூத்துக் கலையோடு நெருக்கம்கொண்ட ஓசை வடிவம், இது. வஞ்சிப் பாவுக்குரிய ஓசை, தூங்கல் ஓசை ஆகும். இவ்வாறு பா வகைகள், ஓசையோடும் ஓசையின் வேறுபட்ட பண்பு நிலையோடும் பேசப்படுகின்றன. இதெல்லாம், பாடல் உருவாக்கத்தில் அல்லது செய்யுள் கட்டமைப்பில் வாய்மொழி மரபின் தவிர்க்க முடியாததொரு பண்பினைக் குறிப்பதுதான்.

வாய்மொழிப் பண்போடு கூடிய நாட்டார் மரபும் அதன் கூறுகளும் புறநானூற்றில் பரவலாகக் கிடப்பதைத் தமிழில் வீரயுகப் பாடல்கள் (Tamil Heroic Poetry) பற்றி ஆராய்ந்து கலாநிதி க. கைலாசபதி விளக்குகின்றார். தொடர்கள், சொற்றொடர்கள், பொருள் நிலைக்கூறுகள் முதலியன திரும்பத் திரும்ப வருதலையும் (recurrence) ஓசை ஒழுங்கமைவு களிலுள்ள தனிச்சிறப்பியலான கூறுகளையும் எடுத்துக்காட்டி

அவர் விளக்குகின்றார். மேலும், மரபுத் தொடர்கள் அதிகம் இடம்பெறுதலும் அத்தகைய பண்பு நிலையேயாகும். புறநானூற்றில் மட்டுமல்ல, அகத்திணைப் பாடல்கள் பலவற்றில் இத்தகைய மரபு கவனிக்கும்படியாகப் படிந்துள்ளது. முக்கியமாகக் கலித்தொகையில் இசை, கூத்து மரபுகள் துலாம்பரமாகக் காணக் கிடைக்கின்றன. இதுவன்றியும், சங்க இலக்கியத்தில் மிகக் குறுகிய (3 முதல் 6 அடி வரை) வடிவங்கொண்ட ஐங்குறுநூற்றில் இசையோடு கூடிய நாட்டுப்புற வாய்மொழி மரபின் தாக்கம் கணிசமாகவே உள்ளது.

ஐங்குறுநூறு என்பது ஐந்து திணைகள், ஐந்து புலவர்கள் - ஐந்து நூறுகள் - ஒவ்வொரு நூறிலும் பத்துப்பத்து எனும் கொத்துக்கள் - இப்படி அமைந்த ஒரு தொகை நூல். பத்துப் பத்தாக அமைந்த இந்தக் கொத்துக்களில் பெரும்பான்மை, தொடரமைப்பிலும் பொருண்மைத் தளத்திலும் ஒத்த சீர்மையைப் பெற்றுள்ளன. பல இடங்களில் அடிகளும் சொற்றொடர்களும் திரும்ப வருதல் தன்மையைப் பெற்றுள்ளன. காட்டாகப் பேயனாரின் ஐங்குறுநூற்றில் (முல்லை) புறவணிப்பத்து, ஓதலாந்தையாரின் (பாலை) இளவேனிற்பத்து, அம்மூவனாரின் (நெய்தல்) கிழவற்குரைத்த பத்து, ஞாழற்பத்து ஆகியவை மூன்றடிப்பாடல்கள் கொண்டவை. இவற்றில் குறிப்பிடத்தக்க அம்சம்: ஒவ்வொரு பத்திலும் முதல் அடிகள் எல்லாம் மாறாமல் ஒரே மாதிரியாக இருப்பதும், அதுபோல் இறுதியடிகள் எல்லாம் ஒரே வகையான சந்தம் கொண்டிருக்கிறது- அதாவது, 'திரும்பவரல்' எனும் கூறு அமைந்திருப்பதும் காணப்படுகிறது. காட்டாக அம் மூவனாருடைய 'கிழவற்குரைத்த பத்து'வின் ஒவ்வொரு பாடலிலும் முதலடி, 'கண்டிகு மல்லமோ கொண்க நின்கேளே' என்பதாய் அமைகிறது. (கொண்கண் நெய்தல் தலைவன்) அதுபோல நான்கு அடிப் பாடல்கள் கொண்ட வெள்ளாங்குருகுப்பத்து என்னும் கொத்தில்

வெள்ளாங் குருகின் பிள்ளை செத்தென (போல)
காணிய சென்ற மட நடை நாரை

என்று முதலிரண்டு அடிகள், திரும்ப வரல் தன்மையைப் பெற்றுள்ளன. ஓதலாந்தையாரின் 'இளவேனிற்பத்து', ஒவ்வொரு

பாடலிலும் 'அவரோ வாரார் தான் வந்தன்றே' என்ற அடியையும் இறுதி வரிகள் '-பொழுதே' என்ற சொல்லோடு முடிவதையும் காணுகிறோம். பல கொத்துக்கள் (பத்து) இப்படித்தான் உள்ளன. மூன்றடிகளில் இரண்டு அடிகள் இப்படிப் போய்விட, நடுவில் உள்ள ஓர் அடிதான் வேறுபட்டதாக வருகின்றது. மூன்றடிப் பாடல்கள் மட்டுமல்லாது, ஆறடிப் பாடல்களிலும் பிறவற்றிலும் இத்தகைய போக்குக் காணப்படுகின்றது. காட்டாக, ஓரம்போகியாரின் வேட்கைப்பத்து, ஆறடிப் பாடல்களால் அமைந்த கொத்து. இதில் முதல் அடியும், மூன்றாவது அடியும் ஒரேமாதிரியானவை. 'வாழியாதன் வாழியவினி' - இது தொடக்கம்; 'என வேட்டோளே யாயே; யாமே -' இது மூன்றாவது அடி. இரண்டாவது அடிகள், இரண்டிரண்டு வியங்கோள் வினைமுற்றுக்கள் கொண்டு, 'நெற்பல பொலிக - பொன் பெரிது சிறக்க'; 'விளைக வயலே வருக இரவலர்; 'பால் பல ஊறுக பகடுபல சிறக்க' என்று வருகின்றன. ஒவ்வொன்றிலும் ஐந்தாவது அடிகள் 'தண்துறையூரன்' என்று தொடங்குகின்றன. இறுதி அடிகள் ஒவ்வொன்றும் '- என வேட்டேமே' என்று முடிகின்றன. இசைவழிப்பட்ட வாய்மொழி மரபின் வழிமுறை இது. பாணர் மரபு, இவ்வாறு சங்கப் பாடல்களில் மூத்த கேண்மையையும் வலுவான பேராண்மையையும் பெற்றிருக்கிறது. அதுவும், குறுகிய அமைப்புக்கொண்ட பாடல்களில்கூட இது சாத்தியமாகியிருக்கிறது என்பது விசேடமான செய்தி. ஐங்குறுநூற்றை ஓர் உதாரணத்திற்காகக் காட்டினோம்; ஏனெனில், நாட்டார் மரபுச் சந்தம் இதிலேயே அதிகமாக வெளிப்படுகிறது ஆகலின். மேலும் குறுந்தொகை, நற்றிணை முதலிய அகப்பாடல்களிலும் புறநானூற்றிலும், பாணர் மரபின் வழிவந்த பாடல் அமைப்பு முறைகள் அவ்வவற்றிற்கேற்ற வேறுபாடுகளுடன் காணப்படுகின்றன என்பதை நெருங்கியமர்ந்து கண்டுகொள்ளலாம்.

5

சங்க இலக்கியம் என்பதை ஒரே தொகுதி எனக் கொண்டால், அதில் கலித்தொகையும் காலத்தால் பிந்திய பரிபாடலும் வித்தியாசமான/குறிப்பிடத்தக்க அமைப்புமுறை கொண்டவை. பரிபாடல் இசை வடிவத்தோடு கூடிய ஓர்

இலக்கிய வடிவம்; கலித்தொகை, கூத்து - ஆட்டக்கலையின் தாக்கம் - சாயல் பெற்ற ஓர் இலக்கிய வடிவம். கலித்தொகைப் பாடல்கள், 'கன்று துள்ளிற்று' என்றாற்போன்ற துள்ளல் ஓசையும் கதை மாந்தர்களின் உரையாடல் அமைப்பும் கொண்டவை. இது கவனிக்கத்தகுந்த சிறப்பியல் அம்சம். மேலும், ஒவ்வொரு பாடலும் - பெரும்பாலும் - ஒரே நிகழ்ச்சி, ஒரே உணர்வு - அதாவது ஒரு நோக்கம் என்பதனையே மையங்கொண்டது; எனினும் அதனை ஒரே காட்சிவடிவமாக அல்லாமல், உரையாடல்களுக்கும் கூத்தியல் வடிவங்களுக்கும் ஏற்ப, வெவ்வேறு காட்சி வடிவங்களாக ஆக்கித் தருகிறது. இறுதியில் நோக்கச் செய்தி சொல்லப்படுகிறது. மேலும், பல பாடல்களில், குரவை, வள்ளைப் பாட்டு போன்ற நாட்டார் மரபுகளைச் சார்ந்த கூத்து வடிவங்கள், அவற்றின் சந்தங்கள் முதலியவை பரவலாகவும் நிரவியும் கிடக்கின்றன. இவற்றிற்குப் பொருந்துமாறு பேச்சுவழக்குமொழி அதனுடைய பிரத்தியேகமான வட்டார வழக்குச் சொற்களுடன் இயல்பாக வழங்கப் பெற்றுள்ளது. மேலும், இவற்றோடு 'உயர்ந்தோர் வழக்கு' என்பதனைப் பொருட்படுத்தாத - அதற்குக் கட்டுப்பட்டுவிடாத தாராளத்துவ நிலைப்பாடு, துலாம்பரமாக மேற்கொள்ளப் படுகிறது. இவை கலித்தொகையில் கவனிக்கத்தகுந்த பிரத்தி யேகமான சிறப்பியல் பண்புகள். மேலும், கலிப்பாவின் உறுப்புக்களாகிய தாழிசை, முடுகியல், சுரிதகம், அம்போதரங்கம், கொச்சகம், உறழ்கலி முதலியவை இசை தழுவிய கூத்து வடிவத்தின் கூறுகளாகும். உதாரணமாக, 'உறழ்கலி' எனும் உறுப்பு,

> **கூற்றும் மாற்றமும் இடையிடை மிடைந்தும்**
> **போக்கின் றாகல் உறழ்கலிக்கு இயல்பே.**

(தொல்., செய்யு., 154)

என் று இனங்காட்டப்படுகிறது. இது, உரையாடல் நிகழ்த்துகின்ற கூத்துப் பண்பினைக் குறிப்பிடுகிறது.

சங்க அகத்திணைப் பாடல்கள், தலைவன் - தலைவி - தோழி முதலிய பாத்திரங்களின் தனி நிலைக் கூற்றுக்களாக அமைந்தவை. அறிவோம். ஆனால் கலித்தொகை தவிர்ந்த ஏனையவற்றில், யாரிடம் பேசப்படுகிறது என்பதற்குரிய குறிப்பு உண்டென்றாலும்,

அந்தக் கேட்குநரின் உரையாடல் இல்லை. ஆனால் கலித்தொகையில் உண்டு. அதில் பாத்திரங்களின் கூற்றுக்கள் தனிநிலையாக அமைவது குறைவு; மாறாக, பாத்திரங்களின் (தலைவி, தலைவன்) இடையே நிகழும் உரையாடல்களே மிகுதி. இந்த உரையாடல்களும் - பெரும்பாலும் - எதிர் மறுத்துப் பேசுவது போன்ற தோற்றத்துடன் - எதிர் உரையாடலாக - அமைவதே பெரும்பான்மை. (பின்னால் - காமன் தகனம் முதலிய நாட்டுப்புறப் பாடல்களில் இடம்பெறுகிற எரிந்த கட்சி - எரியாத கட்சி போன்றது இது?) அதன் பின்னர் எவ்வாறாயினும் பாடலின் இறுதி, முதன்மைப் பாத்திரத்தின் கூற்று வடிவத்தில் (அகத்திணைப் பாடல்களின் பொது வரையறைக்கு ஏற்ப) முடிகிறது. இது, கலித்தொகைப் பாடல்கள் பலவற்றின் பொதுவான வடிவமைப்பாகும். குறிஞ்சிக்கலியில் இத்தகைய உரையாடல்கள் அதிகம் இடம்பெற்றுள்ளன. ஆயினும் பாலைக்கலி, மருதக்கலி ஆகியவற்றில் இந்தப் போக்கு, சிறப்புற இடம் பெற்றுள்ளதைக் கவனிக்கலாம். இங்கே ஓர் எ. கா., மருதனிளநாகனாரின் மருதக்கலியிலிருந்து (23):

(பாடலினுள் அமைந்திருக்கும் கூற்றுக்களையும் கூற்றுக்குரியவர் களையும் இங்கே வகை பிரித்துக் காட்டுவதற்காக (மட்டுமே) ஓரத்தே, தலைவன் - தலைவி என்று குறிப்பிட்டு எழுதியிருப்பது நம் வேலை, பாடலில் அப்படி அமைப்பதில்லை; வெவ்வேறு கூற்றுக்கள் என்பதனைத் தொடர்களும் குறிப்பிட்ட சொற்களும் அங்கே உணர்த்திவிடும்.)

தலைவி : ஒரூஉ கொடியியல் நல்லார் குரல் நாற்றத்துற்ற
முடியுயிர் பூந்தாது மொய்ம்பின வாகத்
தொடிய! எமக்கு நீ யாரை? பெரியார்க்கு
அடியரோ, ஆற்றாதவர்;

தலைவன் : கடியர் தமக்கு யார் சொல்லத் தக்கார்
மாற்று?

தலைவி : வினைக் கெட்டு வாயில்லா வெண்மை
யுரையாது கூறுநின் மாய மருள்வா ரகத்து

தலைவன் : ஆயிழாய்! நின்கண் பெறினல்லால் இன்னுயிர்
வாழ்கில்லா என்கண் எவனோ தவறு?

தலைவி : இஃதொத்தன், புள்ளிக்களவன் புனல்சேர் பொதுக்கம்போல் வள்ளுகிர் போழ்ந்தனவும் வாள்எயிறு உற்றனவும் நல்லார் ஒள்ளிதழ் சேர்ந்த நின்கண்ணியும் சிரறுபு சீறச் சிவந்த நின்மார்பும் தவறாதல் சாலவோ? கூறு.

தலைவன் : அது தக்கது. வேற்றுமை என் கண்ணோ ஓராதி தீதின்மை தேற்றக் கண்டீயாய் தெளிக்கு.

தலைவி : இனித் தேற்றேம் யாம்.

(தலைவி, மீண்டும் இறுதியில் தொகுத்துத் தன் கருத்தை முடித்துரைப்பது போல் -)

தேர் மயங்கி வந்த தெரிகோதை யந்நல்லார்
தார்மயங்கி வந்த தவறஞ்சிப் போர் மயங்கி
நீயுறும் பொய்ச்சூள் அணங்காகி மற்று இனி,
யார்மேல் விளியுமோ? கூறு.

(ஒரூஉ - அகலு, நீங்கு, மொய்ம்பு - தோள்; வெண்மை = சாரமற்ற பேச்சு; களவன் = நண்டு; பொதுக்கம் = வளை, துளை; சிரறுபு = வேறாகி; ஓராதி = ஆராய்ந்துபாராமல்; தெளிக்கு = தெளிவுபடுத்துவேன்; விளியுமோ = குறைபடுவதோ, கேடுறுமோ; கோதை = பெண்; தார் = மாலை; உகிர் = நகம்; தெளிக்கு = தெளிவுகொள்.)

இவ்வாறு எதிர்வினை நிகழ்த்துகிற உரையாடல்கள், ஆட்டக் கலையின் அசைவுகளை உள்ளிட்டு அமைகின்றன. இந்த உரையாடல்களுக்கு ஒத்திசைவாக இருப்பவை, பேச்சுமொழியின் எளிய ஓசை நயமும் (conversational speech-rhythm) கொச்சை வழக்கும், இடையிடையே வரும் விட்டிசைகளும் (hiatus) ஆகும். தலைவி, தலைவனைப் பார்த்து அழைக்கும் சொற்கள்: ஏஎ, எல்லா, ஏடா, சீத்தை, சிறுபட்டி, ஐய..... முதலியவை. மேலும் நான், நீ ஆகிய தன்மை மற்றும் முன்னிலை இடப்பெயர்களும் அவற்றின் மாற்று வடிவங்களும் கணிசமாக இடம்பெறுகின்றன. கேள், கேட்டீ, சொல், கூறு முதலிய வினை வடிவங்களும் மற்றும் 'ஓ' காரத்தில் முடியும்

வினா வடிவங்களும், ஏவல்வினை, வியங்கோள் வினைவடிவங்களும் இடம்பெறுகின்றன. எதிர் உரையாடல்களின் அமைப்புக்கு உகந்தவை, இவை. இத்தகைய உரையாடல்கள் முடிகிறபோது, முதன்மைப் பாத்திரத்தின் தொகுப்புரைபோல, இறுதிக் கருத்துப்போல அமைந்து முடிகிறது. இடையிடையே, பல பாடல்களில், எனவாங்கு, ஆங்க, என்ற தொடர்புச் சொற்களும் இடம்பெறுகின்றன. இத்தகைய பாடல்களில் இயற்கையின் விவரிப்பு அதிகம் இடம்பெறுவதில்லை. உரையாடல் பண்புக்கும் பேச்சுமொழிச் சந்தத்திற்கும் ஏற்புடையதாக இவ்வமைப்பு அமைகிறது. மேலும், கலிப்பா என்ற பாவகைக்குரிய, 'துள்ளல் ஓசை' இந்தச் சந்தத்திற்கும் நடைக்கும் பெரிதும் துணை நிற்கிறது. சங்கப் பாடல்களின் அழகியலில் கலித்தொகையின் படைப்பாக்க முறை, கூத்து அல்லது ஆட்டக்கலை வடிவத்தோடு இயைந்த ஒரு முக்கியமான இடத்தைப் பெற்றுள்ளது.

6

காலங்களின் வளர்ச்சிப் போக்கில், எழுத்து வழக்கு பரவலான, வலுவான இடத்தைப் பற்றிக்கொள்கிறது. பனுவல்களின் நெகிழ்வுத் தன்மை போய்விட, செவிநுகர் பண்புத் திறன் குறைந்துவிடச், செவியின் இடத்தைக் கண்கள் எடுத்துக்கொள்ளப், பனுவல்களின் நிலைமத் தன்மை (fixidity) முன்னிற்கிறது. இருப்பினும் - இந்நிலையில், மரபும் இயல்பானதும் செல்வாக்குடன் கூடியதுமாகிய வாய்மொழி மரபிற்குட்பட்ட கலை வடிவம், மறுக்கவோ தவிர்க்கவோ முடியாத நிலையில் - மொழியும் இலக்கியமும் எழுத்து வழக்குப் பெறுகின்றபோது தொடர்ந்து அது மீளாக்கம் பெறவும் ஏடுகளில் பதிவுபெறவும் தொடங்குகிறது. கற்றறிவு, புலமை, சான்றாண்மை, அறிவுடைநெறி, உயர்ந்தோர் வழக்கு, புலனாவிற் புதிதுண்ணும் உணர்வு, என்று அன்று மாறிவந்த 'புதிய' அமைவுகள், சமூக - பொருளாதார - அரசியல் - பண்பாட்டுத் தளங்களில் ஏற்பட்டுவந்த மாற்றங்களின் அன்றைய நிலைகளோடு தக / ஏற்ப அமைகின்றன. பாணர்

மரபிலிருந்து புலவர் மரபு உருவாகி வளர்ந்தது; வளர்ந்தது மட்டுமல்ல, பாணர் மரபுக்கு இருந்த பரவலான - வலுவான இடத்தின் பெரும் பகுதியை அது சீரழித்துத் தனதாக்கிக் கொண்டுவிட்டது.

இந்நிலையில் அதன் அடையாளங்களில் ஒன்றாக - பா, பாட்டு, பாடல் என்பதன் பொருண்மை, செய்யுள் (செய்யப்பட்டது) என்ற கருத்தியலாக உருவாக்கம் அடைந்ததையும் காணுகிறோம். தொல்காப்பியத்தில் சில இடங்களில் செய்யுள் என்ற சொல் இடம்பெறுகிறது. பாட்டு உருவாகியிருக்கிற பான்மையை (poetic process) விளக்கவந்த இயல், செய்யுளியல் (versemaking) என்று அமைகிறது. ஆனால் சங்கப் பாடல்களில் செய்யுள் என்ற வழக்கு மிகவும் குறைவு. ஓரிடத்தில், பொருந்தில் இளங்கீரனார் என்ற புலவர், கபிலரைப் பற்றிச் சொல்கிறபோது,

செறுத்த செய்யுட் செய்செந் நாவின்
வெறுத்த கேள்வி விளங்குபுகழ்க் கபிலன்

(புறநா., 53)

என்று சொல்லுவார். படைப்பாக்க முறைமையில் கற்றோர் மரபையும் வாய்மொழி மரபையும் ஒன்றிணைத்துக் காணுகிற பார்வை, இது. செய்யுள், செறிவுடையது என்று சொல்லுவதோடு அமையாது. 'செந்நா' என்ற சொற்றொடரையும் சேர்த்துச் சொல்வது கவனிக்கப்பட வேண்டும். வெறுத்த கேள்வி என்பது செவிச் செல்வத்தால் பெற்ற நிறைந்த அறிவு ஆகும்.

இப்படித்தான், கவிதைப் படைப்பாக்கம், தனித்த ஒற்றைப் பரிமாணம் கொண்டதாக இல்லாமல் இசை, கூத்து, ஆட்டம் உள்ளிட்ட மரபுகளையும், கற்றறிவு, கருத்தியல் முதலியவற்றைச் சார்ந்த மரபுகளையும் தன்னுட் கொண்டதாக ஒருங்கியைபு பெற்று - அதன் மூலம் வளர்நிலைகள் கொண்டதாக அமைகின்றது; அப்படி விளக்கவும்படுகிறது. இப்படித்தான் வேறுபாடுகளுக்கும் எதிர் நிலைகளுக்கும் உட்பட்ட பல மரபுகளும் - பண்புகளும் முறைமைகளும் தமக்குள் முரண்பட்டும் மோதியும் வளர்கின்றன; பரஸ்பரம் கொண்டும் கொடுத்தும் அமைகின்றன; இறுதியில், இயைபு பெற்றுத் தோன்றுகின்றன. இது இப்படி, சங்க இலக்கிய அழகியலுக்கும் பொருந்துகிறது.

7

சங்க இலக்கியத்தில் புலனாகும் கலைகளின் ஒருங்கியைபு பற்றிய கருத்தமைவு, சற்றுப் பிற்காலத்தில் தமிழ் மீட்டுருவாக்க முயற்சிகளின் போது தோன்றிய சிலம்பு எனும்

உரையிடையிட்ட பாட்டுடைச் செய்யுளினும்

(பதிகம், 87)

அதன் பின்னர் 11 அல்லது 12ஆம் நூற்றாண்டில் தோன்றிய அரும்பதவுரைகாரர் மற்றும் அவரைப் பின்பற்றிச் செல்கின்ற அடியார்க்கு நல்லார் உரைகளிலும் இன்னும் சற்றுத் துலாம்பரமாகவும் விளக்கமாகவும் புலப்படுகின்றது.

முதலில், சிலம்பு சார்ந்த அதன் வகையினத்தை (genre) அறிமுகப்படுத்துகிறபோது, முன்னுரை போன்றுள்ள உரைப் பாயிரத்தில், அதன் தொடக்கத்தில் அடியார்க்கு நல்லார் சொல்லுவார்: "இவ்வியல் இசை நாடகப் பொருட்டொடர் நிலைச் செய்யுளை அடிகள் செய்கிற காலத்து..." - அறிமுகத்திலுள்ள இந்தக் கருதுகோள் மிகவும் முக்கியமானதாகும்.

இவ்வாறு மூன்று கலைகளும் தனித்தனியானவையல்ல; இணைந்து கிடப்பவை என்ற கருதுகோளை முன்வைக்கிறபோது, அதனை, 'முத்தமிழ்' என்ற சொல்லாக்கத்தோடு அவர் குறிப்பிடுவார். இயல், இசை, நாடகம் எனும் கலைகளின் ஒருங்கியைபுக்கு அத்தாட்சியாக இருப்பது, 'பாணர் - புலவர்' மரபு எனச் சொல்லியிருக்கிறோம். அந்த மரபின் தொடர்ச்சிதான் சிலம்பிலும் முன்வைக்கப்படுகிறது.

அடுத்துச் சிலம்பில் இடம்பெறும் 'அரங்கேற்று காதை; கலைக்கோட்பாட்டில் முக்கியமான பங்களிப்பினைச் செய்துள்ளது. இந்தக் காதையில் உள்ள முக்கியமான பகுதிகள், மூன்று. அவை:

அ. நடனம் அரங்கேறுதற்குரிய அரங்கம் - அதன் கட்டமைப்பும் பயனும்

ஆ. ஆடல் பாடல் முதலியன நிகழ்த்தப்படுகின்ற முறைகள், வகைகள்; கருவிகள்.

இ. கலைஞர்களின் திறன்கள், தகுதிகள், அரங்கேற்று காதையின் நாயகி, மாதவி, அழகானவள்; ஆடல் பாடல்

ஆகிய கலைகளில் வல்லவள்; சங்க காலத்திய விறலி - பாடினி ஆகியோரின் வழித் தோன்றல்.

ஆடலும் பாடலும் அழகும் என்றிக்
கூறிய மூன்றின் ஒன்று குறைபடாமல்
ஏழாண் டியற்றியோர் ஈராறாண்டிற்
சூழ்கழன் மன்னற்குக் காட்டல் வேண்டி
இருவகைக் கூத்தின் இலக்கணமறிந்து
பலவகைக் கூத்தும் விலக்கினிற் புணர்த்துப்
பதினோ ராடலும் பாட்டும் கொட்டும்
விதிமாண் கொள்கையின் விளங்க அறிந்தாங்கு
ஆடலும் பாடலும் பாணியும் தூக்கும்
கூடிய நெறியின் கொளுத்துங் காலை

(அரங்., 8 - 17)

என்ற இவ்வடிகள், மாதவியின் ஆற்றலை மட்டுமல்ல, கலைகள் தம்முள் இணைந்து விளங்குவதையும், ஆடல் - பாடல் கலைஞர், பல்கலைகளையும் அறிந்திருக்க வேண்டுவதன் அவசியத்தையும் உணர்த்துகின்றன.

கதையும் பொருளும் தழுவிக், கை கால் முகம் கண் இவற்றின் வழிக் குறிப்புக்காட்டி, மாதவி மடந்தை எவ்வாறு அவ்வரங்கத்தில் ஆடினாள் என்பதைவிட, இசை முதலாகிய கலைகள் மற்றும் கலைஞர்களின் இலக்கணங்கள் / தகுதிகளைச் சொல்லுவதிலேயே சிலம்பு கவனம் கொள்ளுகிறது. ஆடற்கு அமைந்த ஆசான், நாத் தொலைவில்லாத நல்ல இசை நூல் புலவன், தண்ணுமையருந் தொழில் முதல்வன், எழுத்து எழுத்தாக வழுவின்றி இசைக்கும் குழலோன், வலிவும் மெலிவும் சமனும் எல்லாம் பொலியக் கோத்த யாழ் வல்ல புலமையோன் - என்று இந்தக் கலைஞர்கள் எல்லாம் அரங்கத்திலே பங்கு பற்றுகிறார்கள். இந்தக் கலைகள் எல்லாம் பிசிறு இல்லாமல், சீராக ஒருங்கியைந்து இயங்குகின்றன. ஒன்றிணைந்து இயங்குகின்ற இவற்றின் திறன் கூறப்படுகிறது.

குழல்வழி நின்றது யாழே யாழ்வழித்
தண்ணுமை நின்றது தகவே தண்ணுமைப்
பின்வழி நின்றது முழவே, முழவொடு.....

(139 - 41)

என்று இப்படி, ஒருமுறைப்படி இந்தக் கலைகள் இயங்குகின்றன. அதுபோல்,

> யாழுங் குழலும் சீரும் மிடறும்
> தாழ்குதல் தண்ணுமை பாடலொடு இவற்றின்
> இசைந்த பாடல் இசையுடன் படுத்து
> வரிக்கும் ஆடற்கும் உரிப் பொருளியக்கத்
> தேசிகத் திருவின் ஓசை கடைப்பிடித்து
> தேசியத் திருவின் ஓசையெல்லாம்
> ஆசின் றுணர்ந்த அறிவினனாகிக்
> கவியது குறிப்பும் ஆடல் தொகுதியும்
> பகுதிப்பாடலும் கொளுத்துங் காலை.....

(26 - 34)

என்று யாழிசை முதல், கவி(தை)யில் கிடக்கும் கோட்பாடு (குறிப்பு) வரை, எல்லாவற்றையும் உடன்படுத்தி இயக்க, முறையாகக் கடைப்பிடிக்கும் திறன் பற்றிச் சிலம்பு தெளிவாகப் பேசுகின்றது. மேலும், இங்கே சில உரை விளக்கங்களும் கவனிக்கத்தக்கன. 'தேசிகத் திருவின் ஓசை கடைப்பிடித்து' என்ற அடிக்கு உரை இப்படிக் கூறப்படுகிறது: இயற்சொல், திரிசொல், திசைச் சொல், வடசொல் என்று சொல்லப்படா நின்ற சொற்கள், 'இசை பூணும்படியைக் கடைப்பிடித்து.....' என்பது இவ்வுரை. பழைய உரைகாரரின் இவ்வுரை, தொல்காப்பியம் சொல்லும் நான்குவகைச் செய்யுளீட்டச் சொற்களைச் சொல்லி அவை இசையும்படியாக அமைதல் வேண்டும் என்பதைக் குறிப்பிடுகிறது. மேலும், யாழ், குழல் என்று சிலம்பு கூறுகிறபோதெல்லாம், உரைகள், அவற்றைக் கருவியிசை என்றோ இசைக்கருவிகள் என்றோ சொல்லாமல், யாழ்ப் பாடலும், வாங்கியப் பாடலும் என்றே - இசையோடு கூடிய பாடல் என்ற பொருளிலேயே - விளக்கம் சொல்லுகின்றன. 'கொளுத்துங்காலை....' என்ற சிலம்பின் சொற்றொடர்க்கு விளக்கம் தரும் பழைய உரைகாரர், 'இக்கூத்துக்களை ஆசிரியரின் குறிப்புக்கும் பாடல் உள்ளிட்டவற்றுக்கும் சேர இயற்றுமிடத்து என்றவாறு.....' என்கிறார்.

இனிக் கவிஞனின் தகுதியையும் கூறுகிறார், இளங்கோ. அப்படிக் கூறுமிடத்து, 'இமிழ்கடல் வரைப்பில் தமிழகம் அறியத் - தமிழ் முழுதறிந்த தன்மையனாகி வேத்தியல் பொதுவியல் என்றிரு திறத்தின், நாட்டிய நன்னூல் நன்கு

கடைப்பிடித்து,' என்று சொல்லிப் போகிறார். இந்தக் குறிப்பை மேலும் நீங்கள் விளக்கிக்கொள்ள முடியும். மேலும், இளங்கோ, நாட்டார் மரபோடு கூடிய பல ஆடல் வகைகளையும் பாடல் வகைக்களையும் பேசியிருக்கிறார். அவற்றை வந்த வழிக் கண்டுகொள்க.

இவ்வாறு, தமிழ் அழகியல் கோட்பாட்டில் / வரலாற்றில் கலைகளின் மற்றும் பல மரபுகளின் ஒன்றிணைந்த நிலைப்பாடு புலப்பட்டு நிற்கிறது. இவற்றுள் ஓவியமும் ஒன்றுதான். ஆனால் இது இந்த மூன்றோடு சேர்த்து எண்ணப்படவில்லை. பாடலின் உணர்வுக்கும் வடிவுக்கும் ஓவியத்தின் பங்களிப்புக்கு முக்கியமான இடம் உண்டு. ஆனால் அது நுண்கலை; நிகழ்த்து கலை அல்ல. அதேபோது, இசை, பாடல், ஆடல் ஆகியன நிகழ்த்து கலைகள். அதனடிப்படையிலேயே 'முக்கலை'களின் கூட்டில் ஓவியம் இல்லை. அதுபோலக் கட்டடக்கலையும் சிற்பக்கலையும் தச்சுக்கலையும் பிறகலைகளோடு வடிவமைப்பில் உறவு கொண்டவையே. ஆனால் ஒலியும் மொழியும் சாராத அந்தக் கலைகளும் இவற்றோடு சேர்த்து எண்ணப்படவில்லை. ஆயின் இந்தப் பல்வேறு கலைகளும் சங்கப் பாடல்களில் சிறப்புறப் பேசப்பட்டிருக்கின்றன என்பதை மறுப்பதற்கில்லை.

ஒரே தொகுதியாக வைத்து எண்ணப்படுகின்ற மூன்று கலைகளும் எங்கும் 'முக்கலைகள்' என்பதாகப் பேசப்பட வில்லை. மாறாக, ஒரு தொகுப்பாக முத்தமிழ் என்று பேசப்படுகிறது. சிலப்பு, ஓரிடத்தில்,

> **ஆடல் பாடல் இசையே தமிழே**
>
> ***(அரங்கேற்., 45)***

என்று சொல்லும். மூன்று கலைகளோடு சேர்ந்து 'தமிழும்', ஒரே வரிசையில் எண்ணப்படுகிறது. 'முத்தமிழ்' என்ற சொல் வழக்கும் இப்படித்தான் முதலில் நிகழ்ந்திருக்க வேண்டும். பல்லவர் காலத்தில் அது, வட மொழிக்கும் அதன் பண்பாட்டுக்கும் மாறானது என்ற முறையில் ஓர் எதிர்வினையாகத் தேவையின் பொருட்டு இச்சொல் வழக்கு நிகழ்ந்திருக்க வேண்டும்; பிரசித்தம் அடைந்திருக்க வேண்டும். பக்தி இயக்கம் பரவுவதற்கு

உகந்த விதத்தில் திருஞான சம்பந்தர், தன்னைத் 'தமிழோடு இசை பாடல் மறந்தறியேன்' என்று பல முறை சொல்லிக்கொள்கிறார். நம்பியாண்டார் நம்பி, திருத்தொண்டத் தொகையில், ஞானசம்பந்தர்க்கு 'வகை தரு முத்தமிழாகரன்' என்று பட்டம் சூட்டி மகிழ்கிறார். திருநாவுக்கரசர், இறைவனை,

மூலநோய் தீர்க்கும் முதல்வன் கண்டாய்
முத்தமிழும் நான்மறையும் ஆனான் கண்டாய்

என்று சொல்லி மகிழுகிறார்.

கம்பர் வருகிறார். 'முத்தும் முத்தமிழும் தந்து போற்றலால்...' என்கிறார். இன்னோரிடத்தில், அவர் 'முத்தமிழ்த் துறையின் முறைபோகிய உத்தமக் கவிகள்' என்று சொல்கிறார். பின்னால் வந்த அவ்வையார், 'சங்கத் தமிழ் மூன்றும் தா' என்று விநாயகரிடம் வேண்டுகோள் விடுக்கிறார். இப்படிப் பல வழக்குகள் உண்டு. போகட்டும். மூன்று கலைகள் என்பது முத்தமிழ் என்ற கருத்தமைவுக்கு இடம் கொடுத்துவிட்டது. இது, ஒரு பக்கம் இருக்கட்டும். ஆனால் பின்னால் தமிழ் முழுதுமறிந்த என்ற பொருளுக்கு உரியதாகி, அதன் பின்னர்த் தொடர்ந்து, தமிழ் மேம்பாட்டு வழித் தமிழ்மொழி அரசியலுக்கு உகந்த ஒரு வழக்காக ஆகிவிட்டது. போகட்டும், எவ்வாறாயினும், கலைகளின் ஒருங்கியைபு என்பது, சங்கப் பாடல்கள் மற்றும் அவற்றின் சாராம்சமான மரபுகள் வழியே ஆழமானதொரு கருத்தமைவாகக் காணப்படுகிறது. தொடர்ந்து, சிலப்பதிகாரத்திலும் அதன் இரண்டு உரைகளிலும் இக்கருத்தமைவு, இன்னும் துலாம்பரமாகவும் விளக்கமாகவும் வெளிப்படுகின்றது. தமிழ் அழகியல் கொள்கையிலும் அதன் வரலாற்றிலும் சிறப்பானதொரு இடத்தைப் பெறுகின்றது.

கவிதையென்பது அழகும் படைப்பாற்றலும் நுகர்திறனும் கொண்ட ஓர் ஊடகம் என்று கொள்வோமானால் அதன் தேவைக்கும் மரபுக்கும் வகைமைக்கும் ஏற்ப அது வெவ்வேறு மூலாதாரப் பொருட்களைக் கொண்டிருக்கிறது என்பதை அறிய வேண்டும். கவிதை அல்லது இலக்கியம் பிறகலைகளிலிருந்து வேறுபட்டது என்று கருதுவோமானால், அதனுடைய ஆதாரம் மொழியேயாகும். தொல்காப்பியம் மொழியின் அமைப்பையும் ஆற்றலையும் விளக்குகின்றபோது, அதனுடைய ஒரு பகுதியாக அது கவிதையை விளக்கிப் போகிறது. இது, அவ்விலக்கணத்தின் தொடக்கத்திலிருந்தே செய்யப் படுகிறது. மொழியின் அழகியல் பண்புகள், கவிதைக்கு உரியனவாக அமைதலைத் தமிழ் மரபு பேசுகின்றது.

4

கவிதை : மொழிசார்கலை

கலையென்பது, மனிதஆளுமையை, விரும்பப்படும் ஒரு பொருளாகவும் தனக்கென ஓர் எழுச்சியைக் கொண்டதாகவும் ஆக்குவது; தனி ஆளுமையை ஒரு சமூகநிகழ்வாக விரிவு படுத்துவது. இந்தச் செயல், அதனுடைய அழகினூடாக அமைகிறது; அழகின் திறனை, அது சார்ந்திருக்கின்றது, அழகினுடைய இந்தத் திறனோ, ஒரு பொருளைத் தழுவிக் கட்டமைத்திருக்கிறது; தன்னை வெளிப்படுத்துகின்ற திறனைக் குறிப்பிடுகிறது. கலை எப்படி அதுவாக இருக்கிறது; எப்படி அது தன்னை நிகழ்த்திக் காட்டுகிறது - என்ற விசாரணைகளோடு, அதன் முறைகளைச் சிந்திப்பதும், கருத்தியல்களாக அவற்றைக் கட்டமைப்பதும் அறிவுப்புலத்தின் தேவைகள்; மொழியின் சொல்லாடல்கள்.

கலை என்ற ஒரு பொதுநிலைக்கு அதன் தேவைகளையும், நோக்கங்களையும் சூழல்களையும் ஒட்டி, மூலப்பொருள்களும், பயன்படுத்தப்படும் உத்திமுறைகளும் அநேகம். ஓசையின் ஒழுங்கமைவினை மையங்கொண்டு இசையாக உருவங் கொள்ளலாம், உடலின் அசைவுகளிலே நடனமாடலாம்; அதனுடைய லயம் உணர்த்தலாம்; கல்லிலே வடிவங்கொண்டு அழகிய சிலையாக உயிர்த்தெழலாம்; வண்ணக்குழம்புகளின் சேர்க்கைகளிலே அது ஓவியமாக முகிழ்த்தெழலாம். எவ்வாறாயினும், மூலப்பொருள்களின் சித்துவிளையாட்டுக் களிலே கலை பிறக்கிறது. ஒவ்வொரு கலையும் வெவ்வேறு மூலப்பொருள்களை ஆதாரமாகக் கொண்டிருக்கலாம். அம்மூலப் பொருளின் சார்நிலையில் வெவ்வேறு கலைகள் பிறக்கின்றன; அமைகின்றன. கவிதையும் அப்படியாகப்பட்ட ஒரு கலைதான்.

கவிதையே கலைகளின் மகுடம். கவிதையின் கட்டமைப்பு என்பதும் கவிதையின் அழகியல் என்பதும், கலையின் அல்லது கலை சார்ந்த பண்புகளின் அழகியலே ஆகும். கலை பற்றிய ஆராய்ச்சியில் அழகு பற்றிய கருத்துநிலைகள் ஏராளமாக வெளிப்பட்டுள்ளன. அதுபோல, அழகு பற்றிய ஆராய்ச்சியில் கலைகள் பற்றி ஏராளமான கருத்துக்கள் வெளிப்பட்டுள்ளன. எனவே, இந்த இரண்டையும் தனித்துப் பார்க்க முடியாது.

தமிழ்மரபில், கலையியல் நேர்த்தி பற்றிய கருத்தமைவுகளும் கவிதையின் கட்டமைப்பு, மற்றும் அதன் புலப்பாட்டில் காணப்படுகின்ற அழகியல் பற்றிய கருத்துக்களும், இவையன்றியும், மொழி மற்றும் வாழ்வியல் பண்பாடு பற்றிய கருத்தியல்களும் ஒருசேர ஒன்றிணைந்து காணப்படுகின்றன. தொல்காப்பியமோ, தமிழின் பிற பிற இலக்கணக்காரர்களோ, கலைகள் பலவும் காட்டி அழகியலை நிலைநாட்டிக் கொண்டவர்கள் அல்லர். வாழ்வியல் தளங்களையும் பண்பாடு மற்றும் கலைகள் உள்ளிட்ட தளங்களையும் முன்னிட்டு அவற்றோடு இணைந்து கிடக்கும் மொழிபற்றிப் பேசுகிறவர்கள் அவர்கள்.

தொல்காப்பியம், ஒரு முழுமையை எதிர்நோக்குகிற முறையில், அதற்கேற்புடைய பல பகுதிகளையும் பல பரிமாணங்களையும் கொண்டு விளங்குகின்றது. எழுத்து, சொல், பொருள் என்ற மூன்று பகுதிகள் ஒன்றோடு ஒன்று தொடர்புபட்டும் சார்ந்தும், ஒரு வளர்ச்சியை முன்னிட்டு

அமைந்திருக்கின்றன. உயிரும் மெய்யுமாக இயங்குகின்ற எழுத்து, அவை இணைந்து பொருள் சார்ந்து வெளிப்படும் சொல், அவற்றின் வகைமைகள், சொற்றொடர், மற்றும் தொடரியல் முதலியவற்றை முதலிரண்டு பகுதிகள் சொல்லுகின்றன என்றால், தொடர்ந்து, செய்யுள் அல்லது பாட்டுப் பற்றியும் அதனுடைய உருவ உள்ளடக்கக் கூறுகள் பற்றியும், மூன்றாம் பகுதி விளக்குகின்றது. இந்த மூன்றும் கூடிய ஒரு பனுவல் அது. அதாவது, கவிதையையும், (இலக்கியம்) மொழியையும் தம்முள்தாம் சார்ந்தவையாக ஒருசேரப் பேசுகின்ற இலக்கணம், அது. அதனுடைய பாயிரம் சொல்வது போல, "வழக்கும் செய்யுளும் ஆயிரு முதலின், எழுத்தும் சொல்லும் பொருளும் நாடி, முறைப்பட எண்ணிப் புலம் தொகுத்து அமைந்த" பனுவல் அது. பல இடங்களில், செய்யுள் மொழியையும் வழக்கு மொழியையும் இணைத்தும் ஒப்பிட்டும் காட்டுகிறது அது. எழுத்ததிகாரத்தில், உயிர்மயங்கியல் என்ற ஒரு இயலில் மட்டும், ஆறு இடங்களில் செய்யும் வழக்கும் அதன் சிறப்பியல் தன்மைகளும் பேசப்படுகின்றன. "செய்யுள் கண்ணிய தொடர்மொழி" என்ற மிகவும் முக்கியமான சொற்றொடர் (எழுத்து, 213) இவ்வியலில் தான் இடம் பெற்றுள்ளது. கவிதையியல் கோட்பாட்டில் மிகவும் சிறப்பு வாய்ந்த ஒரு அடையாளமாக விளங்குவது, இப்பண்பு. மொழியின் அடித்தளத்திலேயுள்ள பல கூறுகளையும் பண்புகளையும் பேசுகிற எழுத்ததிகாரத்திலேயே செய்யுளின் பண்புநிலைகள் பேசப்படுகின்றன என்பதை வலியுறுத்திக் காட்டுவதற்கே இங்கே இதனைக் குறிப்பிடுகிறோம். இறுதியில், குற்றியலுகரம் பற்றிச் சொல்லுகிறபோது கூட, எழுத்ததிகாரத்திற்குப் புறனடையாக,

அன்ன மரபின் மொழியிடைத் தோன்றிச்
செய்யுள் தொடர்வயின் மெய்பெற நிலையும்
வேற்றுமை குறித்த பொருள். . . . .

(குற்றியலுகரப் புணரியல், 76)

என்று செய்யுள் தொடர் பற்றிச் சொல்லுவார்.

வழக்கியல் என்பது, மொழியிடைத் தோன்றிச் செய்யுள் தொடரில் மெய்பெறநிலையும் என்ற கருத்து, மொழியின் இலக்கணத்தைக் கவிதைமொழிக்குத் தக அமைவதாக எடுத்துச் சொல்லுகிறது. எழுத்துப் பற்றிப் பேசும் அதிகாரத்தில் இப்படிச்

செய்யுள் பற்றியும் செய்யுளுக்கென அமைகிற சிறப்பியல் கூறுகள் பற்றியும் பேசுகிற இடங்கள், இருபத்தைந்து ஆகும். சொல்லதிகாரத்தில் இன்னும், இது, அதிகமாகவே உள்ளது. அங்கே அதன் முதல் இயலாகிய பெயரியலிலேயே, "இறைச்சி" எனும் கவிதைஉத்தியை எடுத்துக்காட்டி அதற்கென அமைகின்ற மொழியமைப்பின் சிறப்பியல் பண்பினைக் குறிப்பிடுகின்றார் ஆசிரியர் (பெயரியல், 42).

இவ்வாறு பல இடங்களைக் குறிப்பிட்டுக் காட்டலாம். இவற்றின் மூலம் நாம் எடுத்துக்காட்ட விரும்புவது மொழியின் இலக்கணம் என்ற ஒரு நிலப்பாட்டிலிருந்துகொண்டு, "மொழி" என்ற பேரமைப்பிற்குள், எழுத்தையும் சொல்லையும் போன்றே செய்யுளையும் தொல்காப்பியம் ஓர் உள்ளமைப்பாகக் கருதுகிறது என்ற அடிப்படையை நினைவுபடுத்திக்கொள்ள வேண்டும். அதாவது, செய்யுள்/ பாட்டு, கவிதை அல்லது இலக்கியம் என்பது மொழியமைப்பின் ஒரு பகுதியேயாகும். இதனையே தொல்காப்பியத்தின் அமைப்பு நமக்குச் சொல்லுகிறது. இலக்கியம் அல்லது கவிதை என்பது, மொழிசார் கலை (Verbal art) என்ற கோட்பாட்டை இது முன்னிலைப்படுத்துகிறது. இன்றைய மொழியியலாளரும், மொழியியல் சார்ந்த கவிதையியலாளரும் கருத்தமைவாகக் கட்டமைக்கின்ற ஒரு கோட்பாட்டைத் தொல்காப்பியம் செறிவாகவும் தெளிவாகவும் அன்றைச் சூழ்நிலையில் ஒரு இலக்கணப் பனுவல் என்ற முறையில் முன்வைத்துள்ளது. மொழிசார் கலை என்ற அளவிலும், மொழியமைப்பு என்ற தளத்தில் வைத்துப் பேசப்படுகிற நிலையிலும், கவிதை, மொழியமைப்பின் விதிகளையும் சாயல்களையும் சார்புகளையும் பெற்று விளங்குகின்றது.

ஆயின், கவிதை, மொழியமைப்புக்குட்பட்டதேயெனினும், இரண்டும் ஒன்றல்ல. கவிதைக்குச் சிறப்பியலான அழகியல் பண்புகள் பல உண்டு. மொழியின் ஆற்றலையும்ஒழுங்கமை வினையும் சரியாகப் பயன்படுத்திக் கொள்கின்ற அதே நேரத்தில், அம்மொழியிலிருந்து சில சலுகைகளையும் மீறல்களையும், அது பெற்றிருக்கின்றது. பிறவற்றிலிருந்து வேறுபட்டிருக்கின்ற பண்பினைத் தனது சிறப்பியல் தன்மையாகப் பெற்றிருக்கின்ற ஒரு அடையாளம் இது. வரன்முறைக்குட்பட்ட போக்கிலிருந்து செய்யுளுக்கென விலகி அல்லது விடுபட்டு, மீறி வருகிற

நிலையைக் கவிதைக்கான "பிறழ்நிலை" (poetic deviation) என்று மொழியியலாரும் உருவவியலாரும் விளக்குவர். பொதுவிலிருந்து சற்று வித்தியாசப்பட்டுத் தோன்றும் கவிதைமொழியின் பண்பை இது குறிப்பிடுகின்றது. கவிதையின் மொழிநடையைப், பேச்சுவழக்குப் போன்ற இயல்பு வழக்கிலிருந்து (casual language) வித்தியாசப்படுத்துதல் (making strange) என்பது, கவிதையின் பண்பு. இதனைச் செய்யுள் வழக்கு - (poetic language / poetic usage) என்பர், மொழியியலாளர். மொழியியலார் மட்டுமல்ல தொல்காப்பியரும் அப்படியே கூறுகிறார். கவிதைக்காக அனுமதிக்கப்படும் பிறழ்நிலைகளைத் தொல்காப்பியம், எழுத்திலும் சொல்லிலும் பல இடங்களில் சுட்டிக்காட்டியிருக் கிறார். உரையாசிரியர்கள் அவற்றை விளக்கிக் காட்டியுள்ளனர். கவிதை மொழியின் அழகு, அதனுடைய சிறப்பியல் கூறுகளில் பலப்படுகின்றது; உயிர்க்கின்றது.

மொழியின் செயல்பாடு, பன்முகப்பட்டது; பலநிலைப்பட்டது. மொழியின் நிலையில் நீண்டகாலமாக அங்கீகரிக்கப்பட்டுவரும் வழக்குகளை, இலக்கணமுடையது (grammaticalness) என்றும் அவ்வாறு அல்லாததை அல்லது புதிதாக வருவதை இலக்கண மில்லாதது (nongrammatical) என்றும் அது அடையாளப்படுத்து கின்றது. ஆனால், இரண்டுமே பலசமயங்களில், ஒரே தளத்தில் இயங்குபவைதான். காட்டாக, ஒரு முற்றுத்தொடரில் (வாக்கியத்தில்) எழுவாய், ஒருமையில் இருந்தால் பயனிலையும் ஒருமையில்தான் இருக்கவேண்டும். இது, "இயைபு" (concord) எனப்படுகிறது. இது இலக்கணமுடையது. "தலைவன்....." எனும் ஒருமை, வந்தான், போனான் என்பதுபோல ஒருமையில்தான் முடியும். ஆனால் மலைபடுகடாமில், "ஒக்கல் தலைவ....." என்று ஒருமையில் தொடங்கிய வாக்கியம், "பெறுவாய்" என்று ஒருமையில் முடியாமல் "பதம்மிகப் பெறுவீர்" என்று பன்மையில் முடிகின்றது. இது, இலக்கணமில்லாதது; இலக்கண வழக்கை மீறியது. ஆனால், செய்யுளாயிற்றே; எனவே, ஏற்றுக்கொள்க என்று பணிக்கிறது, தொல்காப்பிய இலக்கணம்.

> "முன்னிலை சுட்டிய ஒருமைக் கிளவி
> பன்மையொடு முடியினும் வரைநிலை யின்றே
> ஆற்றுப்படை மருங்கில் போற்றல் வேண்டும்"
>
> **(எச்சவியல், 60)**

கவிதைமொழிக்கு இப்படி ஒரு அங்கீகாரம் கிடைக்கிறது. கவிதையழகியலில் அதன் பண்புகளாக இத்தகைய சிறப்பியல் கூறுகளைத் தொல்காப்பியம் முன்மொழிகிறது. கவிதையியலில் இத்தகைய நிலைப்பாடுகள் முக்கியமானவை.

மொழி, பல்வேறு ஒழுங்கமைவுகளையும் படிநிலைகளையும் பல தளங்களையும் கொண்டிருக்கிறது. பேச்சுவழக்கு, அதிலிருந்து கற்று மீறியும் வேறுபட்டும் வரும் சிறப்பியலான நடைமுறைவழக்கு (கிளவியாக்கத்தில் இந்த இரண்டையும் வேறுபடுத்திப் பேசுகிறதைப் பார்க்கலாம்) இலக்கணவழக்கு, இலக்கணமல்லாதவழக்கு, செய்யுள் வழக்கு என்ற பல பரிமாணங்கள் செயல் நிலைகளை மொழிகொண்டிருக்கிறது. இதுவன்றியும் இவற்றுடன் மயக்குகளும் மருட்டல்களும் கொச்சைவழக்குகளும் என்ற இவற்றையும் கொண்டு காலந்தோறும் இயங்கிவருவது. இந்த மொழியை மூலப்பொருளாகக் (raw material) கொண்டு, கவிதை, தனித்ததொரு அடையாளமாக எழவேண்டும். இது எப்படிச் சாத்தியமாகிறது? முன்னர் நாம் சொல்லியபடிக்கு, இயல்பு வழக்கிலிருந்து மீறிவந்திருக்கிற சிறப்பியல் பண்புகளையும், மற்றும் மொழியின் பரவலான பகர்வுகளில் நிகழ்கின்ற அல்லது செய்யப்படுகின்ற "வித்தியாசப் படுத்தல்கள்" (making difference making strange) முதலிய நிலைப்பாடுகளையும் கொண்டு, இது சாத்தியப்படுகிறது. பொருளையும் அதன் விழுமியத்தையும் தவிர இத்தகைய பண்புகள்தான், மொழியைக் "கலை"யாக ஆக்குகின்றன. உவமம், உருவகம், எச்சம், குறிப்பு, உள்ளுறை, இறைச்சி, தூக்கு, தொடை, வண்ணம் முதலியவை மொழியின் மூலப்பொருளாகிய இயல்பு வழக்குகளைக் கலையியல் வழக்குகளாக மாற்றுபவை.

கவிதையாகின்ற சூழலில், மொழியைப் பல்வேறு சொல்லாடல்களின் பின்னணியில் தொல்காப்பியர், பின்வருமாறு அழைக்கிறார்: இன்மென்மொழி, இழுமென்மொழி, பரந்தமொழி, தெரிந்த (தேர்ந்த) மொழி, ஓங்கியமொழி, செய்யுள்மொழி, இந்தச் சொற்கள் எல்லாமே, செய்யுளியலின் இறுதியில் எட்டே நூற்பாக்களின் எல்லையில் இடம்பெறுகின்றன. இவை தவிரவும், வேறுசூழல்களில் - தொடர்மொழி, பொதுமொழி, முதுமொழி, உயர்மொழி, தோன்றுமொழி, மறைமொழி,

நகைமொழி, வசைமொழி, பொய்ம்மொழி, நிறைமொழி, குறிப்புமொழி, முதலிய சொற்றொடர்களும் இடம் பெறுகின்றன. மொழி குறித்த இந்த வளமான சொல்லாட்சி, கவிதைமொழியின் சிறப்பியல் சூழ்நிலைமைகளைக் குறித்து நிற்கிறது.

கவிதை என்ற மொழிசார் கலை, மொழியின் இத்தகைய பரப்புக்களையும், சிறப்பியல் பண்புகளையும் இயன்ற மட்டும் தனக்குரியதாக ஆக்கிக்கொள்கிறது. மொழியின் கலையியல் சார்ந்த சிறப்பியல் கூறுகளோடு கூடிய இந்த மாற்றாக்கம், கவிதைத்தனம் அல்லது இலக்கியத்தனம் (literariness) என்று கோட்பாட்டாளர்களால் குறிக்கப்படுகிறது. இதனால், மொழிசார்ந்த பொருள், மொழிசார்ந்த கலையாக ஆகிவிடுகின்றது.

கலையழகு சார்ந்த மொழித்திறன், கவிதையாயின், அத்தகைய கலையியல் பண்புகள், இன்னின்ன, இத்தகையன என்று காட்டுவது தொல்காப்பியத்தின் பணியாக ஆகிவிடுகிறது. எனவே, மொழியாற்றல், மொழிப்புலப்பாடாக வெளிப்படுவதை, மொழியமைப்பின் அடிப்படையிலிருந்து தொல்காப்பியம் காட்டுகிறது. எழுத்ததிகாரத்திலேயே கூடப் பல இடங்களில், அது செய்யுள்வழக்குப் பற்றிப் பேசுகிறது. நாம், ஏற்கெனவே குறிப்பிட்டுள்ளது போலச், செய்யுள் மொழிக்காகச் சில கூறுகள் பிரத்தியேகமான வழக்குப் பெற்று வருகின்றன. எழுத்துக்கள் ஒருசேர அமைகின்ற புணர்ச்சி பற்றிப் பேசுகிறபோதே கூட இந்தச் சிறப்பியல் பண்பு கூறப்படுகிறது. காட்டாக, அ, இ எனும் சுட்டெழுத்துக்களோடு, "இ" அல்லது "வ" சேர வருகிறபோது, செய்யுள் வழக்கில் வேறுபட்டு வருவதாகச் சொல்லப்படுகிறது. "நீடவருதல் செய்யுளில் உரித்தே" (உயிர்மயங், 6) என்று பேசுகிறது. இவ்வாறு, செய்யுளுக்கென, இயல்பான வழக்கு வித்தியாசப்பட்டு வரும் என்று இது சொல்கிறது. எழுத்து பற்றிய விளக்கத்தின் போதே, செய்யுளுக்கான தனிச்சிறப்பில் கூறுகளைக் (distinctive features) கூறுமானால், சொல் பற்றியும் தொடரியல் பற்றியும் விளக்குகிறபோது, இதனைப் பேசுவது ஒன்றும் வியப்பில்லை. பல இடங்களில், மொழியின் கலையழகு, செய்யுளின் பண்புக்கும் பயனுக்கும் ஏற்புடையதாக வருவதைத் தொல்காப்பியம் சொல்லுவதைத் தாராளமாகவே காணலாம்.

மொழியின் இயங்குநிலை, இயல்பு வழக்கு செய்யுள் வழக்கு என இருவகைப்பட்டது. இவற்றுள், செய்யுள் வழக்கு என்பது, அழகியல் தேவைகளை முன்னிட்டு அமைவது. இந்த நிலைப்பாடுகளைச் சார்ந்த மொழித்திறனின் சிறப்பியல் கூறுகளை அது பெற்றுவருகிற இதற்கான புரிதலின் அடித்தளமாகச் சொற்களைப் பாகுபாடு செய்வதும், செய்யுளுக்கென்று சிறப்பியலான ஓர் இடத்தை அங்கேயே நிர்ணயித்துத் தருவதையும் இங்கே குறிப்பிட்டுச் சொல்லலாம். சொற்கள், இருவேறு நிலைகளில் இருமுறை பகுப்புச் செய்யப்படுகின்றன. முதலில், பெயரியலில் ஒரு பகுப்பு சொல்லப்படுகிறது. பெயர்ச்சொல், வினைச்சொல், இடைச்சொல், உரிச்சொல் என்று நான்கு வகையாக அங்கே பகுக்கப்படுகின்றது. இறுதியாக எச்சவியலின் முதல் நூற்பாவில், மீண்டும் ஒரு பகுப்புச் செய்யப்படுகிறது. இப்போது,

> இயற்சொல் திரிசொல் திசைச்சொல் வடசொல்லென்று
> அனைத்தே செய்யுள் ஈட்டச்சொல்லே.   (எச்சவியல் - 1)

என்று சொற்களைச் செய்யுளீட்டச் சொற்கள் என்று இனங்காணுகிறது; அத்தகைய சொற்களை நான்காகப் பகுத்து விளக்கமும் தருகிறது. செய்யுளுக்கெனச் சிறப்பியல் கூறுகளைப் பல தளங்களில் இவ்வாறு தொல்காப்பியம் குறிப்பிட்டுக் காட்டுகிறது. கவிதைக்கென அமைகிற - அங்கீகரிக்கப்படுகிற - இந்தச் சிறப்பியல் பண்புகளை நடையியல் கூறுகள் (stylistic features) என்று மொழியியலாளர்கள் சொல்லுவர். சங்கப் பாடல்களில் இத்தகைய சிறப்புப்பண்பினைப் பல இடங்களில் காணலாம்.

"முயங்கிய நல்லார் முலையிடை மூழ்கி" என்ற ஒன்றினை இங்கே காட்டலாம். அருகருகே நின்றியங்கும் சொற்களின் உறவுகளில், தர்க்கமுடையது - தர்க்கமில்லாதது என்ற உறவுகள் உண்டு. நடைமுறை இயல்பு வழக்கில் - குறிப்பிட்ட பண்பு கொண்ட ஒருசொல், ஏற்புடைய இன்னொரு சொல்லோடு நின்று இயங்கும். நீரில் மூழ்கி நீந்தினான் என்றோ, இன்பத்தில் மூழ்கித் திளைத்தான் என்றோ வருதல் இயல்பு. மூழ்குதல் என்ற பொருண்மை, திரவப் பொருளோடும், நுண்மைப் பொருளோடும் உடைய சொற்களோடு இணைந்து வரும்.

இயல்பு வழக்கிலுள்ள இந்தத் தர்க்கம், செய்யுள் வழக்கில் மீறப்படுகிறது. "மூழ்கி" எனும் சொல், திடப்பொருண்மையோடு கூடிய "முலை" என்பதோடு இங்கே இணைந்து வழங்குகிறது. அவ்வாறு, வேறுபட்ட உறவோடு வழங்குவதாலே, மொழி, புதிய பொருண்மைத் தளத்தில் தன்னை வெளிப்படுத்திக்கொள்கிறது. சாத்தியமில்லாதது போல் தோன்றுகின்ற ஒன்று சாத்தியப்படுவதாகத் தோற்றம் தருகிறபோது, அந்தச் சுழற்சி கலையியல் நேர்த்தியோடு கூடிய பொருள் நிலையைத் தருகிறது. உணர்ச்சியோடு கூடிய பொருள் ஆழத்தை இங்கே அது வெளிப்படுத்துகிறது. அழகியல் சார்ந்த இத்தகைய நடையியல் கூறுகள், சங்கப்பாடல்களில் பரவலாகவும் நேர்த்தியாகவும் பயன்படுத்தப்படுகின்றன. சங்கப் பாடல்களில் மட்டுமல்ல - நல்ல கவிதைகள் பலவற்றிலும் காணப்படுகின்ற ஒரு பண்பு இது.

இவ்வாறு, தொல்காப்பியம், கவிதையை மொழிசார் கலை என்று இனங்காணுகிறது; விளக்குகின்றது. கலையையும் மொழியையும், ஒருங்கியைபு கொண்டவையாகக் காணுகின்ற இந்த மரபு, அன்றைத் தமிழ்ச் சமூகத்தின் உலகியற் கண்ணோட்ட மாகவும் (world outlook), அழகியல் கோட்பாட்டின் அம்சமாகவும் இருந்திருக்கிறது. எனவே, தமிழின் கவிதையியல் கோட்பாடு (poetics) மொழியையும் கலையையும் மற்றும் சொல்லும் திறனையும் பாடுபொருளையும் இயைபுபடுத்திக் கண்டதொரு கோட்பாடாகும். இக்கவிதையியல், மொழியின் அடிப்படைக் கூறுகளில் தொடங்குகிறது; வாழ்க்கையின் விழுமியங்களை ஏற்பதில் முடிகின்றது.

சங்க இலக்கியமும் தொல்காப்பியமும் ஓரளவு 'சமகாலத்திய' பனுவல்கள். இரண்டற்கும் வேறுபட்ட இலக்குகள் உண்டெனினும், இரண்டும் பரஸ்பரம் சார்பும் தொடர்பும் கொண்டவை. சங்கப் பாடல்களைத் தொகுப்புகளாக வகுப்பதற்குத் தொல்காப்பியம் பார்வைத் தளமாக அமைந்திருக்கிறது. கவிதையை 'மொழிசார் கலை' என்று பேசுகிற தொல்காப்பியம், கவிதையியலைக் கோட்பாட்டளவில் நின்று பேசுகிறது. தமிழ் அழகியலைக் கட்டமைப்பதற்குச் சங்க இலக்கியத்திற்கும் தொல்காப்பியத்திற்கும் உள்ள உறவுகளைக் காண்பது பூர்வாங்கமான தேவை.

5

சங்க இலக்கியமும் தொல்காப்பியமும் : சில முன்வரைவுகள்

தமிழ் அழகியல் மரபினை இனங்கண்டறிவதற்கு மூல ஆதாரங்கள் சங்க இலக்கியமும் தொல்காப்பியமும். இவை வெவ்வேறு நோக்கமும் தேவையும் கொண்டவை; எனினும், தொடர்ந்துவந்த பின்னைக் காலங்களில் முன்மாதிரிகளாகவும் தாக்கம் ஏற்படுத்துவனவாகவும் இருந்தன. இவற்றின் வளமையும், செழுமையும் ஆற்றலின் வடிவங்கள், அழகியலின் சேதிகள். இவற்றைக் கண்டடைவதன் மூலம், அன்றைக் காலத்தின் - அதனோடு, அதற்குச் சற்று முந்திய காலத்தின் - தமிழ் மரபில் உள்ள அழகியலைக் கண்டடைகிறோம். இலக்கியச் சொல்லாடல் மூலம் அது எப்படி வெளிப்படுகிறது என்பதைக் கண்டடைகிறோம். இப்படி அன்றை அழகியலைக் கட்டமைப்பதன் மூலம், தொடர்ந்து வரும் அழகியல் மரபை முன்மொழி வதற்குரிய தொடக்கத்தினை இனங்காண்கிறோம்.

சங்க இலக்கியத்தை மூலாதாரமாகக் கொள்ளுகிறபோது, தொல்காப்பியத்தை அதனோடு இயைபுபடுத்திப் பார்ப்பது பூர்வாங்கமான தேவையாகும். ஏனெனில், சங்க இலக்கியம் கலை வடிவம் என்றால் தொல்காப்பியம் கோட்பாடு சார்ந்த பனுவல்; அன்றை மொழி பற்றியும் இலக்கியம் பற்றியும் சில வாழ்வியல் நெறிகள் பற்றியும் ஓர் ஒழுங்கமைவை / கோட்பாட்டை முன்வைத்த பனுவல். சங்கப் பாடல்கள் பலவற்றிற்குச் சற்று முந்திய அல்லது சற்றுப் பிந்திய - பொதுவாகச் சொன்னால் - சம காலத்துவப் பனுவல், அது. அன்றை இலக்கியத்தின் பண்புகளையும் பரப்புகளையும் கண்டறிவதற்கு அது சாளரம்; மதிப்பீட்டுத்தளம் (reference frame); பாய்ச்சல் பலகை (spring board), ஏனெனில் முக்கியமாக இவை இரண்டும் (சங்க இலக்கியமும் தொல்காப்பியமும்) தம்முள் தாம் சார்ந்தவை; தாக்கமும் தர்க்கமும் கொண்ட உறவுடையவை; ஒன்றில் ஒன்று விளக்கம் பெறுபவை.

இப்படித் தொடங்கி, எல்லைகளை வகுத்துக் கொள்வதற்குமுன், பாடல் நெறிகளையும் பண்பாட்டு முறைமைகளையும் கோட்பாட்டளவில் நின்று கட்டமைத்துள்ள பனுவல் என்ற முறையில், தொல்காப்பியத்தின் செல்வாக்கு, தமிழ் மரபில் எப்படியிருந்தது என்பதைத் தொட்டுக்காட்ட வேண்டும். அதற்கு அவசியம் இருக்கிறது. ஏனெனில், மூலாதாரங்களையும் கருதுகோள்களையும் தேடியெடுத்துக் கோட்பாடுகளைக் கட்டமைக்க முயலுகிறபோது, கவனங்களும் புறவயப்பட்ட கணிப்புக்களும் எப்போதும் தேவை.

காலந்தோறும் செல்வாக்கு

அடியார்க்கு நல்லார், சிலப்பதிகாரத்துக்கு எழுதிய உரைப்பாயிரத்தில் சிலப்பதிகாரம் பற்றி அறிமுகம் தருகிறார்; அதன்போது, இப்படிச் சொல்கிறார்: "இவ் இயலிசை நாடகப் பொருட்டொடர் நிலைச் செய்யுளை அடிகள் செய்கின்ற காலத்து, இயற்றமிழ் நூல் தொல்காப்பியமாதலானும், பிறர்கூறிய நூல்கள் நிரம்பா இலக்கணத்தன ஆதலானும், அந்நூலின் முடிவே இதற்கு முடிவென்றுணர்க."

கி.பி. 12ஆம் நூற்றாண்டைச் சேர்ந்தவர், அடியார்க்கு நல்லார். இலக்கியம் மற்றும் பிற கலை வடிவங்களில் ஆழ்ந்த, தெளிவான

அறிவு கொண்டவர். சிலப்பதிகாரம், கிபி, ஐந்தாம் நூற்றாண்டைச் சேர்ந்தது என்று சொல்லப்படுகிறது. தமிழில் கிடைப்பவற்றுள் முதல் காப்பியம், அது. தொல்காப்பியம், கி. மு. முதல் அல்லது கி. பி. முதல் நூற்றாண்டைச் சேர்ந்தது என்ற கருத்தும், கி. பி. மூன்று அல்லது நான்காம் நூற்றாண்டைச் சேர்ந்தது என்ற ஒரு கருத்தும் உண்டு. ஒருவேளை குறிப்பிட்ட இந்தக் காலப் பகுதியில் அது எழுத்துப் பனுவலாகப் புத்தாக்கம் பெற்றிருக்கலாம்; சில புதிய சேர்க்கைகளுடன் ஒரு தொகுப்புப் போல ஆக்கப்பட்டிருக்கலாம்; பின்னர், இன்றைய இறுதி வடிவம் பெற்றிருக்கலாம். இது, தொல்காப்பியம் குறித்து வேறோர் ஆராய்ச்சிக்கு இட்டுச் செல்வது. ஆனால் இங்கு நம் கவனத்திற்குரியது, சற்று முன் காட்டிய அடியார்க்கு நல்லாரின் குறிப்பு; ஏனெனில், இதிலே நம் கவனத்தைத் தூண்டுபவை, சில உண்டு; அவை:

பத்து நூற்றாண்டுகள் கழிந்தும் தொல்காப்பியத்துக்குச் செல்வாக்கு இருப்பது. குறைந்தது, நான்கு நூற்றாண்டுகளுக்குப் பின்னர் வந்த ஒரு நூலைப் பார்ப்பதற்குத் தொல்காப்பியத்தை அளவுகோலாகக் கொள்வது. இயலிசை நாடகப் பொருள் தொடர்நிலைச் செய்யுள் என்ற வகையைத் தொல்காப்பியம் எங்கும் கூறாதிருக்க, அடியார்க்கு நல்லார் அதனைத் தொல்காப்பியத்தின் மேல் ஏற்றிச் சொல்வது. தொல்காப்பியத்தின் மேன்மையை உணர்த்துகிறபோது, பிற நூல்களை, நிரம்பாத இலக்கணத் தன்மைகொண்டவை என்று விமரிசிப்பது. இவை இந்த உரைப்பாயிரத்தில் இருப்பவை. இவை கவனிக்கத்தக்கவை.

கி. பி. 13ஆம் நூற்றாண்டைச் சேர்ந்தவர், நச்சினார்க்கினியர். பத்துப்பாட்டு, கலித்தொகை ஆகிய சங்கப் பாடல்களுக்கும், தொல்காப்பியத்துக்கும் உரைகள் எழுதிய பெரும் உரையாசிரியர், இவர். நப்பூதனார் எனும் புலவரின் முல்லைப் பாட்டுக்கு உரையெழுதுகிறபோது சொல்கிறார்:

“தொல்காப்பியனார் கருத்திற்கேற்ப நப்பூதனார் செய்யுள் செய்தார் என்று உணர்க. இவ்வாறன்றி ஏனையோர் கூறும் பொருள்கள், இலக்கணத்தோடு பொருந்தாமை உணர்க.”

ஏறத்தாழ அடியார்க்கு நல்லார் சொன்னது மாதிரித்தான் இதுவும் இருக்கிறது. மேலும், ‘இலக்கணம் கண்டதற்கு இலக்கியம்’

என்பதாக இவர் கருதுகிறார். இது, பிறழ்வு. இலக்கியம் பற்றிய பார்வைகளில், தொல்காப்பியத்தை விதிமுறையாகக் (prescriptive) கொண்டு அணுகுவதும், ஏனையோரின் விளக்கங்களை - பொருள்களை உதாசீனப்படுத்துவதும் இதில் இருக்கின்றன. தொல்காப்பியம், எப்படிப் பத்து, பன்னிரண்டு நூற்றாண்டுகள் கழிந்தும், ஏற்றுக்கொள்ளப்பட்டிருக்கிறது அல்லது எதிர்வினை கொள்ளப்பட்டிருக்கிறது என்பதற்கு, இவையெல்லாம் சான்றுகள். சரி - காலங்களின் மாற்றமும் வளர்ச்சியும் என்ன ஆயிற்று? கேட்கலாம். ஆனால் அது தனிக் கேள்வி.

ஏறத்தாழப் பதினெட்டு நூற்றாண்டுகளைத் தாண்டிய இந்தத் தொல்காப்பியம், தமிழ் மரபிற்கு - குறிப்பாகத் தமிழ் இலக்கியம் மற்றும் சிந்தனை உலகிற்கு - இன்னும் சொத்தாக இருக்கிறதா? சுமையாக இருக்கிறதா? எப்படிச் சுவீகரிப்பது? எப்படி அனுபவிப்பது? எப்படித் தகவமைத்துக்கொள்வது? காரணம் தெரியாதபோது, எல்லாமே சுமைதான். சொத்தும் ஒரு சுமைதான்; வரலாறும் ஒரு சுமைதான். படிப்பினைகளையும் பாடங்களையும் முயன்று பெற்றுக்கொள்ள வேண்டும்.

மொழியையோ இலக்கியத்தையோ வாழ்க்கை விழுமியங்களையோ வரையறுப்பதும் அவற்றைக் கட்டுப்படுத்துவதற்கு விதிமுறைகள் வகுப்பதும் இலக்கணத்தின் பணி என்று கருதப்பட்டு வந்திருக்கிறது என்பது உண்மை. ஆனால் இயல்பாகத் தெரியும் மொழியின் அமைப்பு, அதன் பல்வேறு செயல்பாடுகள் முதலியவை, மக்கள் திரளின் பொதுவான நடைமுறைகளையும் தேவைகளையும் சார்ந்தவை. ஆனால், இயல்பாகச் செயல்படும் இந்த அமைப்பு, திட்டத்துடன் செய்யப்பட்டதல்ல; இது உள்ளார்ந்து இருப்பது; உள்ளார்ந்து இயங்குவது - இதுதான் மொழியின் இயல்பான இலக்கணமும் ஆகும். மொழியை - இலக்கியத்தை - இயக்குவது, உயிர்ப்புடன் வைத்திருப்பது, இது. ஆனால் அறிவுசார்ந்த உலகில், இலக்கணம் என்ற சொல்லால் இன்று அறியப்படுவது, பரவலாகச் சொல்லப்படுவது - பிரத்தியேகமாக, அறிவார்ந்த நிலையில், முறைப்பட ஆக்கப்படுகிற ஒரு பனுவல் ஆகும். இது, மொழியின் பண்புகளையும் கூறுகளையும் செய்திறன்களையும் இனங் கண்டறிந்து வகுத்தும் தொகுத்தும் எழுதப்படுவது.

ஏற்கெனவே நடைமுறைச் சமூகத்தின் மொழியும் இலக்கியமும் இருக்க, அவற்றின் பின்னே, முறைப்படுத்தி

எழுதப்படுவதாகிய இலக்கணம் எழுகிறது. இவை வரையறைகளும் விதிகளும் கூறுகின்றன; கூறினாலும், புறனடைகள் விதிவிலக்குகள் வளர்ச்சி குறித்த திறவைகள் (openings) முதலியவைகளும் இலக்கணங்களிலே உண்டு. வல்லுநர்கள் செய்தவை, பொது நிலைப்பட்டவை என்ற காரணங்களினால் மொழியைப் பாதுகாப்புச் செய்வது என்பதாகவும் ‘அதிகாரம்’ கொண்டது என்பதாகவும் இது ஆகிவிடுகிறது. பின்னால் வந்தவர்களால், வரம்புகள் கட்டுவதாகவும் இது எடுத்துக்கொள்ளப்படுகிறது. அது சரி, இலக்கணங்கள், மொழியை உருவாக்குகின்றனவா? நிச்சயமாக, இல்லை. இலக்கணங்கள், இலக்கியங்களை உருவாக்குகின்றனவா? இல்லை. இலக்கணத்தின் நோக்கமும் செயலும் அது அல்ல. மொழியையும் இலக்கியத்தையும் வாழ் நெறிகளையும் பொதுவான வரையறைகளுக்குள், ஒரு கோட்பாட்டின் அளவைகளோடு காண்பதற்கு இலக்கணம் ஓர் எடுகோளாய் அமைகிறது; ஒரு வரைபடமாய்த் திகழ்கிறது. அதேபோது, நல்ல இலக்கணம், மொழியையும் இலக்கியத்தையும் முன் கொண்டு செல்லவும், வளர்ச்சிக்கு ஓர் உந்துதல் தரவும் ஆர்வம் கொண்டிருக்கிறது. மறுப்பதற்கில்லை.

இலக்கியம், இலக்கணத்தின் பதிவோ பதிலியோ அல்ல. ஆனால் இலக்கணத்தோடு அதற்கு நடப்பியலான ஓர் உறவு உண்டு. முரண்பட்டவை அல்ல. வேறுபட்ட இலக்குகளும் முறைமைகளும் உண்டென்றாலும், அவை ஒன்றனுள் ஒன்று விளக்கமும் வளர்ச்சியும் கொண்டவை. மூலாதாரங்களைப் பகிர்ந்துகொள்கின்றவை. உயிர்ப்பு ஆற்றலைப் பகிர்ந்துகொள் கின்றவை. அவ்வகையில், இரண்டும் சார்புநிலை கொண்டு இயங்குபவை.

சங்க இலக்கியங்கள் என்று அறியப்படுகின்றவை - பரிபாடலும் திருமுருகாற்றுப்படையும் நீங்கலாக - கி. பி. மூன்றாம் நூற்றாண்டுக்கு முன்னர்த் தோன்றியவை. கி. மு. ஆறாம் நூற்றாண்டு - கி. பி. மூன்றாம் நூற்றாண்டு என்ற காலப் பகுதியாக அது பலரால் வரையறுக்கப்படுகிறது. ஆனால் அவை தோன்றிய பின், இரண்டு அல்லது மூன்று நூற்றாண்டுகள் கழிந்த பின் தொகுக்கப்பட்டன. அவ்வாறு தொகுக்கப்பட்டபோது, அவை தோன்றுதற்குக் களம் சமைத்துத் தந்த காலம், காணாமல் போயிருந்தது. அதாவது, சங்ககாலம் என்ற அந்தக் காலப்பகுதியின்

அரசும், குறிப்பிட்ட சமூக-பண்பாட்டு அமைப்பும் வீழ்ந்துபோக, வேற்றுப்புல ஆட்சி, வேற்றுமொழி மரபு என்பவற்றின் பிடியில் சிக்குண்டு கிடந்து பின்னர் அந்த இறுக்கம் தளர்ந்துகொண்டிருந்த காலப்பகுதியில் அவை தொகுக்கப்பட்டன. அச்சூழலில், சங்கம் என்ற சொல்வழக்கினை இறையனார் அகப்பொருள் உரைதான் முதன் முதலாகச் சொல்லுகிறது. ஒரு தொன்மத்தின் பின்னணியோடு பேசப்படுகிறது. தமிழ் மீட்டுருவாக்கம் பற்றிய வேட்கைகளும் சிந்தனைகளும் எழுந்த காலப்பகுதி, அது.

தமிழ் மரபின் பிரதிநிதியாகச், சங்கப் பாடல்கள் தொகுக்கப்பட்டன என்றால், அப்படித் தொகுத்தவர்களுக்குப் பாடல்கள் எல்லாமே கிடைத்தன என்பதோ, கிடைத்தவை எல்லாமே தொகுக்கப்பட்டன என்பதோ - சாத்தியம் இல்லை. சங்க இலக்கியப் பாடல்களுக்கு முதலில் நேர்ந்த ஆய்வுக் கண்ணோட்டம் அவற்றின் தொகுப்பு முறையேயாகும். தொகுப்புகள், சில ஒழுங்குமுறைகளோடும் திட்டவட்டமான சில பார்வைகளோடும் நடந்திருக்கின்றன. தொகுக்கப்பட்ட காலத்தின் சூழல், தேவை, தொகுத்தோர் - தொகுப்பித்தோரின் நோக்கம் முதலியவை ஒருபக்கம் ஆக, இலக்கியம் என்ற படைப்பாக்கம் பற்றிய தெளிவான அறிவும் செழுமையான ரசனையும் இதற்குச் சரியான பின்புலங்கள் தந்திருக்கின்றன. இதனோடு சேர்ந்து, சமுதாயம், பண்பாடு முதலியவை பற்றிய கருதுகோள்களும், இவற்றின் பொதுநெறிகளும், பாடல்கள் 'தோன்றிய' காலம் பற்றிய கண்ணோட்டமும் இதிலே இன்றியமையாத இடம் பெற்றிருக்கின்றன. இருக்க. பொதுவாகவே, தொகுப்பு முயற்சிகளின்போது பின்பற்றுவதற்கெனச் சில வரையறைகளும் வழிமுறைகளும் அடிப்படைக் கருத்தோட்டங் களும் தேவை. தேவைகளை நிறைவு செய்ய, அன்றைய இலக்கிய மரபு - அழகியலும் சமூகவியலும் கூடிய மரபு - துணை நின்றிருக்கிறது. தவிரவும், முக்கியமாகத் தொல்காப்பியம் தனது விசாலமான தளத்துடனும் கூர்மையான கண்ணோட்டத்துடனும் பகுப்புக்கும் தொகுப்புக்கும் வைப்பு முறைக்கும் நெறிகள் தருகிற வழிகாட்டியாக இருந்திருக்கிறது.

தொடக்கத்தில் சங்கப்பாடல்கள், எழுதப்பட்ட பனுவல்களாகத் தோன்றியிருக்கவில்லை. அவை பெரும்பாலும், பரந்துபட்டுச் செல்வதோர் இசை தழுவி வாய்மொழி மரபாக

இருந்து வந்தன. பின்னர், எழுத்து வடிவம் செல்வாக்குப் பெற்று வளர்ந்துவருகிறபோது, அவை புலமையோடு கூடி எழுத்துருப் பெற்றன; எழுத்துப் பனுவல், நிலைமத்தன்மையுடைய பனுவலாகும்; முறைமை சார்ந்த திட்டமிட்ட பனுவலாகும். தனித்தனியாக இருந்த இத்தகைய பனுவல்கள், தொகுப்புக்களாக ஒழுங்கமைவு செய்யப்படுகிறபோது, அதற்குரிய வழிகாட்டுதலைத் தந்தது, பெரும்பாலும், தொல்காப்பிய இலக்கணப் பனுவலேயாகும். பாடல்களின் தற்புறச் சூழமைவுகளைப் (macro - context) பதிவு செய்யவும் இனங்கண்டறியவும் இது வழிகாட்டுதலைத் தந்திருக்கின்றது. அன்றிருந்த பொதுவான இலக்கிய மரபும் வழி காட்டியிருக்கிறது.

'கவிதையியல் (Poetics) பரந்துபட்ட நிலையில், அழகியல் என்பதான ஒரு கோட்பாடுதான். அவ்வாறே, மேலை நாட்டு அழகியலாளர்களும் - குறிப்பாக அரிஸ்டாட்டிலின் பங்களிப்புப் பற்றிப் பேசுகின்றவர்கள் விளக்கியுள்ளனர். மேலும், அழகியலைத் தத்துவவியலின் பகுதியாகவும் விளக்கிச் சொல்லுகின்றனர். எனவே தத்துவவியல் - அழகியல் - கவிதையியல்- கலைக் கோட்பாடு ஆகியவை நெருக்கம் கொண்ட கருத்தமைவுகள் என்பதனை நினைவுகொள்ள வேண்டும். இங்கே கவிதை பற்றி உள்ளமைந்த அதன் முக்கியமான கருத்து நிலைகள் தனித்தனியாக ஆராயப்படக்கூடியவை என்ற முறையில் குறிப்பிடுவோம்:

1. கவிதை முதலில், மொழிசார் கலை (verbal art)
2. கவிதையில் மொழிநடையும் அதன் தனிச்சிறப்புக் கூறுகளும்.
3. யாப்பு எனும் கட்டமைவு: அதன் இறுக்கமும் நெகிழ்வும்.
4. உறுப்புக்களும் உறுப்புக்களின் இயைபு நிலையும்; உயிர்ம்மவியல் கொள்கை. (Organic theory)
5. ஓசை ஒழுங்கமைவு, ஒலிக்கோலம் (rhythm; sound texture)
6. பாடல்சான்ற புலனெறி வழக்கம் (Realism, Artistic Reality)
7. நோக்கு எனும் வாசிப்புத்தளம் (Close - Reading)
8. பொருளும் வடிவமும் (Form and Content): சார்பியலும் ஒத்திசைவும்.

9. அடியின் சிறப்பும் தற்சார்பு நிலையும் (The line : The Structural Base)
10. உவமமும் உருவகமும் அணிக் கோட்பாடும்.
11. பொருளின் அமைவும் அடுக்கு நிலையும் (Shades of Meaning;; Multiple Reading)
12. உள்ளுறையும் இறைச்சியும் (Theory of Suggestion)
13. பாடுபொருள்கள் : வகைமைகளும் வரையறைகளும் (Towards Content Analysis)
14. அகம், புறம்: தனிச் சிறப்புக்கள், ஒன்றுபடல்களும் வேறுபடல்களும்.
15. திணைசார் பாடல் மரபு.
16. இயற்கை, பாடற்பொருளாக.
17. கதை மாந்தர்கள்: புனைவுகளும் வரையறைகளும் (Dramatis Personae)
18. கூற்றுநிலை : வரையறைகளும் வடிவமைப்பில் அதன் இடங்களும்.
19. உடல்மொழி (The Body Language)
20. உணர்வு நிலைகள் (Emotive Aspect)
21. பாடலின் எல்லையில், தனிமனித - சமூக - விழுமியங்கள்.
22. வகைமைகளும் இலக்கிய இனவகைகளின் வளர்ச்சியும் (Typology of Versification; Development of Literary Genres)

இப்படி இவையும் இத்தகைய சிலவும், தொல்காப்பியக் கவிதையியலை இனங்காட்டக்கூடியவை; கட்டமைக்கக் கூடியவை. அது ஒன்று. அதேபோது, சங்கப் பாடல்களை இந்தக் கருத்துநிலைகளின் தேட்டங்களாகப் பார்க்க வேண்டும். அது, இன்னொன்று. அது, சங்க இலக்கியத்தின் அழகியலை நோக்கிட்ட புரிதல்களுக்குப் - புதிய வெளிகளுக்கு - இட்டுச் செல்ல வேண்டும். அது, ஒன்றன் விளைவில் தோன்றும் இன்னொன்று.

திணைசார் மரபு

இப்படியாகப்பட்ட புரிதல்களைப் பற்றிப் பேசுவதன் இறுதியில் இன்னொன்றையும் நாம் கவனத்திலெடுத்துக் கொள்ள வேண்டும். அது, உள்ளடக்கத்தையும் வடிவமைப்பையும் உள்ளிட்ட திணைசார் மரபாகும். தொல்காப்பியமும் சங்க இலக்கியமும் பரந்துபட்ட இலக்கிய உலகிற்கு - அழகியல் சார்ந்த கருத்தியல் வெளியில் தந்திருக்கிற முக்கியமான, குறிப்பிடத்தக்க பங்களிப்பு, இது. இந்த முக்கியத்துவம், சமூகம் சார்ந்த சிந்தனைத் தளத்திற்கும் சமமாக உண்டு. மனித வாழ்க்கையும் அனுபவ உணர்வுகளும், இடம் - காலம் ஆகியவற்றின் இயங்கியல் சார்ந்த தளத்தில், இயற்கையின் ஆற்றல் நிறைந்த சூழல்களோடு இணைத்துக் காணும்படியாக உள்ளன. இவை படைப்பாற்றல் கொண்டவை. பன்முகப்பட்ட பண்புகள் கொண்டவை. ஒரு மரபாக நிலைகொண்டு உயிர்ப்பவை. இத்தகைய மரபினை - ஒழுங்கமைவினைத் - தொல்காப்பியம் கருத்தியலாக முன்மொழிந்துள்ளது; பாடல் நெறியாகச் - செய்முறையாக - சங்கஇலக்கியம் முன் வைத்துள்ளது.

திணை என்பது ஒழுகலாறுகளையும் நில வரையறை களையும் ஒருசேரக் குறிக்கும் பெயர். இயற்கைப் பொருள்களின் பெயர்களால் இவை இனங்கண்டு பகுத்தறியப்படுகின்றன. கைக்கிளை முதலாகப் பெருந்திணை முடிய நடுவண் உள்ள அன்பின் ஐந்திணையோடு கூடிய ஏழு அகத்திணைகளையும் மற்றும், வேற்றுப் புலக்களவின் வெட்சி முதல், பரவலும் புகழ்ச்சியும் கருதிய பாடாண் திணை வரை, தன்னுள் கொண்ட ஏழு புறத்திணைகளையும், 'திணை' என்பது குறிக்கிறது. இடமும் காலமும் உள்ளிட்ட முதற்பொருள்; தெய்வம், விலங்கு, மரம், பறவை முதலியவை உள்ளிட்ட கருப்பொருள்; திணைநிலை மாந்தர், திணைநிலை ஒழுக்கம் என்ற பல பரிமாணங்களோடு கூடியது, திணை. இத்தகைய திணையின் அடிப்படையே பாடல்களின் பாடுபொருள்களையும் அவற்றின் உட்கூறுகளையும் தருகின்றன. திணையின் ஆளுகை, பாடலின் தகைமை.

தொல்காப்பியம் அகத்திணையியலைத் தொடங்குகிற போதே, திணை நிலை மரபுகளையும் அவற்றின் விழுதுகளையும் விளக்கிப் போகிறது. தொடர்ந்து, பெரும் பகுதியான விளக்கங்கள், இதனுடைய போக்கிலேயே போகின்றன. இதன்மூலமாகக்

கவிதையியல் - அழகியல் - ஆகியவற்றின் கருத்தியல், திணைசார் நெறியினை அடிப்படையாகக் கொண்ட கலையியல் வழிப்பட்ட ஓர் ஒழுங்கமைவே என்பதை முன்வைக்கிறது. இயற்கையின் அம்சங்கள், ஆற்றல்கள், இயற்கையோடு உடனுறையும் மனிதக் குழுக்கள், அவற்றின் வாழ்முறைகள், அறநெறிகள், விழுமியங்கள், மனநிலைகள், தத்துவம் முதலியனவும் உருவகம், உள்ளுறை, படிமம், தொன்மம், குறியீடு உள்ளிட்ட, இலக்கிய வடிவாக்க உத்திகளும் என்று இவையெல்லாம் இயைந்த விரிவான கருத்தோட்டத்தைத் திணைசார் மரபு குறிப்பிடுகின்றது. தொல்காப்பியத்தின் விளக்கங்களும் சங்க இலக்கியத்தின் நடைமுறைகளும் இவ்வடிப்படையில் அறியப்படுகின்றன. ஆனால் இவை இறுதியானவையோ இறுக்கமானவையோ அல்ல. புறநடை விளக்கங்கள் மூலமாகத் திணை மரபுக்குட் பட்ட கருத்தியலைக் கலையியல் சார்ந்த வடிவாக்கங் களுக்குப் பொருந்தியமையுமாறு நெகிழ்வுடையதாகவே தொல்காப்பியம் பேசுகிறது. அதுபோல், பாடலுள் பயின்றுவரும் அவற்றை எவ்வாறு கண்டறிய வேண்டும் என்பதற்குரிய தடங்களையும் அது தருகிறது. இத்தகைய கலையியல் நெறியைத் தமிழின் பிற வேறு இலக்கியங்களிலும் வெவ்வேறு மொழி இலக்கியங்களிலும் அளவையாகப் - பண்புமுறையாகப் பொருத்திப் பார்த்திட முடியும்; தொல்காப்பியத்தின் வரையறைகள், வழிகாட்டுதல்களாக அமைதல்கூடும்.

அரிஸ்டாட்டிலின் கவிதையியல் கோட்பாட்டிலோ, ஹொரேஸ், லாங்கினஸ் ஆகிய மேலைநாட்டு முன்னவர்களின் கோட்பாட்டிலோ, ஆனந்தவர்த்தனர், பாமகர், தண்டி முதலிய சமசுகிருதக் கவிதையியலாளர்களின் கோட்பாட்டிலோ காணப்படாத முக்கியமான பண்புநிலை, இந்தத் திணைசார் நெறியாகும். அதுபோல ஹோமரிடமோ வியாசரிடமோ வால்மீகியிடமோ காளிதாசனிடமோ காணப்படாத பாடல் நெறி, இது.

இயற்கையின் கருவைத் தாங்கிய புவியியல் பரப்பும் அது சார்ந்த வாழ்க்கை ஒழுங்கும் தமிழில் செவ்வியல் வழக்கின் உயிர்ப்பு. சங்க இலக்கியத்திற்குப் பிறகு, சிலப்பதிகாரத்திலும் இந்த மரபினை ஓரளவு விளக்கமாகவே பார்க்க முடிகிறது. சீவக சிந்தாமணியில், போர் தொடர்பான புறத்திணை வடிவங்கள் ஓரளவு பொருந்தியமைந்துள்ளன. கம்பர், தம்முடைய

'இராமகாதை'யில், சங்க இலக்கிய மரபு காட்டிய திணைசார் வாழ்க்கை நிலைப்பாட்டைத் தெளிவான கண்ணோட்டத்துடன் கொண்டு வருகின்றார். தொடக்கத்தில், இராமனுக்கும் சீதைக்கும் இடையே கண்ணோடு கண் இணைகிற காதலைக் காட்டுகின்ற சூழலிலும் சரி, இருவரும் பின்னர் பிரிந்து துன்புறும் சூழலிலும் சரி, இராமன் - இராவணனிடையே தொடர்ந்து நடைபெறும் போர் நிகழ்வுகளிலும் சரி, இயற்கை வருணனைகளிலும் சரி, திணைசார் மரபின் ஆற்றலையும் தொடர்ச்சியையும் காண முடிகின்றது. இது, கம்பரின் ஆக்கம். இன்றையப் புனைகதைகளிலும் - குறிப்பாக நாவல்களில் - இனவரைவியல் சார்ந்த எழுத்துக்கள் திணை சார்ந்த கண்ணோட்டத்தை முன்னிட்டு அப்படியே அல்லாவிடினும் சிற்சில மாற்றம் மாற்றங்களுடன் அமைகின்றன. கலையும் இலக்கியமும் இயற்கையையும் திணைசார் வாழ்வியல் முறைமையையும் நேசிக்காமல் போய்விடுமா, என்ன? முடியாது. தொல்காப்பியமும் சங்க இலக்கியமும் இதைத்தான் சொல்லுகின்றன - அழகியல் சிந்தனையாகவும், இலக்கியக் கோட்பாடாகவும்.

தொல்காப்பியத்தின் கவிதையியல், உயிர்ம்மவியல் கோட்பாட்டை மையமாகக் கொண்டது. கவிதையில் கட்டமைந்து கிடக்கும் மாத்திரை, எழுத்து, அசை, சீர் முதலிய பல்வேறு உறுப்புக்களும் இயங்காற்றலோடு தம்மோடு இணைந்து கிடக்கின்றன. ஒன்றிலிருந்து ஒன்று இசைவு பெற்று ஒரு முழுமையை நோக்கி வளர்கின்ற இந்தக் கட்டமைவு, அதனுடைய இயங்குதிறன் காரணமாக உயிராற்றலைப் பெற்றிருக்கின்றது. உயிரியல் எனும் அறிவியலில் காணப்படுவது போன்ற தோற்றத்தை இது பெற்றிருக்கின்றது. தமிழில் காணப்பெறும் இந்த உயிர்ம்மவியல் கோட்பாடு, கிரேக்கம், சமசுகிருதம் முதலிய மொழிகளில் காணப்படும் கோட்பாடுகளிலிருந்து வேறுபட்டது; தனித்தன்மையுடன் கூடியது.

6
உயிர்ம்மவியல் கொள்கை

தொல்காப்பியம், பன்முகப்பட்ட வாசிப்புக்களுக்கு இடம் தருகிற ஒரு பனுவல். பன்முகப்பட்ட ஒழுங்கமைவுகளுடன் பல்வகைப்பட்ட கருத்தியல் தளங்களில் இயங்கக்கூடிய ஒரு பனுவல். பல நீரோட்டங்களை ஒருங்கியைபாகக் கொண்டு, தன்னளவில் சார்பியலான ஒரு முழுமைத் தோற்றத்துடன் (relative wholeness) கூடிய தொல்காப்பியம், மூடுமை (closed system) கொண்டதல்ல; பல திறவைகளையும், வரையறைகளையும் கொண்டது. காலம் என்ற எல்லைகளைத் தாண்டிப் பொருத்தப் பாடுகளை (relevance) வேண்டிநிற்கும் தொல்காப்பியம், தான் கட்டமைக்க விரும்பிய கவிதையியல் எனும் கோட்பாட்டிற்கு,

வளம் மிகுந்த மொழிக்குள்ளிருந்தும் பண்பாட்டிலிருந்தும் மூலப்பொருள்களை எடுத்துக்கொண்டிருப்பதால், பொதுவும் சிறப்புமாக அவற்றுக்குள்ளிருக்கும் பொருள்களை ஒருசேரக் கட்டமைத்து, விளக்கமும் விவாதமும் வேண்டுகின்ற வளப்பம் கொண்ட ஒன்றாக அது, தன்னை ஆக்கிக்கொண்டுள்ளது.

முதலிரண்டு அதிகாரங்களாகிய எழுத்தும் சொல்லும் மொழியின் அடிப்படைகளை மொழியியல் முறைகொண்டு விளக்குகின்றன. ஆனால் பொருளதிகாரம் அப்படி இருக்கவில்லை. அதனுடைய அகச்சூழமைவு அல்லது நுண்சூழலும் (micro-context) புறச்சூழமைவு அல்லது பருமைச் சூழலும் (macro - context), பொருளதிகாரத்தைப் பலதளங்களுக்கும் பல வாசிப்புக்களுக்கும் விவாதங்களுக்கும் கொண்டு செல்லுகின்றன.

முதலில், மொழியை நிகழ்வுகளாக்குகின்ற அகமும் புறமுமாகிய வாழ்க்கை நிலைகளை விளக்குவது அதன் நோக்கமா, அல்லது நிகழ்வுகளை மொழிப்புலமாக்குகின்ற கவிதையாக்கம் பற்றி விளக்குவது அதன் நோக்கமா என்ற பரிசீலனைகளுக்கு அது அழைப்பு விடுக்கிறது. இவ்விரண்டும் சேர்ந்தே இயங்குகின்றன - அது நம்மைப் போன்ற சிலருடைய கணிப்பு - அப்படிச் சொன்னாலே இப்போதைக்குப் போதும். இங்கு அழகியல் கோட்பாடு பற்றிய ஆராய்ச்சியில் நம்முடைய முதன்மையான அக்கறையெல்லாம் - வாழ்க்கையை மொழிப்புல மாக்கி அதனைக் கலைப்பொருளாக மாற்றாக்கம் செய்கின்ற கவிதை பற்றித் தொல்காப்பியம் பேசுகிறது என்பதைக் கருதுகோளாகக் கொள்வதும், அதனடிப்படையில், அதன் கோட்பாடு இன்னது என்று கண்டறிய முற்படுவதும்தான். இதற்கு ஓரளவு பொருந்துகிற மாதிரி, அகம் புறம் களவு கற்பு என்று வரிசைப்படுத்தி விளக்குகின்ற ஒரு ஆறு இயல்களைத் தாண்டிப், பொருளதிகாரத்தின் இறுதிக்குப் பக்கத்திலுள்ள செய்யுளியலுக்குப் போய்ப் பேசுகிறோம். ஏனென்றால், இந்தச் செய்யுளியல் நேரடியாகவும் பலவற்றை இணைத்து ஒருங்கியை பாகவும் செய்யுள் அல்லது பாட்டுப்பற்றி விளக்குகின்றது. அதேபோது, ஏனைய இயல்களுக்குக் கருத்தியல் முறையிலும் கட்டமைப்பு முறையிலும் மையமாகவும் இது இருக்கிறது. இப்படிப் புரிந்துகொள்ளச் சொல்லுகிறவர், இளம்பூரணர்.. செய்யுளியல் என்பது “செய்யுள் இலக்கணம் உணர்த்தினமையாற் பெற்ற பெயர்” என்று சொன்ன அவர், “மேலுணர்த்தப்பட்ட

பொருண்மையெல்லாவற்றிற்கும் இஃது இடமாதலின் அவற்றின்பின் கூறப்பட்டது” என்று சொல்லுவார்.

இளம்பூரணரின் விளக்கம் போதாது என்று கருதிப், பின்னர் வந்த நச்சினார்க்கினியர் விளக்கம் தருகிறார். அவர் சொல்லுகிறார்: “பாயிரத்துள் வழக்கும் செய்யுளும் ஆயிரு முதலின் எழுத்தும் சொல்லும் பொருளும் ஆராய்வல்” என்றமையால், இதற்கு முன்னர்க்கூறிய அதிகாரங்களிலும் இவ்வதிகாரத்தும் எல்லாம், வழக்கிற்குஞ் செய்யுட்கும் வேண்டுவன கூறி, அவ்விரண்டும் பற்றிச் செய்யுள் நிகழும் ஆதலால், அச்செய்யுட்குரிய இலக்கணத்தையெல்லாம் இவ்வோத்தினுள் தொகுத்துக் கூறுகின்றார் என்றுணர்க. இங்ஙனம் கூறவே முற்கூறிய ஓத்துக்களோடு இயைபுடைய தாயிற்று.” இந்த மேற்கோளில் கவனத்தில் கொள்ளவேண்டியது - பொருளதிகாரம் மட்டுமல்லாமல், தொல்காப்பியம் முழுமையும் வழக்கும் செய்யுளும் பற்றிப் பேசுகின்றது என்பது ஆகும். அதாவது, கவிதையியல் - அதனைப் பற்றிய விளக்கம் - அதனைப் பற்றிய கொள்கை - செய்யுளியலில் இருக்கிறது என்பது மட்டுமல்லாமல், பொருளதிகாரம் முழுமையிலும் இருக்கிறது; பொருளதிகாரம் மட்டுமல்லாமல், எழுத்து, சொல் ஆகியவற்றிலும் இருக்கிறது; செய்யுளியல் அவற்றைத் தொகுத்துச் சொல்லுகிறது.

உறுப்புக்கள்

செய்யுளியல் தொகுத்துச் சொல்லுகிறதென்றால், அதன் முதல் நூற்பா, இதனை வரையறுத்துச் சொல்லுகிறது. எண்ணலளவையாக அமைகிற இந்த வரையறை, யாப்பியல் வகையின் ஆறுதலையிட்ட நாலைந்து என்றும் பொருந்தக்கூறிய எட்டு என்றும் எண்ணிச் சொல்லிவிட்டு, இறுதியில்,

> **நல்லிசைப்புலவர் செய்யுள் உறுப்பென**
> **வல்லிதிற் கூறி வகுத்துரைத்தனரே.** ***(செய்யுளியல் - 1)***

என்று முடிக்கிறது. எண்ணப்பட்டவை, உறுப்புக்கள்; நல்லிசைப் புலவரின் செய்யுள் உறுப்புக்கள். பொருந்தக்கூறிய என்று தனிப்படுத்தி ஒரு எட்டும், யாப்பியல் வகையின் என்ற அடையோடு ஒரு இருபத்தாறும் சொல்லப்படுகின்றன.

யாப்பியல்வகை என்பது "கட்டமைக்கப்படுதலுக்குரிய" என்ற பொருள் உடையது. இவற்றை, உறுப்புக்கள் என்று சொல்லுகிறது நூற்பா. உறுப்புக்களை ஆதாரமாகக் கொண்டதாக ஒரு முழுமையை அது கைகாட்டுகிறது. அதுதான் அதன் பொருள்., நச்சினார்க்கினியர் சொல்லுவார்; உறுப்பெனவே உறுப்புடைச் செய்யுளும் அதன்கண் அடங்கும்." இவருக்கு முன், பேராசிரியர், இன்னும் தெளிவாகவும், அறுதியிட்டும் சொல்லுகிறார். "மற்றுச் செய்யுளுறுப்பு ஈண்டோதினார்; செய்யுள் யாண்டோதுப எனின் - அறியாது கடாயினாய்; உறுப்பு என்பன உறுப்புடைப் பொருளின் வேறனப்படா; பொருள் எனப்படுவன உறுப்பே; அவற்றது ஈட்டத்தினை முதலென வழங்குபவவாகலான் உறுப்பினையே சொல்லியொழிந்தார்; முதற்பொருளதிலக்கண மென, உறுப்பிலக்கணத்தினையே வேறுபடுத்திக் கூறலாவதின் மையானும், உறுப்புரைப்பவே அவ்வுறுப்புடைப் பொருள் வழக்கியலாற் பெறலாம் ஆகலானும் என்பது."

செய்யுளியலின் நோக்கமும் வழிமுறையும் இதுதான். பேராசிரியர் இதனைத் தெளிவாகவும் செறிவாகவும், இன்னது - இத்தகையது என்று வரையறுத்துச் சொல்லிவிடுகிறார். உறுப்புக்களைச் சொல்ல - அவ்வழி, அவற்றின் ஈட்டமாகிய செய்யுள், விளக்கம் பெறுகிறது. அப்படி என்றால், இதனுடைய கோட்பாடு, உறுப்புக்களை அடிப்படையாகக் கொண்ட கோட்பாடாகும். செய்யுள் அல்லது பாட்டு எவ்வாறு கட்டமைந்து கிடக்கிறது, அதனுடைய பண்புகள் என்ன என்ன, அதனுடைய செயலுறவுகளும் விழுமியங்களும் என்னென்ன என்பவற்றை, இதன் வாயிலாகவே தொல்காப்பியம் முன்னிறுத்துகிறது.

செய்யுளுறுப்புக்களின் மொத்தத்தை இது இரு பகுதிகளாகப் பிரித்திருக்கின்றது, "பொருந்தக்கூறிய எட்டு" என்று சொல்லப்படுவது. "பல செய்யுளும் உறுப்பாய்த் திரண்டு வருகிற தொடர்நிலையதாய் "வனப்பு" எனும் பெயர்ப் பகுதிவகையாக அமைவதாகும் (பேரா.,) இவை, தனித்தனியே அவ்வகையில் தான் விளக்கப்படுகின்றன. எனவே, உறுப்புக்கள் என்ற முறையில் செய்யுளின் உருவாக்க முறையினை (process of poetic composition), யாப்பியல் வகையின் இருபத்தாறு உறுப்புக்களே பிரதிநிதித்துவப் படுத்துகின்றன. இவை: மாத்திரை, எழுத்து, அசை, சீர், அடி, யாப்பு, மரபு, தூக்கு, தொடை, நோக்கு, பா, அளவியல், மற்றும் திணை, கைகோள்,

கூற்றுவகை, கேட்போர், களன், காலவகை, பயன், மெய்ப்பாடு, எச்சம், முன்னம், பொருள், துறை, மாட்டு, வண்ணம் ஆகியவை. இவை, குறிப்பிட்ட ஒரு வரிசை முறையில், எண்ணப்படுகின்றன. இந்த வரிசைமுறை எத்தகையது என்பதும், இந்த உறுப்புக்கள் எவ்வெவ்வாறு இயங்குகின்றன என்பதும், இவை செய்யுளின் எந்தெந்தப் பண்புகளைச் சொல்லுகின்றன என்பதும் குறிப்பிட்டுச் சொல்லும் முக்கியத்துவம் உடையவை; மேலும், இவை, உறுப்பியல் சார்ந்த கருத்துநிலையை விளக்குகின்றவை.

இந்த இருபத்தாறும் ஒரே வகையினத்தைச் சேர்ந்தவையல்ல. இவற்றுள் வேறுபாடுகள் உண்டு. மூன்று பகுதிகளாக இவற்றின் தொகுப்பைப் பார்க்க முடியும். மாத்திரை முதல் அளவியல் முடிவாக உள்ள பதினாறும் வடிவாக்கம் தொடர்பானவை; திணை முதல் மெய்ப்பாடு முடிய எட்டும் உள்ளடக்கம் தொடர்பானவை. எச்சம் முதல் வண்ணம் முடிவாக உள்ள ஆறும், உத்திசார்ந்தவை. இந்த உறுப்புகளின் பட்டியலில் மெய்ப்பாடு இருக்கிறது; அதன் முக்கியத்துவம் கருதி அது தனி இயலில் விளக்கவும்படுகிறது. அதேபோல, "உவமம்" மிக முக்கியமானதொரு கவிதை மொழியெனினும் அது உறுப்புகளில் ஒன்றாகச் சொல்லப்பட வில்லை. ஆனால் தனியே ஒரு இயலை அது பெற்றிருக்கிறது; விரிவாக விளக்கப்பட்டிருக் கிறது. உள்ளுறை, இறைச்சி, பல இயல்களில் இடமும் தேவையும் கருதிப் பேசப்பட்டாலும், தனியுறுப்பாகப் பேசப்படவில்லை. இதெல்லாம் போதாமை குறித்த சில செய்திகள்; கவனிக்கப்பட வேண்டிய நிலவரங்கள். இருக்கட்டும்.

வளர்ச்சியை நோக்கி

ஒலி அல்லது பேச்சொலியின் கால அளவையைக் குறிக்கின்ற மாத்திரை என்ற உறுப்பு முதல், இறுதிவடிவமாக நிற்கின்ற பாவகைகளின் அளவையைக் குறிப்பிடுகின்ற அளவியல் என்ற உறுப்பு வரை, இவை வடிவாக்கம் (formalization) பற்றிய கருத்துக்களைச் சொல்லுவன. மேலும், திணை, கைகோள் உள்ளிட்ட உறுப்புக்கள் பொருண்மை அல்லது உள்ளடக்கம் சார்ந்தவை. இவை, வடிவத்தை அர்த்தம் உடையதாகவும் உருவமும் உள்ளடக்கமுமாகிய ஒரு கலை முழுமையைத் (Artistic whole) தருவனவாகவும் நிற்கின்றன. தொல்காப்பியத்தைப் பொறுத்த அளவில் உருவமும் உள்ளடக்கமும்,

தனித்தனியாக நிற்பவை அல்ல. அவை ஒருங்கியைந்து தழுவி ஒன்றென உயிர்ப்பவையாகும். "யாப்பு" எனும் உறுப்பு, இதன் அடையாளம்.

எந்த உறுப்பும் தனியானது அல்ல; தனியாக இயங்குவதல்ல. ஒன்று, இன்னொன்றாக வளர்கிறது; ஒன்றோடு ஒன்று கலந்தும் கரைந்தும் வளர்ந்துகொண்டே போகிறது. காட்டாக, ஒரு நொடிப் பொழுதைக் காட்டுகிற மாத்திரை. அது, ஒன்றும் பலவுமாகச் சேர்ந்து எழுஉநிலைபெற்று எழுத்து ஆகின்றது. எழுத்துக்கள் கூடி அசைகளாக வளர்கின்றன. ஈரசை கொண்டும் மூவசை புணர்ந்தும் சீரியைந்து முடிவது சீர் எனப்படுகிறது. அசையும் சீரும் இசையோடு சேர்ந்து உணருமாறு உள்ளவை. இப்படியே உறுப்புக்கள் மேல்நோக்கி வளர்கின்றன; இயைந்தும் கரைந்தும், இறுதி நிலைவரை இவை வளர்கின்றன. முழுமை உருவாகிறது. இந்த உறுப்புக்கள் தம்முள் தாம் அதாவது பரஸ்பரம் ஒன்றோடொன்று சார்ந்து இயங்குபவை. (reciprocal function) அப்படி இயங்குவதனாலேயே வளர்பவை. இந்த இயங்குதிறனைத் தொல்காப்பியம் இயல, இயங்கும், இயக்கம், நடக்கும், முடியும், நிற்கும், ஒழுகும் மற்றும் ஈண்டிய ஆகிய சொற்களால் குறிப்பிட்டுள்ளது. மேலும், இவை செய்யுள் என்ற முழுமையை நோக்கிட்டவை என்ற பொருள்படும்படியாகக் கட்டமைந்த என்ற பொருளில் "யாத்த" என்ற சொல்லைப் பயன்படுத்துகிறது. யாத்த சீர் என்பது (செய்., 1) ஒரு உதாரணம். மேலும் யாப்பு என்பது, தனியே ஓர் உறுப்பாகவும் இடம் பெறுகிறது.

தொல்காப்பியம் விளக்கும் உறுப்புகள் சில, நுண்மை யானவை; தூலமற்றவை (abstract). ஓசையையும் ஓசை ஒழுங்கமைவுகளையும் அவற்றின் நிகழ்வாகிய சந்தங்களையும் இவ்வகையினவாகக் கூறலாம். வேறு சில உறுப்புக்கள் உள்ளார்ந்து இத்தகைய பண்புகளைக் கொண்டு - அதே நேரத்தில் - வடிவங்கொண்டு தோற்றம் தருபவைத் தூலமானவை (concrete); எழுத்து, அசை, சீர், அடி போன்றவை அவை. தூலமாகத் தோற்றம் தரும் இவ் உறுப்புக்கள், தூலமற்ற உறுப்புக்களின் இயங்குதிறனையும், ஆற்றலையும் உள்வாங்கிக் கொண்டு அமைகின்றன; இயங்குகின்றன. ஓசை - தூலமான உறுப்புக்களிடையே இசைவு ஏற்படுத்தும் பண்பைக் கொண்டது. 'நீர்மை' (fluidity) மூலம், இதனை இந்தப் பண்பு

செய்கிறது. எனவே, இயங்காற்றலாகவும் அந்த ஆற்றலை உறுப்புக்கள் பூராவும் நிரவச் செய்வதாகவும் அமைகிற இவற்றின் செயலை, உயிர்ப்பாற்றலாக (vita force) வருணிக்க முடிகிறது. இத்தகைய உயிர்பாற்றலினால்தான் செய்யுள் என்பது, சார்புடை முழுமையாக (relative wholeness) அமைகிறது. முழுமை அதனுடைய உறுப்புக்கள் வாயிலாகவும், உறுப்புக்கள், அவற்றின் முடிவாக உள்ள முழுமையின் வாயிலாகவும் வெளிப்படுகின்றன; அறியப்படுகின்றன.

இந்நிலைதான், உயிர்ம்மவியலின் (organcity or organism) பண்புநிலையாகும். இங்கே நாம், உயிர்ம்மவியல் என்று சொல்லுவது, உயிரியல் (Biology) என்ற அறிவியல் துறையிலிருந்து கடன் பெற்ற கலைச்சொல்தான். இதனைப் பயன்படுத்திக் கலைப் பொருளையும், இலக்கியத்தையும் மற்றும் இவை போன்ற வேறுசொல்லாடல்களையும், அவற்றின் பல்வகைப்பட்ட கூறுகளையும் பண்புகளையும், கலையியல் கோட்பாட்டாளர்கள், உளவியலாளர்கள், சமூகவியலாளர்கள் உள்ளிட்ட பல மேலை நாட்டறிஞர்கள் விளக்குகின்றனர். சமூகம் என்பது, கட்டமைந்த ஓர் ஒழுங்கமைவு (system) அல்லது அமைப்பு என்று வருணிக்கும் சமூகவியலாளர்கள், தம்முள் தாம் சார்ந்திருக்கிற உறுப்புக்களின் தன்மையும், இவற்றின் உறவுகளில் உள்ள சமச்சீர்விசை (equilibrium) என்ற ஆற்றலும் என்ற இருபண்புகளும், ஒழுங்கமைவினுடைய முக்கியமான பண்புகளாகும் என்கின்றனர். மேலும், இத்தகைய ஒழுங்கமைவுகளின் உதாரணங்கள் தான் உயிர்ம்மங்கள் என்பது இவர்களின் முடிவு. சமூகவியலாளர் பார்ட்டன் பெர்ரி என்பவர், ஒரு பொருளின் விழுமியம் என்பது அதனுடைய உறுப்புக்களின் பரஸ்பர செயலுறவுகளிலும், உள்ளார்ந்த அதனுடைய ஒருங்கிணைக்கும் குணத்திலும்தான் உள்ளது என்கிறார்[2]. மேலும், ஒவ்வொரு உறுப்பும் ஒரே சமயத்தில் வழிமுறையாகவும் இறுதிநிலை அல்லது இலக்காகவும் உள்ளது என்கிறார். (Each part is both means and end...)[3] பல திறனாய்வாளர்களுக்கும் கவிஞர்களுக்கும் இக்கருத்து உண்டு. கலையியல் கோட்பாட்டாளராகிய தியோடர் கிரீன், "ஒவ்வொரு கலையும், கலை சார்ந்த உறுப்புக்கள் அல்லது அலகீடுகளின் கலையியல் வழிப்பட்ட உறவுகளினால் அமைந்த கட்டமைப்பே ஆகும்" என்பார். உளவியலாளரும், கலையியல் - தத்துவவிய

லாளருமாகிய சூசன் லாங்கர், கலைவடிவத்தை உயிர்ப்புடைய வடிவம் (living form) என்று வருணிக்கிறார்.

யாப்பு

உயிர்ம்மவியலில் எல்லா உறுப்புக்களும் முக்கியமானவை: எல்லாவற்றிற்கும் குறிப்பிட்டுச் சொல்லக்கூடிய பொருண்மையும் ஆற்றலும் உண்டு. ஆனால், இடமும், சில நிகழ்வுகளும், ஆய்வுக்குரிய தேவையும் சில உறுப்புகளுக்கு முக்கியத்துவம் தருகின்றன. அவற்றுள் இங்கே "யாப்பு" என்பதை முக்கியமாகக் குறிப்பிடவேண்டும். உயிர்ம்மவியல் சார்ந்த பொருள் என்று ஒன்றைச் சொல்லுகின்றபோது உடல் தனியானது உயிர் தனியானது என்று அதனைப் பிரித்துப் பார்க்கமுடியாது. ஏனெனில், எல்லா உறுப்புக்களுக்கும் இயங்காற்றல் இருக்கின்ற போது, எல்லா உறுப்புக்களிலும் உயிர் கலந்தேயிருக்கிறது. தமிழில் இந்தக் கண்ணோட்டம் வலுவாகவே உள்ளது. "யாப்பு" எனும் உறுப்பு, இத்தகையதொரு பண்பினை - அதாவது வடிவமும் பொருளும் தனித்தனியாக அல்லாமல் இயைந்தும் கலந்தும் ஒன்றென இருப்பவை எனும் கருத்தினை பிரதிநிதித்துவப்படுத்துகிறது : சொல்லுகிறது.

> எழுத்து முதலா ஈண்டிய அடியில்
> குறித்த பொருளை முடிய நாட்டல்
> யாப்பென மொழிப யாப்பறி புலவர் (செய்யு., 77)

என்பது நூற்பா. எழுத்தும் கூடப் பொருளின்றி அமையாது. எழுத்து முதற்கொண்டு அசை சீர் அடி தொடை என்று போகிற வடிவாக்கம், பொருளின்றி அமையாது. குறித்த பொருளை, எஞ்சுதலின்றி முடிய நாட்டவேண்டும். அப்படி அமைந்திருக்கும் பண்பினைக் குறிப்பதுதான் இந்த யாப்பு உறுப்பு. இந்த யாப்பு எனும் உறுப்புக்குப் பின்னர் வருகின்றவை அல்லது பேசப்படுபவைதாம் பாவகைகள். பாவகைகளைப் பேசும் போதும் வடிவமும் பொருளும் எவ்வாறு இணைந்து கிடக்கின்றன என்பதும் பொருள் என்பதற்கு ஏற்ப, வடிவம் எவ்வாறு வேறுபடுகிறது என்பதும் பேசப்படுகின்றன. காட்டாகப் பரிபாடல் எனும் பாவகைக்குப் பிரத்தியேகமான உறுப்புக்களைப் பேசுகிறபோது, அவ்வுறுப்புக்களையும்

சொல்லி அதனோடு அத்தகைய பா, குறிப்பிட்ட ஒரு பொருளுக்கு - அதாவது காமங்கண்ணிய, அகப்பொருளுக்கு - உரியதாக வரும் என்றும் சொல்கிறது.

கொச்சகம் அராகம் சுரிதகம் எருத்தொடு
செப்பிய நான்கும் தனக்கு உறுப்பாகக்
காமங்கண்ணிய நிலைமைத்தாகும்.

(செய்யு., 120)

எனவே, உருவமும் பொருளும் வேறுபாடின்றிக் கலந்து கிடப்பதுதான் உயிர்ம்மவியல் முழுமையாகும்.

உறுப்புக்களும் முழுமையும், இவ்வாறு வேறுபாடின்றி அமைகின்ற கட்டமைப்பு, அடிப்படையில் கலைவடிவமானது. எனவே, அதன் கலை வெளிப்பாடுகளில், கலையியல் சார்ந்த கூறுகளும், பண்புகளும் பொருத்தமுற - அவ்வகையில் - ஒரு நிறைவுடன் அமையவேண்டும். அத்தகைய நிறைவும் இசைவும்தான் காண்போர்க்கு அல்லது வாசிப்போர்க்கு, அதன்மேல் விருப்பமும், ஈடுபாடும் தோன்றச் செய்யும். ஒரு கலைவடிவத்தில், முழுமையும் அதன் ஒவ்வோர் உறுப்பும், ஒருசேர ஒரே நேரத்தில் ஈடுபாட்டிற்கும் சுவைக்கும் உரியவையாக அமைகின்றன.

முழுமையை நோக்கி

இது, முழுமையை நோக்கிய ஒரு கட்டுமானம். இதனுள் ஒரு கலைப்பொருளின் உள்ளார்ந்த பண்புகள், தம்முள் இசைவுபெற்று, வேறுபிரித்து அறியமுடியாதவாறு ஒருங்கியைபு (synthesis) பெற்றிருக்கின்றன. படைப்பின் நோக்கம் உள்ளார்ந்து வெளிப்படுகிறது. உருவமும் உள்ளடக்கமும் வேறுபாடின்றி இயைந்து கிடக்கிறபோது, கலையின் நோக்கம் செயற்கையாக அல்லாமல், இயல்பாக வெளிப்படுகின்றது. தொல்காப்பியத்தையும் உரைகளையும் மற்றும் சங்க இலக்கியத்தையும் பொறுத்த அளவில், பாடுபொருள் எதுவாக இருக்க வேண்டும் என்பதில் தெளிவாக இருக்கின்றன. வாழ்வியல் அனுபவமே பாடுபொருள். சரி, ஆனால் உயர்ந்த குறிக்கோளும் ஒருவகையான முறைப்படுத் தப்பட்ட பாகுபாடும் இதன் மையம் என்பதை நினைவில் கொள்ள வேண்டும். இது பண்பாட்டு மீட்டு உருவாக்கத்திற்கு ஒரு தேவையிருந்த அன்றையக் காலத்திய ஒரு நிலைப்பாடு. குறிப்பாக அகத்திணை, தொல்காப்பியராலும் அத்தகைய

ஒருநிலை பின்பற்றப்படாத பிற்காலத்தைச் சேர்ந்த ஏனைய இலக்கணக்காரர்களாலும் - லட்சியப்படுத்தப்பட்டே விளக்கப் படுகிறது. அகம் மட்டுமல்ல, புறத்திணையும் ஓரளவு அப்படித்தான் விளக்கப்படுகிறது. இந்த இரண்டு வகையான பாடுபொருள்களுமே, இலக்கியத்தில் உயர்ந்தோர் நெறியின் (elitist tradition) ஆதிக்கத்தைக் காட்டக்கூடியவனவாக உள்ளன. சங்ககாலத்தில், குறிப்பாகப் பாடுபொருள் அமைவதில், இந்நெறி, பெரும் சக்திவாய்ந்ததாக இருக்கிறது. ஏனெனில், தொல்காப்பியமும் சரி, சங்கப்பாடல்களும் சரி, ஒருவகையான சமூக அமைப்பைக் கட்டமைக்க முயலுகின்றன. "உயர்ந்தோர் வழக்கு" என்பதனை நோக்கிட்ட "குடிமைச் சமூகம்" (civic society) என்பது அது. அதற்கேற்பவே பாடுபொருள்கள் வகுக்கப்படுகின்றன; முன்னிறுத்தப்படுகின்றன. போகட்டும். எவ்வாறாயினும், பாடுபொருள்களாகத் தொல்காப்பியம் குறிப்பிடுகின்ற அகம், புறம் என்ற இரண்டுமே கதைமைப் (fictionality) பண்பினையும் அதன் காரணமாகப் புனைவு நெறியையும் பெற்றுள்ளன.

பாடல் சான்ற புலனெறிவழக்கத்துடன் கூடிய இக்கதைமைப் பண்புகள், வாழ்வியல் அர்த்தங்களை உடையவை. அழகியலை வாழ்க்கை நிலைகளுடன் இணைக்கின்ற போக்கு, தமிழ்ப் பண்பாட்டு மரபில், குறிப்பாகப், பழங்காலத்திலும் இடைக்காலத்திலும் பெருவழக்காக இடம்பெற்றுள்ளது. ஒருவகையான விழுமியங்களின் (values) கட்டமைப்பு, அழகியலின் ஊடிழையாக வற்புறுத்தப்பட்டு வந்துள்ளது. இலக்கியத்தின் "பயன்" பற்றித் தமிழ் இலக்கியக்காரர்களுக்கு அழுத்தமான கருத்து உண்டு. அறம், பொருள், இன்பமாகவோ அல்லது வேறு ஏதோ ஓர் உயர்ந்த குறிக்கோளாகவோ, இந்தப் பயன் இலக்கிய உருவாக்கத்தில் இடம்பெற வேண்டும். பின்னால் வந்தவர்கள் இதனை இயந்திரப் போக்காகத் தனியாக - ஒட்டாமல் - கூறியுள்ளனர். ஆனால், தொல்காப்பியம் மிகவும் தெளிவாக, இலக்கியத்தின் நோக்கம் அல்லது அறவியல் சார்ந்த கருத்துநிலைகள், கலை உருவாக்கத்தின்போதே சரிவர இணைந்திருக்க வேண்டும் என்பதனைச் சுட்டிக்காட்டியுள்ளது. இத்தகையதொரு முழுமைதான், கலைமுழுமை (artistic whole) எனப்படுகின்றது.

நோக்கமும் பயனும்

எழுத்துக்குப் பயன், நோக்கம், லட்சியம் இருக்கவேண்டும். ஆனால் அதேபோது, கலை - அழகியல் தன்மைகளோடு முரண்பட்டுவிடாமல் கலையியல் முழுமை பெற்றதாக விளங்கவேண்டும். இதனை மார்க்சியம் வற்புறுத்துகிறது. ஃபிரடெரிக் ஏங்கல்ஸ், அழகுபடச் சொல்கிறார், "கலை இலக்கியத்தில், சமுதாய முரண்பாடுகளுக்கு வரலாற்று முறையிலான தீர்வுகள் இருக்கவேண்டும். அதனை எழுத்தாளன் தட்டிலே வைத்துத் தருவதுபோல மிக வெளிப்படுமாறு காட்டக்கூடாது. அது படைப்பின் செறிவான கட்டமைப்பு, சூழமைவு மற்றும் அவற்றிலே உள்ளார்ந்து கிடக்கும் செயலுறவுகள் என்பவற்றின் வழியே, இயல்பாகவும் தானே செறிவுபெற்றுப் புலப்படுமாறும் அமைதல் வேண்டும்."

(Ref: Marx - Engels, On Literature and Art)

தொல்காப்பியம் உள்ளிட்ட தமிழ் மரபு, இத்தகையதொரு கருத்தியலைத் தெளிவாகவே பேசியுள்ளது. சங்கஇலக்கியம் அத்தகையதொரு நிலைப்பாட்டுடன்தான் அகத்திணை சார்ந்த செய்திகளையும் புறத்திணை சார்ந்த செய்திகளையும் பாடற்பொருள்களாக வடிவமைத்துள்ளது. பாடற்பொருள்களில் "காதல்" நுண்மையானது; ஆழமானது; உணர்வு நிலைகளுடன் கூடியது. மிக நேர்த்தியுடன் அது வெளிப்பட வேண்டும். எனவே, அதன் ஐந்திணைகளைப் பேசுகிற தொல்காப்பியம், தொடர்ந்து,

> இன்பமும் பொருளும் அறனும் என்றாங்கு
> அன்பொடு புணர்ந்த ஐந்திணை

என்று புணர்தல், பிரிதல் முதலான அகன் ஐந்திணைகளை இன்பம், பொருள், அறம் ஆகிய அறவியல் "லட்சியப்" பொருள்களோடு இரண்டற இணைத்துவிடுகின்றது. அதுபோல், இன்னோரிடத்தில், பாவகைகள் ஆசிரியம் முதற்கொண்டு நான்கு எனச் சொல்லிவிட்டுத், தொடர்ந்து

> அந்நிலை மருங்கின் அறமுதலாகிய
> மும்முதற் பொருட்கும் உரிய என்ப **(செய்யு., 105)**

என்று பாவகைகளோடு அறவியல் கருத்துக்களை இணைத்துச் சொல்லிவிடுகிறது.

இவ்வகையான அறத்தைக் கட்டமைப்பது, அன்றைப்
பண்பாட்டின் ஒருநிலைப்பாடு அல்லது குறிக்கோள். இது,
உயர்ந்தோர் நெறி, உயர்ந்தோர் வழக்கு என்று வடிவமைத்துக்
கொண்ட (கிரேக்க நாகரிகத்தில் பிளேட்டோ "நகர அரசு" (city
state) என்று ஓர் அமைப்புக் குறித்து விளக்கியிருக்கிறார்) ஒரு
வகையான குடிமைச் சமூக (civic society) நெறி சார்ந்த
பண்பாட்டு நிலை. ஆனால் இவ்வாறு கட்டமைக்கப்படும்
உயர்ந்தோர் வழக்கு என்பது இறுக்கமானது அல்ல;
இறுதியானதும் அல்ல. பரந்துபட்ட மக்கள் வழக்கும்,
அறக்கழிவுடையனவும் கூடப், பாடற்பொருளுக்கும் அதன்
தேவைக்கும் பொருந்துமானால் ஏற்றுக்கொள்ளப்பட்டுள்ளன.
வரலாற்றிற்கு வரம்புகள் ஏது? இத்தகைய சமூக - பண்பாட்டு
மரபிற்கேற்பவே, கலைப்படைப்பையும் அழகியல் நெறியையும்
பண்பாட்டின் இலச்சினையாகத் (symbol of culture) தமிழ் மரபு
முன்மொழிந்திருக்கிறது.

1. Alvin W. Gouldner, Reciprocity and Autonomy in Functional Theory, 'Symposium on Sociological Theory (Ed., Llewellyn Gross) Row, Peterson & Co., New York, 1959. Pp 241-42.

2. Ralph Barton Perry, General Theory of Value, (Cambridge) Press., 1954, P. 48.

3. William K. Wimsatt Jr., & Cleanth Brooks, 'Literary Criticism - A Short History', (Oxford & IBH.) Calcutta, 1964, P.625.

4. 'Every Work of Art is a complex Organism of Artistic parts or units, artistically related to one another' - Theodore Mayer Greene, The Arts and the Art of Criticism, (Princeton), 1952, P.127.

5. Susanne K. Langer. "Feeling and form - A Theory of Art" (Charles Scribner's Sons) New York, 1953.

6. தொல்காப்பியத்தில் "யாப்பு" என்பது ஓர் உறுப்பு மட்டுமே.
அதனுடைய முக்கியத்துவம் கருதி, அதுவே, கட்டமைப்பின்
பொது இலக்கணத்தைக் குறிப்பதாகப் பிற்காலத்திய
இலக்கணங்கள் கூறத்தொடங்கிவிட்டன.

படைப்பாக்கத்தில், பொருளும் வடிவமும் வேறுபாடின்றி இணைந்தும் தம்முள்தாம் சார்ந்தும் இருப்பவை. இவ்வாறு அமைகிற பாடற்பொருள், மெய்ம்மையோடு கூடியது. மெய்ம்மை, உலகியல் வழக்காறுகளைத் தளமாகக் கொண்டது. ஆனால் இவ்வுலகியல் வழக்கு, படைப்பில், அப்படியே பிரதிபலிப்பது அல்ல. புறவய உண்மைகள் அகவயப்படுத்தப்படுகின்றன; கலைவய உண்மைகளாக மாற்றாக்கம் பெறுகின்றன. இந்த நிலைப்பாடு, புலனெறி வழக்கம் என்பதோடு ஒப்ப அறியப்படுகிறது. இது, உலகியல்வழக்கோடும், சுவையும் கற்பனையின் பங்கும்கொண்ட நாடகவழக்கோடும் இணைந்து வருவதாகும். இதிலுள்ள சேதிகள், காலம், இடம் மற்றும் பிற சூழல்களோடு ஒத்திசைவு கொண்டனவாகவும் தம்முள் பொருத்தப்பாடு கொண்டனவாகவும் இருக்க வேண்டும்.

7
பொருளின் பொருள்

அழகு, தோற்றத்தில் இருக்கிறது. தோற்றம், வடிவத்திலும், உள்ளமைந்து வெளிப்பட்டோ பொதிந்தோ கிடக்கும் பொருளிலும், இரண்டின் உறவுகளிலும், உறவுகள் சார்ந்து கூடிக்கிடக்கும் முழுமையிலும் புலப்படுகின்றது. இந்த அழகுதான் காண்போர் - கேட்போரின் ஏற்புடைமையையும் எதிர்வினையையும் பெறுகிறது. இந்த அழகைத்தான் தொல்காப்பியம், தன்னுடைய உயிர்ம்மவியல் (organic principle) கோட்பாடு மூலம் தெரியப்படுத்துகிறது. பின்னால் வந்த இளம்பூரணம், பேராசிரியம், நச்சினார்க்கினியம் உள்ளிட்ட

உரைகள் விளக்கப்படுத்துகின்றன. கவிதை உள்ளிட்ட கலைப் பொருள் எதிலும், அதன் உருவமோ உள்ளடக்கப் பொருளோ அதன் நுகர்வுத்திறனோ எவையும் தனித்தனியாக இருப்பன அல்ல. இவை தம்முள்தாம் சார்ந்தும் ஒன்றியும் இருக்கின்றன என்பதே தமிழ் அழகியல் காட்டுகின்ற சேதி.

'எல்லாச் சொல்லும் பொருள் குறித்தனவே' என்பது சொல்லின் இலக்கணம். ஆனால் அதற்கு முன் செய்யுளின் அடிப்படை உறுப்புக்களில் ஒன்றாகிய 'சீர்' என்பதேகூடப் பொருளோடு இணைந்த கூறாகவே கூறப்படுகின்றது. 'சீர்' என்பதனை, வெறுமனே சீர் என்று மட்டும் கூறாமல், 'யாத்த' எனும் அடை கொடுத்து வழங்குகிறது, தொல்காப்பியம். இதற்கு ஒரு காரணமும் கற்பிக்கிறார், பேராசிரியர்; 'யாத்த சீர் என்பது, பொருள் பெறத் தொடர்ந்து நிற்கும் சீரென்றவாறு', என்கிறார் அவர். அத்தோடு நிற்காமல், "அசை பல தொடர்ந்து சீராகுங்கால், அவ்வசையும் தத்தம் வகையால் பொருள் பெற நிற்கும்" என்கிறார். இப்படி, உருவவியல் கூறு, பொருள் பெற்றே இயங்கும் என்ற கருத்து முன்வைக்கப்படுகிறது.

செய்யுளின் கட்டமைப்பினைக் குறிப்பிடுகின்ற 'யாத்த' எனும் சொல், வடிவ அமைப்பில் பொருள் இணைந்து கிடக்கிறது எனும் கருத்தோடு கூடியது. மேலளவில் யாப்பு எனும் உறுப்பினை வரையறை செய்கிறபோது, தொல்காப்பியம் இதனை,

> எழுத்து முதலா ஈண்டிய அடியில்
> குறித்த பொருளை முடிய நாட்டல் *(செய்., 77)*

என்று சொல்லுகிறது. பொருளின் இன்றியமையாமை, இப்போது வலியுறுத்தப்படுகிறது. உருவம், பொருள் நிமித்தமாக அமைகிறது; பொருள், உருவம் வழியாக எழுகிறது. இருக்க

2

கவிதையில் அல்லது இலக்கியத்தில் அது வடிவங் கொள்கிறபோது, 'பொருள்' என்று பேசப்படுவது, அதன் உள்ளடக்கமாகக் கிடக்கும் பொருளேயாகும். சங்க இலக்கியத்தைப் பொருத்த அளவில் அது, அகம், புறம் என்பதாக மற்றும் முதல்,

கரு, உரிப்பொருள் என்பதாக அமைகிறது. இன்னும், வெவ்வேறு சமூக - பொருளாதார - வரலாற்று - பண்பாட்டு நிகழ்வுகளும் உணர்வுகளும் இலக்கியத்தின் பொருள்களாக ஆகின்றன. இவை உண்மையானவையாகவும் அல்லது உண்மை போன்று ஆக்கப்படுவனவாகவும் அமைகின்றன. இது ஒரு நிலை. இருக்க. நடைமுறையுலகில், உள்ள எத்தகைய பொருள் இலக்கியப் பொருளாக அமைகிறது? நடைமுறையில், உலகத்துப் பொருள்களை இரண்டு வகைகள் என்று கண்டு பகுத்துச் சொல்வார், இறையனார் களவியல் உரைகாரர். உண்மை (abstract), பருப்பொருள் அல்லது பிழம்பு (concrete) என்பது அவருடைய பகுப்பு. இனி, அவரிடமிருந்து அது, இங்கே மேற்கோளாக:

"உலகத்துப் பொருள்தான் இரண்டு வகையால் உணர்த்தப்படும். உண்மை மாத்திரை (மட்டும்) உணர்த்திப் பிழம்பு உணர்த்தப்படாதனவும் உண்மையும் பிழம்பும் உணர்த்தப்படுவனவும் என. அவற்றுள் உண்மையுணர்த்திப் பிழம்பு உணர்த்தப்படாதன, காமமும் வெகுளியும் மயக்கமும் இன்பமும் துன்பமும் முதலாகவுடையன. இனி, உண்மையும் பிழம்பும் உணர்த்தப்படுவன மாடக்கூடல் மாநிலத் தொடக்கத்தன என்று கொள்க. 'அன்பு' என்னும் பொருள் உண்மை மாத்திரையல்லது பிழம்பு உணர்த்தப்படாது என்பது; என்றார்க்கு, அன்பு என்பது, தான் கருதப்பட்ட ஒரு பொருளின் கண் தோன்றும் வேட்கையன்றே, ஈண்டு நம்மால் அன்பு என்று விகற்பிக்கப்படா நின்றது; அஃது யாதோ எனின், நாணுச் சுருங்க, புணர்வு வேட்கை பெருக, ஒருவனோடு ஒருத்தியிடை நிகழும் அன்பு, விசேட இலக்கணம் உடைத்து என்று கொள்க."

மேற்கோள் காட்டப்பட்ட இந்த உரைக்கு வேறு ஓர் உரை அவசியமில்லை. ஆனால் ஒன்றனை நாம் இங்கே நினைவுறுத்திக் கொள்ள வேண்டும். பிழம்பு என்பது பருப்பொருள்; முதல், கரு, உரிப்பொருள் என்று தொல்காப்பியம் சொல்லியவற்றுள், அது, முதற்பொருளில் 'இடம்' பற்றியதும், அதனைக் களமாகக் கொண்டு அவ்வந்நிலத்திடைத் தோன்றும் தெய்வம், உணவு, மரம், விலங்கு, பறவை, இசைக்கருவி முதலியனவற்றைக் குறிப்பதாகும். இவை, காணலாகும் அல்லது காட்டலாகும்

பிழம்புப் பொருள்கள். இவை, பாடற்பொருளாகின்றன. இனி, உண்மை என்று அவ்வுரை குறிப்பிடுவது, கூடுதல், பிரிதல், இருத்தல், இரங்கல், ஊடுதல் முதலிய சூழல்கள் சார்ந்த உணர்வுகளையும் மற்றும் அவ்வுரை மேற்கோள்காட்டும் தொல்காப்பியப் பொருளியல் (52,) சுட்டிக்கூறும், ஒப்பு, உரு, வெறுப்பு, கற்பு, ஏர், எழில், சாயல், நாணம், மடம், நோய், வேட்கை, நுகர்வு முதலிய உணர்வு நிலைகளையும் ஆகும். இவை யாவும்; நெஞ்சுகொளின் - அதாவது உணர்தலின்றித் - துலாம்பரமாகக் காட்ட முடியா 'உண்மை'களாகும்.

இறையனார் களவியலுரைகாரர், இவ்வாறு உலகத்துப் பொருளை இருவகையாகப் பிரிப்பார். இந்தக் கருத்தியலுக்குப் பின்னணியாக இருப்பது, அவருடைய காலத்தில் பக்தியியக்கச் சூழலில் தோன்றிய தத்துவ நிலைப்பாடேயாகும். ஆனால் பொதுநிலைப்பட்டு அதனைப் பகுத்து இலக்கியத் தளத்தில் விளக்கும் பொருட்டு, அதனை இலக்கியப் பொருளாக்கிச் சொல்கிறாரவர் இங்கே.

3

பொருள் எவ்வாறு எவ்வெந் நிலைகளில் - தளங்களில் அமைந்துகிடக்கிறது? - செயல்படுகிறது? மொழியியலின் வழி விளக்கப்படுகின்ற பொருண்மையியல் (semantics) என்ற கோட்பாடும், பாடல்களில் காணக்கிடக்கின்ற நிலைப்பாடுகளும் என்று இவற்றின் வழிக் காண்கையில் பொருளின் அமைவு - அல்லது பொருள் வெளிப்பாடு, முக்கியமாக,

1. சொல் இணை வரைவு (paradigmatic)
2. தொடரியல் வரைவு (syntagmatic)

என்ற இரண்டு மொழிநிலைகளில் வெளிப்படுகிறது; எனினும்,

3. சொற்றொடர் நிலை (phrase - structure)
4. ஒட்டுமொத்த நிலை (total structure or text)

என்ற இரு நிலைகளையும் சேர்த்தே, இது கருத்திற்கொள்ளப்பட வேண்டியதாக உள்ளது. ஆக, அடுத்தடுத்துள்ள இந்த நான்கு

நிலைகளிலும் பாடலின் பொருள் தளம் இயங்குமாறு காணப்படுகின்றது.

முதலில் - சொல் இணை வரைவு என்று நாம் சொல்லுவது, 'எல்லாச் சொல்லும் பொருள் குறித்தனவே' என்ற முறையில், ஒவ்வொரு சொல்லும் தனித்தனியே பொருள் புலப்படுத்துகின்றது என்பது. ஆனால் இந்தப் பொருள், எவ்வகைப்பட்டது? பொருள் என்பது உண்மை - மெய்ம்மையோடு சம்பந்தப்பட்டது. மெய்ம்மையின்றிப் பொருள் பொருட்படாது. அப்படியிருக்கையில், சொல்லளவில் அறியப்படுகின்ற பொருள் மெய்ம்மையோடும் பாடற்பனுவலோடும் பொருந்திவராமல் போகக்கூடும். இதனைத் தமிழ்மரபு வலியுறுத்தியிருக்கின்றது. சொற்கள் தத்தம் அளவில் பொருள் உடையனவாகத் தோன்றினாலும், மேல் நிலையில் - தொடரியல் அளவில் - அவை பொருள் உணர்த்து கின்றனவா? அந்தப் பொருள் என்ன வகையான பொருள்? உண்மை குறித்து வந்ததா? இல்லாத ஒன்றைக் குறித்து வந்ததா? பொருண்மையின் நிலையினை உரையாசிரியர்கள் உறைத்துப் பார்க்கின்றனர். 'குறித்த பொருளை முடிய நாட்டல்' என்ற தொல்காப்பியத்தின் வரையறையில் 'குறித்த பொருள்' என்பது எதனைக் குறிப்பிடுகிறது? பேராசிரியர் விளக்கம் தருகிறார். குறித்த பொருள் என்பது, உண்மையோடு பொருந்தியமைகிற பொருள் என்று உறுதிபடச் சொல்கிறார்.

முயற்கோடு சீவி முதுவிசும்பு போழ்ந்தான்

இப்படிச், செய்யுள் அடி என ஒரு தொடரை எடுத்துக்காட்டி விட்டு, இது பொருளற்றது என்று அறுதியிடுவார்: "எழுத்தும் அசையும் சீரும் பொருளிலவாகி வந்தமையின், அஃதமையாது; யாப்பெனப்படாது; சொல்லிலக்கணத்தால் சொல்தொறும் பொருளுடைய வாயினும், என்பது". முயல் - கோடு - சீவி - முதுவிசும்பு - போழ்ந்தான் - இவை யாவும் தனித்தனிச் சொற்கள் என்ற நிலையில் பொருளுடையனவாம்; ஆனால் நடைமுறை வழக்கிலுள்ள வழக்கொடு பொருந்தி வந்திருக்க வேண்டும். பேராசிரியர், இவ்வாறு இதனை வலியுறுத்துகிறார். நச்சினார்க்கினியர், வேறொரு சூழலில், வேறொரு நூற்பாவை (அகத்., 3) விளக்குகிறபோது, இதே கருத்தைச் சொல்லுவார்.

"ஆகாயப்பூ நாறிற்று என்றுழி, அது சூடக் கருதுவாருமின்றி மயங்கக்கூறினான் என்று உலகம் இழித்திடப் படுதலின், இதுவும் இழித்திடப்படும்".

எனவே சொல்லியல் நிலையில் தனித் தனியே பொருள் புலப்படுவது அதனுடைய இயல்பே எனினும், பாடலின் மொத்த நிலையில், பொருத்தமுடையதாக வரவேண்டும். மேலும், அந்தப் பொருள், உலக வழக்கொடு பொருந்துவதாக - மெய்ம்மைகொண்டதாக - இருக்க வேண்டும். அது, முக்கியம். மொழியமைப்பின் ஒவ்வொரு நிலையிலும் பொருள் அமைந்திருக்கிறது; அதனதன் அளவில் அதது இயல்பானதாகவும் இருக்கிறது. மொழியின் வரைவு மேல்நோக்கி வளர்கிறபோது, பொருளும் இயங்காற்றலுடன் விரிவுபெற்று வளர்கிறது. பனுவலின் ஒட்டுமொத்த நிலைதான், இறுதியானது. பகுதிகள் திரட்சி பெற்று முழுமையடைகிறபோது, பொருள், தயங்கித் தேங்கி நின்றுவிடாமல் ஆழமும் அகலமும் கொண்டதாகவும் பன்முகத் தன்மை கொண்டதாகவும் முனைப்புப்பெற்று வளர்கிறது; தளங்கள் விசாலமடைகின்றன. கவிதையின் ஆற்றல், பொருளின் பரப்பிலும், கலைவயப்பட்டு நிற்கின்ற அதன் திறத்திலும் இருக்கிறது.

4

மொழியமைப்பில் தனிச் சொற்களுக்கு முக்கியமான இடம் இருப்பினும், தகவல் பரிமாற்றம் என்பது, பல சமயங்களில், தொடர் அமைப்பாகவே இருக்கிறது. எனவேதான், சொல்லதிகாரத்தில், தொல்காப்பியர், சொல்லின் அமைப்பையும் வகைமைகளையும் கூறுவதற்கு முன்னால், சொற்கள் தொடர்களாக நின்று, எவ்வாறு சரியாகவும் அழகாகவும் செயல்பட வேண்டும் என்பதைப் பேசத் தொடங்கிவிடுகிறார். 'கிளவியாக்கம்' என்ற முதல் இயலின் நோக்கம், இதுதான். பின்னர் தொடர்ந்து சொற்கள், தொடரமைப்பினைப் பெறுகையில் இடையில் ஏற்படும் வேற்றுமையுறவுகள் பேசப்படுகின்றன. சொற்றொடர் அமைப்பு, தமிழ் மொழியமைப்பில் விசேடமானது; பொருண்மை நிலையில் மிகவும் முக்கியமானது. எனவேதான், சொற்கள் பொருள் உணர்த்துகிற திறன் பற்றி,

தெரிபுவேறு நிலையலும் குறிப்பின் தோன்றலும்
இருபாற்றென்ப பொருண்மை நிலையே

(பெயரியல், 3)

என்று தொல்காப்பியம் வரையறை செய்கிறபோது, விளக்கம் தருகிற உரையாசிரியர் சேனாவரையர், தனிநிலைச் சொற்களை அல்ல - சொற்றொடர் நிலைகளையும் தொடரியல் நிலைகளையும் சார்ந்தே விளக்கம் தருகிறார். மேலும், பாடலின் மொத்த நிலையிலுள்ள சொற்றொடர்களின் செயற்பாட்டையும் காட்டுகின்றார். 'இளைதாக முள்மரம் கொல்க' என்ற திருக்குறள் (879) தொடரை எடுத்துச் சொல்லி, அது 'குறிப்பில் (பொருள்) தோன்றும்' ஆற்றல் பெற்றுள்ளதை விளக்கிக் காட்டுகின்றார். சொல்லை விளக்க வந்த இடத்தில்கூட இப்படித் தொடரியல் அமைப்பினைச் சார்ந்தே பொருண்மையின் இருநிலைப்பட்ட பண்பு இருப்பதாக விளக்குகின்றார்.

சொற்றொடர் என்ற நிலையில் பொருள், அடுக்கு நிலையும் ஆழமும் குறிப்பும் பெறுவதற்குரிய சூழல்கள் - உவமம், உருவகம், எச்சம், உவமத்தொகை, வினைத்தொகை, பண்புத்தொகை, அன்மொழித்தொகை உள்ளிட்ட தொகை நிலைத்தொடர்கள் முதலியவையாகும். எ. டு., 'கடனறிமாக்கள் போல இடன்விட்டு....' குறுந்., 265) இவை சொற்றொடர் அளவில் பொருள் தளங்களை விசாலப்படுத்துபவை. முழுமையான தொடர் அமைப்பிலும் தொடர்கள் பலவாகச் சேர்ந்த நிலையிலும் பொருள் தளம் விரிவடைகிறது. மேலும் பாடலின் ஒட்டுமொத்தப் பனுவல் என்ற நிலையிலும், உள்ளுறை, இறைச்சி, முரண், புகழாப் புகழ்ச்சி, குறிப்பெச்சம் முதலியன காரணமாகவும் கட்டமைப்பின் பிரத்தியேகச் சூழல்கள், மற்றும் முன்புலமாக (fore ground) உள்ள புறச்சூழமைவுகள் (macro context) காரணமாகவும் பொருள் தளங்கள் விசாலமடைகின்றன; பன்முகத்தன்மை பெறுகின்றன.

எழுத்து, அசை, சீர் உள்ளிட்ட உறுப்புக்களாயினும் சரி சொல், சொற்றொடர் முதலியனவாயினும் சரி, பொருள், எல்லாவற்றோடும் இசைவு பெற்று அமைகிறபோது, அவ்வடிவமைப்பு, முழுமையான பனுவல் என்ற அளவில் கூட்டு மொத்தம் (sum total) என்பதாக அல்லாமல், அந்த நிலையினைத் தாண்டி, அதன் விளைச்சலில் எஞ்சிநிற்பதாக அமைகிறது.

மறுதலையாக - வடிவத்தின் சக்தி, இப்படிப் பொருளுக்காய் 'ஆகி' வந்திருக்கிறது என்றும் சொல்லலாம்.

கவிதையின் பொருட்டாகவும், கலையின் வடிவாகவும் பொருள் இருக்கிறதென்றால், எப்படியாகப்பட்டதாக அது எழுகின்றது? எப்படியாகப்பட்டதாக வழங்குகிறது? பொருளின் கரு, உண்மை - மெய்ம்மை; சொன்னோம். உண்மை என்பது உலகியல் வழக்காறுகளைச் சார்ந்தது; சொன்னோம். அப்படியானால் அது, அப்படியே வெளிப்படுகிறதா; இயல்பாகவா? வேறுவேறு வழிகளிலா? ஆக்கம் அதர்வினாய்ச் (வழி கேட்டு) செல்லும் என்றால், உண்மையும்தான் அவ்வாறு அதர்வினாய்ச் செல்லுகிறது. ஒரு கலைப்பொருளில் எப்படித் தன்னை வெளிப்படுத்திக்கொள்வது என்று ஏற்றதொரு வழிமுறையை அது நாடுகிறது. சேதிகளை எப்படியாகப்பட்டனவாய்ச் சொல்லுகிறது. கலைவடிவம்? உலகியல் நடைமுறைகளில் காணப்படும் உண்மையும் கவிதையில் - படைப்பிலக்கியத்தில் புலனாகும் உண்மையும் ஒன்றா? அதாவது, ஒரே மாதிரியாகக் காணப்படுகின்றதா? ஜெர்மானிய அறிஞர்கள் ஷ்லெகலும் (Schlegal) ஷெல்லிங்கும் (Schelling), கவிதையென்பது, முழுமையான உண்மை (poetry, as an absolute reality) என்கிறார்கள். ஆனால் கண்ணால் காண்பனவும் காதால் கேட்பனவும் தொட்டும் முகர்ந்தும் அறிவனவும் என்று எல்லா உண்மைகளும் முழுமையான உண்மைகளல்லவே. அதுவும் - ஒரு கலைவடிவம், உண்மையின் மேல் அது அக்கறை கொண்டிருந்தாலும், அதனை அப்படியே வெளிப்படுத்துவது இல்லை; அது சாத்தியமுமில்லை. உண்மையை எப்படி அது உணர்த்துகிறது, பிரதிபலிக்கிறது என்ற கேள்வியைத் தமிழ் அழகியல் கோட்பாடு மிகவும் அக்கறையோடு கேட்டுக் கொண்டு பதில் சொல்லுகிறது / விளக்கம் தருகிறது.

5

புறவய உண்மை (external reality), கலைவடிவத்தினால் அகவயப்படுத்தப்பட்டுக் கலைவய உண்மையாக (artistic reality) வெளிப்படுகின்றது. எனவே இங்கே ஒரு 'மாற்றாக்கம்'

(transformation) நிகழ்கிறது. இந்த மாற்றாக்கம், பல தேவைகளின் பொருட்டுப் பல சூழமைவுகளில் நிகழ்வதாயினும், முக்கியமாக, இது ஓர் அழகியல் தேவையாகும். கலைவய உண்மை பற்றிய இத்தகைய நிலைப்பாடு - கருத்தியல் - தொல்காப்பியரின் 'புலனெறி வழக்கம்' என்ற இன்னொரு முறையில் வெளிப்படுகின்றது.

நாடக வழக்கினும் உலகியல் வழக்கினும்
பாடல்சான்ற புலனெறி வழக்கம். . .   (அகத்., 53)

இது தொல்காப்பியம் கூறும் ஒரு வரையறை.

'பாடல் அல்லது படைப்பாக்கம் என்பதோடு பொருந்துவதாகவும் அதற்குச் சிறப்புத் தருவதாகவும் அமைவது, புலனெறி வழக்கம். இது நாடக வழக்கு, உலகியல் வழக்கு எனும் இரண்டு ஒழுகலாறுகளை அல்லது முறைமைகளைக் கொண்டதாகும்' என்பது இதன் பொருள். பாடலில் இவ்விரண்டு ஒழுகலாறுகளும் கலந்துவரலாம்; ஒன்று மிகுந்தும் இன்னொன்று குறைந்தும் வரலாம்; ஏதாவதொன்று மட்டுமே குறிப்பிட்ட பாடலில் இயைந்து வரலாம்; எவ்வாறாயினும், எல்லா வகையான பாடல்களுக்கும் இவை ஒரே வகையாக அமைவதில்லை. பாடலின் நோக்கத்திற்கும் பொதுவான கருத்தமைவுக்கும் ஏற்ப, நாடக வழக்கு, உலகியல் வழக்கு ஆகியவற்றின் அளவைகள் அமைகின்றன. பாடல் சான்றாக அமைய வேண்டுவது, புலனெறி வழக்கின் முக்கியமான பண்பு. பாடலுக்குச் சிறப்புத்தருவது, புலனெறி வழக்கம். இலக்கியத்தின் யாதார்த்தவியலை இவ்வாறு தொல்காப்பியம் வரையறை செய்கிறது.

புலனெறி வழக்கின் இரு கூறுகளாகிய நாடக வழக்கு, உலகியல் வழக்கு ஆகியன பற்றி உரையாசிரியர்கள் விளக்கம் தருகின்றனர். 'உலகியல் வழக்காவது, உலகத்தார் ஒழுகலாற்றோடு ஒத்துவருவது' என்பது அவர்கள் தரும் விளக்கம். 'நாடக வழக்காவது, சுவைபட வருவனவெல்லாம் ஓரிடத்து வந்தனவாகத் தொகுத்துக் கூறுதல்' என்பார் இளம்பூரணர்.

இதனைப் பின்பற்றி, வேறோரிடத்தில் (அகத்., 3) முதல் கரு உரி ஆகியன பற்றிப் பேசுகிறபோது, நச்சினார்க்கினியரும் விளக்கம் தருவார். இவ்விருவரின் விளக்கங்களையும் தொகுத்துக்

காணுகிறபோது - புலனெறி வழக்கம், உலகியல் நடைமுறை ஒழுகலாறுகளை அடிப்படையாகக் கொண்டது. இல்லது புனைதல் என்பது இல்லை. ஆனால் நடைமுறையில் காலம் இடம் என்ற சூழமைவுகளைச் சார்ந்த முதல் கரு உரி ஆகிய பொருட்களும் பிறபிற நிகழ்வுகளும் வேறுபட்டு வருவதன்றி ஒருங்குவருவதாக அமைவதில்லை. ஆனால் அத்தகைய நிகழ்வுகளும் அவற்றின் சித்திரிப்புக்களும் அகப்பாடல்களில் - கற்பனைநயம் தோன்றச் சொல்லப்படுகிறபோது - வேறு வேறாக நடப்பனவற்றைத் திரட்டி ஒருங்கு நிகழ்வன போன்ற தோற்றத்தோடு ஆக்கித் தரப்படுகின்றன; அவற்றிற்குப் பொருந்துமாறு இடமும் காலமும் நியமித்து மனங் கொள்ளுமாறு அழகிய சூழலோடு - பின்புலத்தோடு - தரப்படுகின்றன; யாதானும் ஒரோவழி ஒரு சாராரிடம் நிகழ்வதை, இன்னொரு சாரார்க்கும் உரியதாகப் பொதுவாக்கிக் கூறப்படுகின்றன. "சுவைபட வருவனவெல்லாம் தொகுத்துக் கூறுதல்" (சுவைபட வாராதவற்றைத் தவிர்த்தல்) நாடக வழக்கின் சிறப்பான பண்பு - உத்தி. இது, புலனெறி வழக்கில் தேவை கருதி இடம் பெறுகிறது.

முன்பு காட்டிய நூற்பா இடம்பெற்றிருப்பது, தொல்காப்பிய அகத்திணையியலில். எனவே உரையாசிரியர்கள் நாடக வழக்கோடுகூடிய புலனெறி வழக்கம், அகப்பாடல்களுக்கே சிறப்பாக உரியது என்கின்றனர். புறத்திற்கு உலகியல் வழக்கே சிறப்பானது என்கின்றனர். மேலும், இளம்பூரணர்' 'புறப்பொருள் உலகியல்பானன்றி வாராமையின், அது நாடக வழக்கம் அன்றாயிற்று' என்று அறுதியிட்டுக் கூறுவார். புறப்பாடல்களில் நாடக வழக்கு அதிகம் இடம் பெறுவதில்லை. அப்படி இடம்பெறுவதில்லை என்பது உண்மையானாலும் மரபுகளும் கலையியல் தேவைகளும் நடையியல் முறைமைகளும் கருதி, அது சிறுபான்மையாகவேனும் இடம்பெறாமல் இல்லை. அகப்பாடல்களில், நாடக வழக்கு முக்கியமானது; பெரும்பான்மை யானது. புறப்பாடல்களில் உலகியல் வழக்கு முக்கியமானது; பெரும்பான்மையானது. இவற்றை உள்ளடக்கிய புலனெறி வழக்கம் பாடலுக்குச் சால்பு தருவது; புறவய உண்மையைக் கலையியல் உண்மையாக்குகின்ற முறைமை பற்றியது என்பது நினைவில் கொள்ளப்பட வேண்டியது.

6

நாடக வழக்கு என்பதனை நச்சினார்க்கினியர் சிலவிடங்களில் 'புனைந்துரை' என்று பேசுகிறார். இளங்கோவடிகள், சேக்கிழார், கம்பர் முதலியோர் வளர்த்தெடுத்த காவிய காலத்தின் பிற்பகுதியில் தோன்றிய அவர், அதனுடைய சூழலில் இந்தச் சொல்லைப் பயன்படுத்துகிறார். அவர் சொல்லுவார்: "இச்செய்யுள் வழக்கினை நாடக வழக்கென மேற்கூறினார், எவ்விடத்தும் எக்காலத்தும் ஒப்ப நிகழும் உலகியல் போலாது, உள்ளோன் தலைவனாக இல்லது உணர்த்தல் முதலாகப் புனைந்துரை வகையால் கூறும் நாடக இலக்கணம் போல, யாதானும் ஒரோவழி, ஒருசாரார் மாட்டு உலகியலால் நிகழும் ஒழுக்கத்தினை எல்லார்க்கும் பொதுவாக்கி, இடமும் காலமும் நியமித்துச் செய்யுட் செய்த ஒப்புமை நோக்கி..." இப்படி அவர் புனைந்துரை பற்றிக் கூறுவார். அப்படிக் கூறுகிறபோது, உறுத்தலாகத் தெரிவது 'உள்ளோன் தலைவனாக இல்லது உணர்த்தல்' என்ற தொடர். அதுபோல் இல்லோன் தலைவனாக உள்ளது உணர்த்தலும்... என்பவை காவியங்களிலும் புராணங்களிலும் காணப்படுகிற புனைவுகள்தாம். ஆனால் உலகியல் நடைமுறைக்கும் இவை மாறானவை; செவ்வியல் இலக்கிய மரபில் தோன்றிய கருத்தமைவுகளுக்கும் மாறுபட்டன போல் இவை தோன்றலாம். இந்த முரண், நச்சினார்க்கினியர்க்கே பட்டிருக்கிறது. எனவே அவரே, இன்னோரிடத்தில் (அகத். 53) சொல்லுவார்:

"இப்புலனெறி வழக்கினை இல்லது - இனியது - புலவரால் நாட்டப்பட்டது என்னாமோவெனின், இல்லதென்று கேட்டோர்க்கு மெய்ப்பாடு பிறந்து, கேட்டார்க்கு இன்பம் செய்யாது ஆகலானும், உடன்கூறிய உலகியல் வழக்கத்தினை ஒழித்தல் வேண்டுமாகலானும் அது பொருந்தாது." என்று அறுதியிடுகிறார். மேலும் அவர் சொல்வார்: "புனைந்துரை வகையால் கூறுப என்றலில், புலவர் இல்லனவுங் கூறுபவாலோ எனின், உலகத்திற்கு நன்மை பயத்தற்கு நல்லோர்க்குள்ளனவற்றை ஒழித்தோர் அறிந்தொழுகுதல் அறம் எனக் கருதி, அந்நல்லோர்க்கு உள்ளனவற்றில் சிறிது இல்லனவுங் கூறுதலன்றி, யாண்டும் எஞ்ஞான்றும் இல்லன கூறார்." நச்சினார்க்கினியரின் கூற்று, 'சிறிதளவாக' இல்லன கூறுதலை ஏற்றுக்கொள்கிறது; ஆனால், அப்போது நன்மை பயத்தலை இது நோக்கமாகக் கொண்டிருக்க வேண்டும் என்கிறது. நல்லது.

இதுவரை பொருள் பற்றி நாம் சொல்லிய விளக்கங்களிலும் எடுத்துக்காட்டிய மேற்கோள்களிலும் முக்கியமாகத் தெரிபவை:

அ. பொருளை நோக்கமாகக் கொள்ளுதல் என்பது பாடலின் கட்டமைப்பில் இயல்பானதாகவும் கட்டாயமானதாகவும் உள்ளது.

ஆ. பாடற்பொருளில், உண்மை - மெய்ம்மை இருப்பது என்பது முக்கியமானது.

இ. பொருள் - சேதி மற்றும் உண்மை என்பது கலைப் படைப்பாக்கத்தில், நேருக்கு நேர் அப்படியே புலப்படுத்தப் படுவதில்லை; அது கலைவயப்பட வேண்டும். புலனெறி வழக்கு என்பது அத்தகைய கருத்தியலை முன்னிறுத்துகிறது.

ஈ. பாடலில் பொருள், சொல்லின் அளவையில் அல்லாமல் பனுவலின் முழுமையில் - சரியாக வெளிப்படுகிறது; பகுதிகளின் கூட்டு மொத்தம் என்ற அளவையைக் கடந்து பனுவலின் முழுமையில் பொருள் விசாலமும் தெளிவும் பெறுவதாக அமைகிறது.

உ. நாடகவழக்கு என்பது சுவைபட வருவது; கலையியல் உத்தியாக அமைவது. நிகழ்வுகளைப் பொருத்தமுறத் தேர்ந்தெடுத்து ஒன்றிணைத்துக் காட்சியளவைக்குள் கொண்டு வரவேண்டும்.

ஊ. வடிவமும் பொருளும் தம்முள்தாம் சேர்ந்தும் சார்ந்தும் அமைபவை. ஒன்றன் மாற்றம் இன்னொன்றின் மாற்றத்திற்கும் உரித்தாக வரும். இது, இயங்கியலோடு சேர்ந்து அறியப்படுவது.

மேற்கூறியவை படைப்பாக்கத்தின் உள்ளடக்கப் பொருளின் பரிமாணங்கள் - பொருள் பற்றிய கருத்தமைவுகள் ஆகும். இவையன்றியும் இன்னும் இரண்டு முக்கியமான பரிமாணங்கள் உண்டு. அவை,

எ. உயர்ந்தோர் நெறியே உலகியல் வழக்கு என்று வருணிக்கப் படுகிறது. அப்படி வருணிக்கப்பட்டாலும் தவிர்க்க முடியாத நிலையில் அதற்கு மாறான விழுமியங்களும் கலைவடிவங் கொள்ளுகின்றன; அதற்கு அங்கீகாரம் உண்டு.

ஏ. பாடலில் புலப்படும் வெவ்வேறு சேதிகளும் பொருள்களும், அவ்வக் காலத்திற்கும் இடத்திற்கும் சூழலுக்கும் ஏற்பப்

பொருந்துமாறு இசைவு பட்டு (approprlateness) அமைதல் வேண்டும். ஒவ்வாதன தவிர்க்கப்படக் கூடியவை.

7

சங்ககாலம் என்றறியப்பட்ட செவ்வியல் காலம், சமூக - அரசியல் தளத்தில், குடிமைச் சமூக (civic society) நெறியைக் கட்டமைத்துக்கொண்டிருந்த காலம். எனவே காதலும் தனி மனித உறவுகளும் குடும்பமும் உள்ளிட்ட வாழ்வியலிலும், போர், உரிமைப் பங்கீடு, கொடை, புகழ், கொண்டாட்டம் உள்ளிட்ட வாழ்வியலிலும் உயர்வானவை அல்லது நனி நாகரிகமானவை என்று கருதப்படுகின்ற விழுமியங்கள் (values) முன்வைக்கப் பட்டன. சங்க இலக்கியமும் தொல்காப்பியமும் இவற்றை வகுத்தும் வழிப்படுத்தியும் போற்றின. பாடலுக்குரிய பொருள்கள், இத்தகைய உயர்வான ஒழுகலாறுகளையும் பொற்புடை நெறிமை சார்ந்த உணர்வுகளையும் சித்திரிப்பவை என்ற கருத்தியல், கவிதையியலில் முன்னிலைப்படுத்தப்பட்டது. ‘உயர்ந்தோர்’ என்ற சொல், இச்சூழ்நிலைகளில், தொல்காப்பியத்தில் பலமுறை பயன்படுத்தப்படுகிறது.

மரபியலுள், தொல்காப்பியர் “வழக்கெனப்படுவது - உயர்ந்தோர் மேற்றே.” (மரபியல், 94) என்று வரையறுத்துக் கூறுகிறார். ஏன் அது உயர்ந்தோர் மேலதாக இருக்கிறது? என்ற கேள்விக்குப் பதில் சொல்வது போல், தொடர்ந்து அடுத்தவரியில், “நிகழ்ச்சி அவர் கட்டாகலான” என்பார். வல்லவன் வகுத்ததே வாய்க்கால் என்பது போன்று, நிகழ்ச்சிகள், உயர்ந்தோரை மையமிட்டே இருக்கின்றன என்பது கருத்து இளம்பூரணர் உரையில் வழக்கென்று சொல்லப்பட்டது உயர்ந்தோர் மேலது; நூலின் நிகழ்ச்சி, அவர் மாட்டது ஆதலான்’ என்று சொல்லுவது சிந்தனைக்குரியது. நடைமுறையிலுள்ள வழக்கினைச் சொல்லாமல், நூலின் நிகழ்ச்சியை அவர் குறிப்பிடுவது கவனத்தில் கொள்ளப்பட வேண்டும். பொருளியலில் தொல்காப்பியர்,

> உயர்ந்தோர் கிளவி வழக்கொடு புணர்தலின்
> வழக்குவழிப் படுதல் செய்யுட்குக் கடனே.

இந்த நூற்பாவுக்கு மாறாக, நச்சினார்க்கினியர் அதனுடைய பனுவலை,

உயர்ந்தோர் கிளவியும் வழக்கொடு புணர்தலின்
வழக்குவழிப் படுத்தல் செய்யுட்குக் கடனே.

என்று கொள்கிறார். உயர்ந்தோர் வழக்கு ‘அறவழிப்’ பட்டது எனக் கொண்டால், பாடலில் அது மட்டுமா இடம்பெறுகிறது? தொல்காப்பியர், விதிவிலக்குக் கூறுகிறார்.

அறக்கழி வுடையன பொருட்பயன் படவரின்
வழக்கென வழங்கலும் பழித்தன் றென்ப.

பொருட்பயன் இருக்குமானால் அறக்கழிவுடையனவும் வழக்கென வழங்கக்கூடும் என்பது கலையியல் சூழல் சார்ந்த ஒரு நடைமுறை. இதற்கு முன்னால், நச்சினார்க்கினியர் சொன்னதாக ஒரு மேற்கோள் காட்டினோம். “உலகத்திற்கு நன்மை பயத்தற்கு, நல்லோர்க்கு உள்ளனவற்றை ஒழிந்தோர் அறிந்தொழுகுதல் அறம் எனக் கருதி, அந்நல்லார்க்கு உள்ளனவற்றில் சிறிது இல்லனவுங் கூறுதல்.....” உண்டு. இந்த இரண்டு கூற்றுக்களையும் இணைத்துப், பொருட் புலப்பாட்டு நெறியின் நெகிழ்வு நிலையை அறிந்து கொள்ளலாம். இது, கருத்தியல் வளர்ச்சியைக் காட்டுவது மட்டுமல்ல, நடைமுறையில் தவிர்க்க முடியாதது என்பதையே முக்கியமாகக் காட்டுகிறது.

பாடலுக்குரிய பொருள், புலனெறி வழக்காகவோ, நேர்முகமாகவோ பனுவலில் புலப்படுகின்றபோது, அது குறிப்பிட்ட தளத்தோடும் சூழமைவோடும் பொருத்தமுற அமைய வேண்டும். முரண் இருக்கக் கூடாது. சொற்பொருளும் சரி, பாடலில் புலவர் வைக்கக் கருதிய பொருளும் சரி, குறிப்பிட்ட பனுவலில், அவ்வக்காலம் மற்றும் இடம் ஆகியவற்றோடு இசைவுபெற இருக்க வேண்டும். இது, ஒத்திசைவு (harmony) அல்லது பொருத்தப்பாடு (appropriateness) என அழைக்கப்படலாம். இதனை உரையாசிரியராகிய பேராசிரியர் சற்று விளக்கமாகவே கூறி வலியுறுத்தியிருக்கிறார். தொல்காப்பியர், பாடலில் இயற்சொல், திரிசொல், திசைச்சொல், வடசொல் எனும் நான்குவகைச் செய்யுளீட்டச் சொற்களும் சரியாக யாப்புவழிப்பட வேண்டும் என்று ‘மரபு’ எனும் உறுப்புப்பற்றிப் பேசுகிறபோது,

மரபே தானும்
நாற் சொல்லியலான் யாப்பு வழிப்பட்டன்று

(செய்யு.,79)

என்று சொல்லியிருப்பார். இதற்கு விளக்கம் தருகிற விதமாக ஒத்திசைவு மற்றும் பொருத்தப்பாடு பற்றிச் சற்று விளக்கமாகவே பேராசிரியர் சொல்லுவார்.

முதலில் - பொழிப்புரையாக அவர் சொல்லுவது, “நாற்சொல்லினையும் - உலகத்தார் வழங்குகின்ற வழக்கு வடிவினான் - மேற்பகுத்த யாப்பு வழிப் பொருத்த முடைத்தாகிக் கிடப்பது” என்று சொல்லுவார். இரண்டாவதாக, வழக்கு (இயல்பானது) மற்றும் செய்யுள் எனும் இரண்டும் இரண்டற வேறுபாடின்றிக் கலந்து கிடக்க வேண்டும் என்று சொல்லுவார். “அஃதாவது, வழக்கெனவும் செய்யுள் எனவும் இடைதெரியாமல் ஒரு வாய் மாட்டான் வழக்கும் செய்யுளுமாகி ஒரு சொற்றொடரினைச் சொல்லியதுபோலச் செய்யுள் செய்க என்பது.” படைப்பிலக்கியம் எனும் கலைவடிவம், நடைமுறை வழக்கோடு வேறுபாடின்றி இருக்க வேண்டும். இது படைப்பு உருவாக்கத்தில் முக்கியமானதொரு கருத்துநிலை. அடுத்து, மூன்றாவதாகச் “சொல்லும் பொருளும் அவ்வக்காலத்தார் வழங்கு மாற்றானே செய்யுள் செய்க என்பதாயிற்று. இதனது பயன், ஒரு காலத்து வழங்கப்பட்ட சொல், ஒரு காலத்து இலவாகிலும் பொருள் வேறுபடுதலும் உடைய....” என்கிறார். தொடர்ந்து இதனை இன்னொரு முனையிலிருந்து விளக்குவார். “இனிப் பாட்டினுந் தொகையினும் உள்ள சொல்லே மீட்டொரு காலத்துக்கு உரித்தன்றிப் போயின், முற்காலத்துளவென்பதே கொண்டு பிற்காலத்து நாட்டிச் செய்யுள் செய்யப் பெறாஅ” என்கிறார். சொற்கள் மாறக்கூடியன; எனவே பழைமையைப் போற்ற வேண்டும் என்பதற்காகக் ‘காலவழுத்’ தோன்றுமாறு சொற்களைப் பயன்படுத்தக் கூடாது என்று வலியுறுத்துவார். நான்காவதாக - நிகழ்வுகளும், நடை, உடை, பழக்கவழக்கம், பண்பாடு முதலியனவும் இவ்வாறு காலம் தோறும் இடம் தோறும் மாறுபடக்கூடும்; எனவே சொல்லுகின்றவற்றிலுள்ள இத்தகைய செய்திகள், காலம், இடம் என்பவற்றோடு பொருத்தப்பாடு கொண்டனவாக இருக்கவேண்டும் என்று சொல்லுகிறார். இனி, அவருடைய மொழியில்; “இனி, பொருளும் இவ்வாறே காலத்தானும் இடத்தானும் வேறுபடுதலுடையன.

ஒரு காலத்து அணியுங் கோலமும் ஒரு காலத்து வழங்காதனவுள. ஓரிடத்து நிகழும் பொருள், மற்றோரிடத்து நிகழாதனவுமுள. அவ்வக் காலமும் இடமும் பற்றி ஏற்றவாற்றாற் செய்யுள் செய்ய வேண்டும் என்பது."

பேராசிரியருடைய விளக்கம், கலைப்படைப்பில் - அழகியலில் - ஒத்திசைவு பற்றிய கருத்தியலை முன்னிறுத்து கின்றது. இது, உண்மையில் சங்கப் பாடல்கள் போன்ற தனிநிலைப் பாடல்களை (occasional poems) முக்கியமான தளமாகவோ நோக்கமாகவோ கொண்டதல்ல. எடுத்துரைப்புடனும் கதை சொல்லுதலுடனும் கூடிய இலக்கியத்திற்கே பெரும்பாலும் பொருந்தும்; ஏற்புடையதாக இருக்கும். சங்க இலக்கியத்திற்குப் பின்னர் வந்த பக்தி இலக்கியம், காவிய இலக்கியம் மற்றும் வெவ்வேறு புனைவுகளைக் கண்டவர், பேராசிரியர்; அவற்றின் காலத்தில் வாழ்ந்தவர். அவற்றின் தாக்கம், இந்தக் கருத்தமைவிலே இருக்கிறது. இயல்பான நடைமுறை வழக்கு; இலக்கிய வழக்கு; காலம், இடம் உள்ளடக்கச் சேதிகள், பண்பாட்டுச் சூழமைவுகள், மொழிநடை என்று இவற்றிற்கிடையே ஒன்றற்கொன்று ஒத்திசைவும் பொருத்தப்பாடும் இருத்தல் என்று இவை பற்றிய இத்தகைய கருத்தியல், இன்றைய இலக்கியத்திற்கும் பொருந்துவதுதான்.

அகம், புறம் எனும் பகுப்பு மனித மனத்தின் உணர்வுத் தளத்தையும் அதனை முன்கொண்டு செல்லும் நிகழ்வுகளையும் கொண்டு அமைந்தது. சங்க இலக்கியத்தின் அடிப்படையானதொரு பகுப்பு முறை, இது. இவை இரண்டும் எதிர்வுகள் - முரண் நிலைகள் அல்ல. 'ஒன்று', அதிலிருந்து வித்தியாசப்பட்ட 'இன்னொன்று' என்று அடையாளம் காணப்படுபவை. உள்ளடக்கம் அன்றியும், உருவாக்கத்திலும் அல்லது அமைப்பு முறையிலும் இவை இரண்டும் சில பிரத்தியேகத் தன்மைகளைப் பெற்றுள்ளன. கூற்றுமுறை, புலனெறி வழக்கம், சுட்டியொருவர்ப் பெயர் கொளப்பெறாமை, முதல், கரு, உரி, கதை மாந்தர் படைப்பு முதலியன அவை.

8

அகம், புறம் பாகுபாடு
சில தனித்தன்மைகள்

சங்க இலக்கியம், அதன் பெயரோடு பல நூற்றாண்டுகளாகப் பல தலைமுறையினரிடையே ஒரு திடமான தொகுப்பாக (Solid Compilation) முன் வைக்கப்பட்டு வந்திருக்கிறது. அதற்கு வழிகாட்டும் தளமாக இருந்தது, பெரும்பாலும் தொல்காப்பியமே. அறிவோம். சங்க இலக்கியம் முழுமையாகத் தொல்காப்பியத்தைப் பின்பற்றவில்லையென்பதும், அதுபோல, தொல்காப்பியம், முழுமையாகச் சங்க இலக்கியத்தைப் பின்பற்றவில்லை யென்பதும் துலாம்பரமான உண்மை; உண்மையேயெனினும் தொல்காப்பியம் கூறும் வரையறைகளும் பகுப்பு முறைகளும் சங்க இலக்கியம் பற்றிய அறிதலுக்கும் ஆய்தலுக்கும்

அடித்தளமாக இருக்கின்றன. தொல்காப்பியத்தின் அறிவுப்புலம் சார்ந்த பகுப்புமுறைக்குள் முக்கியமானதும் பிரசித்தமானதும், அகம் - புறம் எனும் பாகுபாடாகும். இது, பெரும் பகுப்பாக இருப்பதால், மேலெழுந்தவாரியானது - பொதுவானது என்று எண்ணிவிடக் கூடாது. உண்மையில், இது திட்பமும் திட்டமும் கொண்ட பகுப்பாகும். இதுதான், நரம்பு மண்டலமாகச் சங்க இலக்கியம் பூராவும் ஊடுபின்னி அமைந்திருக்கிறது; இயங்கியும் இயக்கியும் வினைபுரிகிறது. அன்றைக் காலத்துச் சமூக - பொருளாதார - அரசியல் - பண்பாட்டுலகில் "உயர்ந்தோர் நெறிக்கு" உட்பட்ட மனநிலை வெளிப்பாட்டின் கலையியல் அம்சம், இது. இந்த அகமும் புறமும், கோட்பாட்டு முறையிலான ஒரு சாராம்சம் என்ற நிலையில், தொடர்ந்து சங்கம் மருவிய காலத்திலும் நடைபெற்றியலுகிறது. சிறு சிறு வேறுபாடுகளுடனும் மாற்றங்களுடனும் வளர்ச்சிகளுடனும், இன்னும் பொருத்தப்பாடுடையதாக விளங்குகிறது.

அகம் - புறம் என்பதற்குக், காதல் - வீரம்; காதல் - காதல் அல்லாதது; தனிப்பட்ட ஆண், பெண் மனவுணர்வு - சமூகச் செயலுறவு; அகவயப்பட்ட நிகழ்வும் - அந்த நிகழ்வு சார்ந்த உணர்வும் - புறவயப்பட்ட நிகழ்வும் - அந்நிகழ்வின் எதிர்வினையும் என்று பொருள்கள் உரைக்கப்படுகின்றன. தொல்காப்பியர், கறாரான வரையறைகள் எதுவும் கூறவில்லை. அவ்வாறு கூறுவது, தொல்காப்பியரின் சிந்தனை முறையில் வழக்கு இல்லை. பல கருத்தியல்களுக்கு அப்படித்தான். காட்டாக எழுத்து, சொல், பொருள் முதலியவற்றிற்குக் குறிப்பிட்டு வரையறைகள் எதுவும் தரவில்லை. எல்லாச் சொல்லும் பொருள் குறித்து வரும் என்பார். ஆனால் பொருள் குறித்து வருவனவெல்லாம் சொல் அல்லவே! சொல்லின் செயல்பாடுகளைச் சொல்லுவார்; சொல்லின் வகைகளைச் சொல்லுவார். இந்த விவரங் களிலிருந்தும் பிற விளக்கங்களிலிருந்தும் சொல் என்றால் என்ன என்பதை நம்மால் புரிந்துகொள்ள முடியும். இது தொல்காப்பியரின் அறிவுப் புலப்பாடு - சிந்தனைமுறை. திட்டமிட்ட வரையறைகள், கருத்தியலின் தளத்தை - வீச்சைக் குறைத்துவிடலாம்; கருத்தியலுக்குரிய விரிவான - தாராளமான இடத்தை அது கட்டுப்படுத்திவிடலாம். இத்தகைய நிலைகள் தவிர்க்கப்படுகின்றன. எனவே விளக்கங்களும் வகைமைகளும் உட்கூறுகளும் இத்தகைய கருத்தியல்களின் விளக்கத்திற்குத் துணை செய்கின்றன. இது, தொல்காப்பியரின் சிந்தனை முறை.

அகம், புறத்தை விளக்குதற்குரிய குறிப்புகளை முன்னர்த் தந்தோம். இளம்பூரணர் ஒரு விளக்கம் தருவார், "அகப்பொருளாவது போகநுகர்ச்சியாகலான் அதனான் ஆயபயன், தானே அறிதலின் அகம் என்றார்." இவர் சொன்னதைப் பார்த்தால் போக நுகர்ச்சிதான் அகம் என்பதுபோல ஆகிறது. ஆனால் அன்பின் ஐந்திணை எனப்படுகின்ற ஐந்து திணைகள் முழுக்கப் போகம் பற்றிப் (மட்டுமே) பேசுவனதாம் என்பது பொருத்தமில்லாதது. குறிஞ்சி வேண்டுமானால் கூடுதலும் கூடுதல் நிமித்தமும் பேசலாம்; மருதம் பரத்தமை பற்றிப் பேசலாம். ஆனால் பிரிவு பற்றிப் பேசும் பாலையோ, இருத்தல் பற்றிப் பேசும் முல்லையோ, இரங்கல் பற்றிப் பேசும் நெய்தலோ, காதலன் - காதலி அல்லது இளம் கணவன் - மனைவி என்ற நிலையிலான உறவுகளையே பேசுகின்றன. அகத்தில் போகநுகர்ச்சி ஒரு பகுதியே தவிர, அகமே போகநுகர்ச்சிதான் என்று சொல்வது பொருந்தாது. நச்சினார்க்கினியரும், பிறவற்றை விடுத்துக் 'கூடுதல்' என்பதை மட்டுமே குறிப்பிடுவாராயினும், அதுபோல இதனைப் 'பேரின்பம்' என்று அவர் சொல்லியிருப்பாராயினும், மற்றபடி, இளம்பூரணருடைய உரையை, இன்னும் சற்று விளக்கமாகக் கூறுவதாகவே இவருடைய விளக்கம் அமைந்திருக்கிறது. வேறு யாராயினும் இதனைச் சிற்றின்பம் என்று முத்திரையிட, இவர் இதற்கு எதிர்வினை நிகழ்த்துவார் போல், இதனைப் பேரின்பம் என்று கொண்டாடியிருப்பாரோ.?

இன்றைத் தமிழறிஞர்கள் பலரும் அகம் புறம் பற்றி விளக்கியிருக்கின்றனர். இவர்களுள், குறிப்பாகப் பேரறிஞர் தெ.பொ. மீனாட்சி சுந்தரனார், இம்மானுவேல் காண்ட் (Immanuel Kant) எனும் மேலை நாட்டுத் தத்துவவியலாளர் மற்றும் அழகியலாளர் சொற்களில் அகத்தை 'Poetry of Noumenon' என்றும் புறத்தை 'Poetry of Phenomenon' என்றும் அழைப்பார். பேராசிரியர் ஏ. கே. ராமாநுஜம் இவற்றைப் புலம் - நிலம் - சார்ந்த வெளிகளாகக் கண்டு, குறியீட்டு நிலையில், 'Interior Landscape' என்றும் 'Exterior Landscape' என்றும் மொழிபெயர்த்துக் காண்பார்.

அகம், புறம் என்ற பகுப்பு, மனித மனத்தின் உணர்வுத் தளத்தையும் அதனை முன்கொண்டு செல்லும் நிகழ்வுகளையும்

வைத்து அமைந்தது. தனி மனித மற்றும் சமூகவெளிகளில் பிரத்தியேகமான சில சூழமைவுகளைத் தெரிவு செய்துகொண்டு, அவற்றைத் தொடர்புபடுத்தி, முறைமைப்படுத்துவது அது. பொதுப்புத்தியில் - பொது வார்த்தையில் சொல்வதானால், அகம் என்பது, காதல். எழுந்துவரும் எல்லா விளக்கங்களும் அதற்குள் அடங்கும். தொல்காப்பியர் அகத்திணை பற்றி விளக்குகிறபோது, இரண்டு முறைமைகளைப் பின்பற்றுகிறார். நேர்கோட்டு வரிசையில் குறிஞ்சி முதலிய அன்பின் ஐந்திணைகள்; அதன்பின் அவற்றோடு உறவுடைய கைக்கிளையும் பெருந்திணையும்; இனி, அடுத்துச் செங்குத்துக்கோட்டு வரிசையில், திருமணத்திற்குமுன் பிறர் அறியாத நிலையில் களவும், களவு வெளிப்படுகிற நிலையோடும் திருமணமாக முகிழ்க்கிற நிலையோடும் கூடிய கற்பும் என்றும் இவ் ஒழுக்கத்திற்கு விளக்கம் தரப்படுகிறது.

>இன்பமும் பொருளும் அறனும் என்றாங்கு
>அன்பொடு புணர்ந்த ஐந்திணை மருங்கின்
>காமக்கூட்டம். . . . .
>
>*(களவியல், 1)*

>ஒன்றே வேறே என்றிரு பால்வயின்
>ஒன்றி உயர்ந்த பாலது ஆணையின்
>ஒத்த கிழவனும் கிழத்தியும் காண்ப
>மிக்கோ னாயினும் கடிவரை யின்றே.
>
>*(களவியல், 2)*

இங்கே 'பாலது ஆணை' என்ற சொற்றொடர் கவனிக்கத் தக்கது. ஒத்த தகுதியும் அன்பும் கொண்டோரிடையே பாலியல் உணர்வு தோன்றி அவர்களை ஒன்றிணைப்பதாகக் கூறப்படுகிறது. காமக்கூட்டம் நிகழ்கிறது; இன்பம் பொருள் அறம் என்ற சமூக விழுமியங்களோடு கூடியதாக அத்தகைய காதல் அமைகிறது. அது காமக்கூட்டமாக மட்டுமல்லாமல் பிரிதல், ஊடுதல், காத்திருத்தல், இரங்கல் என்ற அடுத்தடுத்த நிகழ்வுகளாகவும் அமைகிறது. உயர்ந்தோர் வழக்குடன் கூடிய இந்தக் காதல்தான் அகம் என்று தொல்காப்பியம் கூறுகிறது; சங்க இலக்கியமும் சித்திரிக்கிறது. புறம் என்பது அகம் அல்லாதது என்பது எளிய, சுருக்கமான வரையறை, ஆனால் அகம் அல்லாதன எல்லாம் புறம் அல்ல. போர், போருக்கான முனைப்பு, வெற்றி என்பன

மட்டுமல்லாமல், புரவலர்களைப் போற்றுவதும் மிக முக்கியமான பகுதியாக விளங்குகிறது. புறத்தில் சமூக அனுபவங்கள் சிறப்பாக இடம்பெறுகின்றன. ஆனால் இவையெல்லாமே, உயர்ந்தோர் நெறியை அளவையாகக் கொண்டு செதுக்கப்பட்டவைதான். செவ்வியல் நெறியாக, இது ஆக்கப்பட்டுள்ளது.

தனிப்பட்ட உணர்வு, சமூக அனுபவம் என்ற இரு நிலைகள் இந்தப் பாகுபாட்டில் உண்டு. உண்டு என்பதைக் கொண்டு இதனை எதிர் நிலைகளாகவும் இருநிலை எதிர்வாகவும் சித்திரிக்க முயல்வோர் உண்டு. ஆனால் இவை இரண்டும் உரையாசிரியர்கள் சொல்வதுபோல் அகங்கை - புறங்கையாக அமைந்திருக்கின்றன; அப்படி முழுமையாகச் சொல்ல முடியாவிட்டாலும் இரண்டிற்கும் ஒத்திசையும் உறவுகள் உண்டு; வேறுபாடுகள் உண்டு; ஆயின், முரண்பாடுகள் இல்லை. தொல்காப்பியரே தெளிவாகப் புறத்திணையியலைத் தொடங்கும்போது,

> அகத்திணை மருங்கின் அரில்தப உணர்ந்தோர்
> புறத்திணை இலக்கணம் தெரிப்படக் கிளப்பின்....
> *(புறத்திணை-1)*

என்று சொல்லுவார். அதுபோலப் புறத்திணை ஒவ்வொன்றிற்கும் இணையாக, ஒவ்வோர் அகத்திணையும் பேசப்படுகிறது. காட்டாக, வெட்சி எனும் புறத்திணை, அகவொழுக்கமாகிய குறிஞ்சியின் புறம் ஆகும். குறிஞ்சி, களவொழுக்கத்தினைச் சேர்ந்தது; உற்றவர்களுக்குத் தெரியாமல் தலைவனும் தலைவியும் சந்திக்கின்றனர். களவு பின்னர், கற்பாக ஆவதை நோக்கி நகர்கிறது. இப்போது ஓம்புதல் - பாதுகாத்தல் தொடங்குகிறது. களவு செய்தலும், களவு செய்ததைக் காத்து ஓம்புதலும் குறிஞ்சிக்கும் வெட்சிக்கும் பொதுத் தன்மைகள். எனவே 'வெட்சி தானே குறிஞ்சியது புறனே' என்று சொன்னவர், தொடர்ந்து,

> வேந்துவிடு முனைஞர் வேற்றுப்புலக் களவின்
> ஆதந்து ஓம்பல் மேவற்றாகும்
> *(புறத்திணையியல், 2)*

என்று சொல்கிறார்.

இப்படியே ஒவ்வொன்றுக்கும் ஒத்துவரும் பண்புகள் சொல்லப்படுகின்றன. எனவே அகமும் புறமும் எதிர்வுகள்

அல்ல; ஆனால் வேறுபட்டன - ஒன்று, மற்றொன்று (the one and the other) என்ற முறையில்.

தன்னமை - மற்றமை

இத்தகைய கருதுகோளின் அடிப்படையில்தான் தொல்காப்பியத்திலும் சங்கப் பாடல்களிலும் அகமும் புறமும், ஒரு பகுப்புமுறையாகவும், பாடுபொருள்களின் தளமாகவும் படைப்பாக்கத்திற்குரிய கருத்தியலாகவும் காணப்படுகின்றன என்று காணுதல் வேண்டும். தொடர்ந்து, இந்த அகமும் புறமும் தொல்காப்பியத்திலும் சங்கப் பாடல்களிலும் எவ்வாறு தம்மைச் சொல்லிக்கொள்கின்றன - இனங்காட்டுகின்றன? எத்தகைய தனிச்சிறப்பியல் பண்புகளை அவை பெற்றிருக்கின்றன? இவற்றைப் பார்க்க வேண்டும்:

1. அகப்பாடல்களின் அமைப்பு, கூற்று நிலை வடிவத்தில் உள்ளது. தலைவி, தலைவன், தோழி, பாணர், பாங்கர், செவிலி முதலியோருள் ஒருவர், இன்னொருவரை நோக்கி அழைத்துக் கூறுகிற அமைப்புக் கொண்டவை, அவை. 'அன்னாய் வாழி' என்று தோழி அழைப்பதாகவோ, 'இனிய அல்ல நின் இடி நவில் குரலே' (நற். 238) என்று சொல்லி முடிப்பதாகவோ..... இப்படி ஒரு கதைமாந்தர் இன்னொரு கதைமாந்தரிடம் கூறுவதாக அமையும். ஆசிரியரின் நேரடிக் கூற்று (address-type) -பங்குநிலை இல்லை. ஆயின் புறப்பாடல்களில் ஆசிரியர் கூற்று வாயிலாகப் பாடற்பொருள்கள் வெளிப்படுகின்றன/ விளக்கம் பெறுகின்றன. ஆசிரியருடைய பங்குநிலை, புறத்தின் அமைப்பில் முக்கியமான பண்பாகும்.

2. புறத்திணையின் உட்கூறுகள் 'துறை'யென்பதாகும். ஒவ்வொரு புறத்திணைக்கும் தனித்தனித் துறைகள் உண்டு. ஒரு துறை, குறிப்பிட்ட ஒரு திணைக்கு மட்டுமே உரியது. புறப்பாடல்களை அறிந்துகொள்ளத் 'துறை'யெனும் பிரிவு பெரிதும் உதவுகிறது. தொல்காப்பியம் துறைகள் இன்னயின்ன என்று மட்டுமல்லாமல் இத்தனையித்தனை என்று எண்ணிக்கையிட்டும் சொல்கிறது. அவற்றை வரிசைப்படுத்தியும் சொல்லுகிறது. ஆனால் இவ்வாறு சொல்லுவன எல்லாம் சங்கப் பாடல்களில் இடம்பெறவில்லை.

நிறைவாகவும், தொடர்ந்து வரும் நிகழ்வுகளை ஒன்றுவிடாமல் சொல்லிவிட வேண்டும் என்ற ஆர்வம் தொல்காப்பியத்தில் இருக்கிறது.

3. அகப்பாடல்கள் புனைவுகளோடு கூடியவை. உணர்வுகள் உண்மையானவை, அவற்றைப் பிரதிபலிக்கக்கூடிய நிகழ்வுகளும் சூழல்களும் நாடகப் போக்கில் கற்பனை கலந்த கட்டமைப்புடன் காட்சிப்படுத்தப்படுகின்றன. எனவே தொல்காப்பியம்,

நாடக வழக்கினும் உலகியல் வழக்கினும்
பாடல் சான்ற புலனெறி வழக்கம்   (அகத், 53)

என்று அடையாளம் காட்டிப் பேசுகிறது. புறவய உண்மை அப்படியே நேர்முகமாகப் பாடல்களில் அமைவதில்லை. அது, அகவயப்பட வேண்டும் (subjectivity) அப்போது தான் அவ்வுண்மை, புனைவுடன் கூடியதாக மாற்றம் பெற்றுக் கலைவயஉண்மையாக ஆகமுடியும். இக்கருத்தில் கூறப்படுகின்ற 'புலனெறி வழக்கம் படைப்பாக்க முறை தொடர்பான சீரிய கோட்பாடு ஆகும். புறத்திணைப் பாடலில் உலகியல் வழக்கே பெரும்பான்மை. அகத்திணைப் பாடலில் நாடக வழக்கும் உலகியல் வழக்கும் சேர்ந்து கூடிய புலனெறியே பெரும்பான்மை.

4. உலகியல் வழக்கே பெரும்பான்மை என்பதால், புறத்திணைப் பாடல்களின் மாந்தர்கள், வரலாற்று மாந்தர்களாக - அதற்குட்பட்டவர்களாக இடம் பெறுகிறார்கள். அவர்கள் நேரடியாகவும் துலாம்பரமாகவும் செயல்படுபவர்களாகத் தோற்றம் தருபவர்கள். அகத்திணை மாந்தர்கள், புலனெறி வழக்கத்தின் பின்னணிகளில், புனைவு செய்யப்படுபவர்களாகத் தோற்றம் தருகிறார்கள். அவர்கள், தனிப்பட்ட மனிதர் என்ற நிலையிலிருந்து பொதுமை என்ற நிலைக்கு (from particularity to generality) ஆக்கப்படுபவர்கள். பொதுமை (universality) என்ற நிலைமையின் காரணமாகவே அகத்திணை மாந்தர்கள், "சுட்டியொருவர்ப் பெயர் கொளப் பெறா அர்" (அகத்., 55) என்று வரையறுத்துச் சொல்லப்படுகின்றனர். ஒரு பாடல் அகமா, புறமா என்று

அடையாளங் காணவும் இந்நூற்பா பயன்படுத்தப்
படுகிறது. அகத்திணை மாந்தர்கள், வகைமை - வகை
மாதிரி மாந்தர்கள் (types) ஆவர். எனவே பெயர்கள்
சுட்டப்படுவதில்லை.

5. அகப்பாடல்களில் கதைமாந்தர்களின் (dramatis personae)
எண்ணிக்கை மிகக்குறைவு. தலைவி, தலைவன் இவர்களே
தலைமை - முதன்மைப் பாத்திரங்கள். இவர்களைச்
சுற்றியே உணர்வுகளும் நிகழ்வுகளும் பின்னப்படுகின்றன.
தோழி முதன்மையான துணைப்பாத்திரம், செவிலி,
பாணன், பாங்கன், பரத்தை முதலியோர் ஊக்கிகளாக
இருக்கின்ற துணைமைப் பாத்திரங்கள். தலைமை மாந்தர்கள்,
இன்னின்ன தகுதியுடையவர்; இன்னின்ன ஒழுக்கவரைவுகளும்
உணர்வுகளும் உடையவர் என்று வரையறுக்கப்
படுகின்றனர். நிலத்துறை மாந்தர்கள் - அவர்களுள்ளும்
உயர்ந்தோர் - இவர்களே அகப்பாடல்களில் தலைமை
மாந்தர்களாக இருக்க முடியும். வினைவலரும் ஏவலரும்
அகத்திணைத் தலைமை மாந்தராக இருக்க முடியாது.
கைக்கிளை, பெருந்திணையென்றால் பரவாயில்லை.

அடியோர் பாங்கினும் வினைவலர் பாங்கினும்
கடிவரை யிலபுறத்து என்மனார் புலவர். (அகத்., 23)

என்று தொல்காப்பியம் வரையறுக்கிறது. ஆனால்,
புறத்திணை மாந்தர்கள் பற்றி இன்னின்னவர்கள்,
இத்தகையவர்கள் என்று வரையறுக்கவில்லை. அவர்கள்
பல திறத்தவர்கள்; பலவகைப்பட்டவர்கள். போரும்
புகழும் கொடையும் உள்ளிட்ட நிகழ்வுகள்தான்,
மையங்கள். மாந்தர்கள் பற்றிய வரையறைகள் இல்லாததால்
வரலாற்றுப் பதிவுகளையும், முரண்பாடுகளுடைய சமூக
பரிமாணங்களையும் பதிவுசெய்வதில் புறப்பாடல்களுக்கு
முக்கியமான பங்களிப்பு இருக்கிறது.

6. பாடுபொருள்கள் என்பவற்றைப் பொருத்த அளவில்
அகப்பாடல்களுக்கும் புறப்பாடல்களுக்கும் சொல்லத்தக்க
வேறுபாடுகள் உண்டு. அதேபோது அகப்பாடல்களில்
புறம் சார்ந்த குறிப்புகள் / பதிவுகள் இல்லை என்று சொல்ல
முடியாது. முதன்மையான அல்லது நோக்கமான அகப்

பொருள் இருக்க, வரலாற்றுச் செய்திகள், வரலாற்று மாந்தர்கள், ஊர்கள் முதலிய செய்திகள் கணிசமாகவே அகப்பாடல்களில் உண்டு. மேலும் பல அகப்பாடல்களில், அகத்திணை சார்ந்த வருணிப்பைவிடப் புறச் செய்திகளே அதிகம் இடம்பெற்றுள்ளன. அகப்பாடலின் அமைப்பைப் பயன்படுத்திக்கொள்ளப் புறம் முயன்றுள்ளது என்பதனையே இது காட்டுகிறது. அதேபோது, புறத்திணைப் பாடலில் அகம் பேசும் செய்திகள் இல்லை.

7. அகத்திணை சார்ந்த இயல்களில், பொருளியல் உள்ளிட்ட பல இடங்களில், தொல்காப்பியம், உணர்ச்சியின் வெளிப்பாட்டுத் தன்மைகள் பற்றிப் பேசுகிறது; உளவியல் சார்ந்த கருத்தியல் தளங்களையும் தொடர்புபடுத்திப் பேசுகிறது. அகப்பாடல்களில் உளவியலும், உணர்ச்சி நிலைகளும் எவ்வளவு முக்கியமானவை என்று அறியப்படுகின்றன. இதற்கு மாறாகப் புறத்தில் செயல்களின் வெளிப்பாடுகளே அதிகம்; முக்கியம். சங்கப் பாடல்களில் பரவிக்கிடக்கும் பொதுவான போக்கு, இது.

8. அகத்திணையில் குறிஞ்சி, முல்லை முதலிய அன்பின் ஐந்திணைகள், முதல் கரு உரி எனும் முப்பரிமாணம் கொண்டவை. புறத்திற்கு அவ்வந் நிலங்களுக்குரிய பூக்கள் போர்க்காலங்களில் இலச்சினைகளாக இருந்தாலும், முதல் கரு உரி எனும் திட்டமிட்ட பரிமாணங்கள் புறத்திற்குச் சொல்லப்படவில்லை; அவை அகப்பாடல்கள் சார்ந்த சித்திரிப்புக்களே. அதுபோல, உள்ளுறை, இறைச்சி எனும் அழகியல் உத்திகளும் அகப்பாடல்களுக்கேயுரியவை. பாடல் அமைப்பில் புதை வடிவத்தையும் பொருள்களின் அடுக்குநிலைப் பண்புகளையும் அகமே அதிகம் பயன்படுத்திக் கொள்ளுகிறது. வெளிப்படையாகப் பேசுவது, புறப்பாடல்களின் பண்பாகும்.

9. பாடல் வடிவமைப்பிலும், அகத்திணைப் பாடல்கள், தனித்தன்மை சிலவற்றைக் கொண்டுள்ளன. சொல்லமைப்பில் அடையும் அடைகொளியுமாக (attributes and attributives) உள்ள சொற்பின்னல் (morphological or word texture) அகப் பாடல்களில் பரவலாகவும் குறிப்பிட்டுக் காணும்படியாகவும் உள்ளது. ஒரு பெயரையோ, வினையையோ, தலைமைச்

சொல்லாகக் (headword) கொண்டு ஒன்றிற்கு மேற்பட்ட அடைகள் அடுக்குநிலை பெற்றுப் பிணைந்து கிடக்கிற நிலை அகப்பாடல்களில் அதிகம். அதுபோலத் தொடரமைப்பைப் பொருத்த அளவில், பெயரும் வினையும் அல்லது எழுவாயும் பயனிலையும் (subject and predicate) என்ற வரிசை முறை பல சமயங்களில் அகப்பாடல்களில் பிறழ்கின்றது. தொடரியல் பிறழ்ச்சி (syntactic inversion), கவிதை மொழியின் முக்கியமான நடையியல் கூறு ஆகும். இது அகப்பாடல்களில் அதிகம் பின்பற்றப்பட்டுள்ளது. மேலும், சொற்கள் நேர்கிடக்கையாக (flat) அமைகிற சாத்தியங்களைத் தவிர்த்துச் சொல்லடுக்குகள், ஐயுறவு நிலைகள் (ambiguity), தொகை நிலைகள் முதலியவை அகப்பாடல்களில் அதிகம் காணப்படுவதைப் பார்க்கலாம். மேலும், பெரும்பாலான அக்ப்பாடல்கள் முடிவுறும்போது, அவற்றின் இறுதி, சிறப்பியலான நடையியல் கூறுகளோடு முத்தாய்ப்பு வைத்ததுபோலவும் பாடலின் பொருளுக்கும் உணர்வுக்கும் வலுச் சேர்ப்பதாகவும் அமைகிறது.

10. பொருளின் பரப்பைப் பொறுத்த அளவில், புறம் தாராளத்துவம் உடையது. பாடாண் திணை உள்ளிட்ட அதன் உட்கூறுகள் விசாலப்படுதலைக் கொண்டவை; கருத்து நிலைகள் நெகிழ்வு கொண்டவை. ஆனால் அகம் இறுக்கமும் கட்டுப்பாடும் கொண்டது; அது 'தூய்மையானது'. அப்படித்தான் தொல்காப்பியத்தில் விளக்கப்படுகிறது. சங்க இலக்கியத்தில் இத்தகைய தூய்மைவாதத்திற்குத் திமிறல்கள் உண்டு; ஆனால் அளவாகத்தான். முதலில் அகத்தை;

கைக்கிளை முதலாப் பெருந்திணை இறுவாய்
முற்படக் கிளந்த எழுதிணை. ***(அகத்திணையியல்-1)***

என்று எண்ணிக்கையை வரையறுத்துவிட்டுப் பிறகு கைக்கிளை பெருந்திணை ஆகிய அவ்விரண்டையும் தொல்காப்பியம் புறந்தள்ளுகிறது. கைக்கிளையை ஒருதலையானது , சரியாக முகிழ்க்காதது என்றும் பெருந்திணையைப் பொருத்தமில்லாதது, மிகையானது என்றும் சொல்லி, அவை ஒதுக்கம் செய்யப்படுகின்றன. பிறகு 'அன்பின் ஐந்திணை' என்ற அடையோடு கூடிக் குறிஞ்சி

முல்லை என்ற ஐந்திணைகளை விளக்குகிறது. பின்னால், களவியல் - அதுதான் உண்மையில் காதலைப்பற்றி விளக்கம் தருகிறது - காமக்கூட்டம் பற்றிச் சொல்லப் போகிறபோது, இந்த நடுவண் ஐந்திணையைப் புனிதப்படுத்துவதுபோல, அதன் முதல் நூற்பாவிலே.

இன்பமும் பொருளும் அறனும் என்றாங்கு
அன்பொடு புணர்ந்த ஐந்திணை

என்று, ஐந்திணை என்ற நிலைப்பாட்டிற்குச் சமூக விழுமியங்களைக் கற்பித்துவிடுகிறது. இது வெறுமனே போகநுகர்ச்சியல்ல என்ற கருத்தைத் தொல்காப்பியம் அப்படி வலியுறுத்துகிறது. இத்தகைய அன்பின் ஐந்து திணைகளையும் வைத்துக்கொண்டுதான் அகம் என்பதன் முழு விளக்கமும் அமைகிறது. அகத்துக்குள் இருந்தாலும், இந்த ஐந்துக்கும் 'வெளியே' இருப்பவை கைக்கிளை, பெருந்திணை என்பன. சங்கப் பாடல் தொகுப்புக்களிலும் பின்னர் வந்த இலக்கணங்களிலும் இந்தக் கைக்கிளையும் பெருந்திணையும் அகத்திலோ புறத்திலோ தெளிவான இடம் கிடைக்காமல் அலைக்கழிக்கப்படுகின்றன. ஏன், எப்படி? - அது தனிக்கதை. போகட்டும்.

சங்க இலக்கியத்தில் அகம்தான் அதிக இடத்தை எடுத்துக் கொண்டுள்ளது. எட்டுத்தொகையில் மொத்தமாக உள்ள 2370 பாடல்களில் புறநானூறும் (399 பாடல்கள்), பதிற்றுப்பத்தும் (கிடைப்பவை 86), பரிபாடலும் (கிடைப்பவை 33) தவிர ஏனையவையெல்லாம் அகத்திணையைச் சேர்ந்தவை. பத்துப்பாட்டில் பொருநராற்றுப்படை, சிறுபாணாற்றுப்படை, பெரும்பாணாற்றுப்படை, மலைபடுகடாம், மதுரைக்காஞ்சி மற்றும் திருமுருகாற்றுப்படை தவிர, ஏனைய நான்கும் அகத்திணையைச் சேர்ந்தவை. இப்படிச் சங்க இலக்கியத்தில் அகப்பாடல்கள் மட்டும், மொத்தம் 1852 + 4 ஆகும்.

அகத்திலாகட்டும் புறத்திலாகட்டும் தொல்காப்பியம் மிக முயற்சியெடுத்துக்கொண்டு உட்கூறுகளைப் - பகுப்புக்களை வரிசைமுறையோடு பட்டியலிடுகிறது. ஆனால் இப்பட்டியலில் உள்ள பெரும்பாலானவை, சங்கப் பாடல்களில் இடம்பெறவில்லை. அதேபோது, சில உட்கூறுகள், திரும்பத்திரும்பப் பல பாடல்களில் இடம்பெறுகின்றன. காட்டாகப் புறத்தில் இயன்மொழி, பரிசில்துறை, அரசவாகை, ஆற்றுப்படுத்துதல் மூதின்முல்லை,

மகட்பாற்காஞ்சி முதலியன பலமுறை பயன்படுத்தப்படுகின்றன. தொல்காப்பியம், வெட்சி முதலிய போர் முறைகள் பற்றி வரிசைப்படுத்தி விரிவாகவே பேசினாலும் புறநானூற்றில் நேரடியாகப் போர் பற்றிப் பேசும் பாடல்கள், நூறுக்கும் குறைவே. ஈகை, புகழ், பெருமிதம், பரஸ்பர அன்பு, அறம், சமூகவுறவுகள் முதலியன உள்ளிட்ட வாழ் நிலைகள் பற்றிய கருத்தியல்களே அதிகம். தொல்காப்பியம் கூறும் புறத்திற்குரிய துறைகள் 150க்கும் மேற்பட்டவை. ஆனால் இவற்றுள் 40 மட்டுமே புறநானூற்றில் காணப்படுகின்றன.

தொல்காப்பியம் பாடற்பொருள்களாக வாழ்நிலைக் கூறுகளை மிக விரிவாகவும், ஒன்றோடொன்று தொடர்புடையன வாகவும் முயன்று பட்டியலிடுகிறது. காரணம் - 'இருப்பவற்றை யெல்லாம், முடிந்த அளவிற்குத் தொகுத்துக் கூறிவிட வேண்டும்' என்ற விருப்பமே. அதாவது, இலக்கியம் என்ற வரைகோடுகளைத் தாண்டி(யும்) வாழ்க்கை என்பது விசாலமானது. அந்நிலையில் பொதுவான தளங்களைக் காட்டுகின்ற முயற்சி, தொல்காப்பியத்தின் ஒரு நோக்கம். அத்தோடு பல விழுமியங்களையும், இருப்பனவும் வந்தனவுமான பல கருத்தியல்களையும் கொண்டுவந்து காட்டுகின்ற முயற்சியும் தொல்காப்பியத்தின் ஒரு நோக்கம். தொல்காப்பியத்தின் சிந்தனை வெளி அத்தகையது. அத்தகையதன் பகுதிகள்தாம், அகமும் புறமும். ஆனால் பகுப்பதும் வரையறுப்பதும் விளக்குவதும் சங்க இலக்கியத்தின் நோக்கம் அல்ல; கலைவயப்படுத்துவதற்குத் தகுந்தவை என்று கருதுபவற்றை-வாழ்க்கையின் அனுபவங்களையும் படிப்பினை களையும் இலக்கியமாக்கி, மக்களுக்கு - வாசகர்க்குக் கொண்டுபோவதுதான், சங்க இலக்கியத்தின் நோக்கம். அப்படிக் கொண்டு வந்ததுதான் சங்க இலக்கியத்தின் கலை சார்ந்த பணி அல்லது பண்பு.

அகப்பாடல்கள், பெயர்கொளப்பெறாத கதை மாந்தர்களின் கூற்றுவடிவத்தில் அமைந்தவை. இந்தக் கூற்று நிலைகள், சூழல்கள், கூற்று நிகழ்த்துபவர்கள், கேட்பவர்கள் என்ற முறையில் வரையறுக்கப்பட்டுள்ளன. பேசுபவர் அல்லது கிளக்குநரின் அறிதிறன்கள், உவமங்கள் உள்ளிட்டவற்றின் வரையறைகள் முதலியவை கூற்று நிலைகளின் பண்புகளாகப் பாடல்களின் வடிவமைப்போடு சேர்ந்து அமைகின்றன. கூற்றுநிலை என்பது, அமைப்பு முறை. அது அகப்பாடல்களின் பிரதானமான வடிவமைப்பு முறை; புறப்பாடல்களிலிருந்து அகப்பாடல்களை வேறுபடுத்தும் சாதனம்.

9

கூற்றுநிலை எனும் அமைப்பு முறை

சங்கப்பாடல்களைப் பாடுபொருள்களின் வழியாக மட்டு மல்லாமல் அவற்றின் அமைப்பும் வடிவமும் வெளிப்படுகின்ற முறைமைகள் வழியாகவும் புரிந்துகொள்கிறோம்; சுவைக்கிறோம். வடிவம், பொருள்களின் வீச்சுக்கு உகந்ததாக அமைகிறது; அதேபோது, அதனோடு பாடல்களை வகை பிரித்து அறிவதற்கும் அது உகந்ததாக அமைகிறது. 'கூற்று' அத்தகையதொரு பண்புநிலையாகும். அது, அகத்திணையின் செய்தியொன்றனைக் குறிப்பிட்டுச் சொல்கின்றது; பரிமாறுகின்றது. அதுபோல, அந்த அகம் எவ்வாறு சொல்லப்படுகிறது என்பதையும் காட்டுகிறது; ஒரு பொருளாகவும், அதேபோது அதன் சாதனமாகவும் இது அமைகிறது.

தலைவிகூற்று, தோழிகூற்று, தலைவன்கூற்று என்ற முறையிலுள்ள கூற்றுநிலை, அகப்பாடல்களின் அடையாளம்; அதன் அமைப்புமுறை. பாடற் பொருள்களன்றியும், அகத்திணைப் பாடல்களையும் புறத்திணைப் பாடல்களையும் வேறுபடுத்துவது கூற்றுநிலையும் ஆகும். அகத்திணைப் பாடல்கள், புனைவுடன் கூடிய, உருவாக்கப்பட்ட - கதைமாந்தர்கள் வழி நடப்பவை. 'சுட்டி ஒருவர்ப் பெயர் கொள்ளாதவை', அத்தகைய பாடல்கள். பொதுமையும் புனைவும் குறிப்பிட்ட ஓர் உணர்வு நிலையும் கொண்ட கதைமாந்தர்களில் ஒருவர். இன்னொரு கதை மாந்தருடன் பேசுகிறார்; தன்னுடைய உணர்வுகளை, செய்திகளை, விருப்பங்களைக் கூறுகிறார். கிளக்குநர் அல்லது பேசுபவர், தன்மையிடத்தில் (first person) இருக்கிறார். கேட்குநர், முன்னிலையிடத்தில் (second person) இருக்கிறார். இப்படிக் கிளக்குநர் (addresser) -கேட்குநர் (addressee) என்ற முறையில் கூற்றுக்கள் அமைகின்றன. அந்தக் கூற்றுக்களே (கிளவி) அகத்திணைப் பாடல்களாக அமைகின்றன. இங்குக் கேட்கிற குரல், புலவருடைய - அந்தப் பாடலின் ஆசிரியருடைய குரல் அல்ல; அவர் படைத்த கதைமாந்தரின் குரல்.

அகப்பாடல்கள், குறிஞ்சி முல்லை முதலிய திணைகளைக் கொண்டு பகுக்கப்படுகின்றன. ஆனால் அவற்றிற்கு உட்பகுப்புக்கள் இல்லை; கூற்றுக்கள், சூழல்களையுணர்த்தவும் அகப்பாடல் களுக்குரிய பொதுவான அமைப்பு முறையை உணர்த்தவும் வந்தவை. அவை உட்பகுப்புக்களைக் கொண்டுவரவந்தவையல்ல. அதேபோது, புறப்பாடல்களுக்குப் பெரும் பகுப்புக்கள், உட்பகுப்புக்கள் என்ற இரு நிலைகளுமே உண்டு. வெட்சி முதலிய திணைகள், மேல்நிலையிலுள்ள பெரும்பகுப்புக்கள்; படையியங்கு அரவம், ஆகோள், பாதீடு முதலியவை உட்பகுப்புக்கள். இவை துறைகள் எனப்படுகின்றன. ஒவ்வொரு புறத்திணைக்கும் இன்னின்ன துறைகள் உட்பட்டவை என்று தொல்காப்பியத்தில் பட்டியலிடப்படுகின்றன. இத் துறைகள், அமைப்பு முறை சாராதவை; பாடற்பொருள்கள் சார்ந்தவை. நிகழ்வுகளையும் நிகழ்வுகள் சார்ந்த சூழல்களையும் மட்டுமல்லாமல், கருத்தியல் நிலைகளையும் பகிர்ந்துகொள்ளக் கூடியவை, இந்தத் துறைகள்.

1

சங்கப்பாடல்களைத் தொகுக்கும்போது, அவற்றைப் பகுத்துத் தரவேண்டியதும் தொகுப்பாளரின் பணியாக இருந்தது. அதனைவிடவும், ஒவ்வொரு பாடலையும் இன்னார் பாடியது, இன்னார் பற்றிப்பாடியது, இன்னின்ன சூழமைவுகளைப் பாடியது என்று இனங்கண்டறிந்து சொல்ல வேண்டியதும் பணியாக இருந்தது. பாடற்பனுவல்களில் அத்தகைய குறிப்புக்கள் பெரும்பாலும் நேரடியாக வெளிப்படுவது என்பது குறைவே. அவை பெரும்பாலும், மறைமுகமாகவும் மரபுகள் மூலமாகவும், வேறுவேறு விவரணங்கள் மூலமாகவும் ஒத்த பனுவல்களின் ஒப்புமைகள், வேறுபாடுகள் மூலமாகவும் அறியக்கூடியனவாக இருக்கின்றன. இவற்றை நுண்ணியதாக அறிந்து வெளிக்கொணர வேண்டிய பணி இருந்தது. இந்தக் குறிப்புக்களைத்தான் ‘கொளூ’ (colophon) என்கிறோம். இவற்றில் சில தவறுகள், சில போதாமைகள், சில மிகைகள் இருக்கக்கூடும். இருக்கின்றன. மறுப்பதற்கில்லை. இருக்கட்டும். ஆனால் பாடல்களின் அடிக்குறிப்புக்களாகக் காணப்படுகின்ற இந்தக் கொளுக்கள், பாடல்களின் புரிதல் திறனுக்கு இன்றியமையாதனவாக இருக்கின்றன.

புறப்பாடல்களில் இன்னின்னார் பற்றியன இவை என்ற குறிப்புக்கள் இல்லையாகுமானால் அவை பயனிழந்து போகும்; வரலாற்றுணர்வும் நிகழ்வுகளின் பின்புலமும் அவற்றின் செல்நெறிகளும் அறியக்கூடாமற் போய்விடும். அதுபோல, அகப்பாடல்களில் உணர்வு வெளிப்பாடுகளின் சூழல்களும் பண்பாட்டு நிலைப்பாடுகளும் மற்றும் இன்னின்ன கதை மாந்தருடைய பங்குநிலை - கூற்று வகை, இன்ன வகையில் பொருண்மை கொண்டவை என்ற கருத்துத் தளமும் இல்லையாகுமானால் அவை பொருத்தமிழந்து போகும். எனவே தொகுப்பாளர்கள், பெரும் சான்றோர்களாகவும் இலக்கிய வரலாற்றறிஞர்களாகவும் இருந்து தந்த கொளுக்கள், சங்க இலக்கியத்திற்குக் ‘குறிப்புச் சட்டகங்களாக’ (reference frame) இருக்கின்றன. பாடல்களுக்கும் வாசகர்களுக்குமான தலைமுறை இடைவெளிகளை இட்டு நிரப்புவனவாக அவை உள்ளன; புரிதல் தளங்களில் பயணங்களை நெறிப்படுத்துவனவாக உள்ளன.

2

கூற்றுநிலை என்பது அகத்திணைப் பாடல்களின் பொதுவான அமைப்புமுறையின் ஒரு வரையறை. அது கதைமாந்தர்களின் பண்புநிலைகளுக்குரிய வடிவமாகவும், உணர்வுகளையும் சூழமைவுகளையும் காட்டக்கூடிய கருவியாகவும் இருக்கின்றது; அதனால் அது, பாடலின் ஓர் உறுப்பாகத் தொல்காப்பியத்தால் சொல்லப்படுகிறது.

அகத்திணையியல் தொடங்கிக் களவியல், கற்பியல், பொருளியல், உவமவியல் என்று ஆறு இயல்களில் கூற்று விளக்கியுரைக்கப்படுகிறது. கூற்றுக்களுக்கு உரியவர் யார்? கேட்குநராக இருப்பவர் யார் என்பதோடு எவ்வெச் சூழ்நிலைகளில் இவர்கள் பேசுதற்குரியவர்கள், இவர்களின் ஒழுக்கங்களும் உணர்வுகளும் பண்புகளும், அறிதிறன்களும் என்ன வகையின? பேசுதலுக்குரிய உவமம், உள்ளுறையுவமம் உள்ளிட்ட திறன்கள் எத்தகையன? இவற்றை இந்த இயல்கள் ஒன்றோடு ஒன்று தொடர்புபடுத்திப் பேசுகின்றன. கூற்று முறைமைகளுக்கு முக்கியத்துவத்தையும் மையமான இடத்தையும் இவை தருகின்றன.

முதலில் உள்ள அகத்திணையியல், அகத்தின் சில அடிப்படை இலக்கணங்களைச் சொல்லிவிட்டு நேரே பிரிவு பற்றி விளக்கம் சொல்லத் தொடங்கிவிடுகிறது. பிரிவு என்பது, தலைவியின் செயலாக அமைய, அப்போது நற்றாய், தோழி, கண்டோர், தலைமகன் ஆகியோர் எதிர்வினையாற்றுகின்ற கூற்றுக்கள், சூழமைவுகளாக வரிசைப்படுத்தப்படுகின்றன. பின்னர் வந்த இயல்களில் களவுக் காலத்தும் கற்புக் காலத்தும் கூற்றுக்கள் நிகழுகிற சூழல்கள் சொல்லப்படுகின்றன. அத்தகைய சூழல்களோடு, அந்தக் கூற்றுக்களை நிகழ்த்துதற்குரிய கதைமாந்தரின் பண்புகளையும் அவை சொல்லுகின்றன. காட்டாக,

தன்னுறு வேட்கை கிழவன்முற் கிளத்தல்
எண்ணுங் காலைக் கிழத்திக் கில்லைப்
பிறநீர் மாக்களின் அறிய ஆயிடைப்
பெய்ந்நீர் போலும் உணர்விற்று என்ப

(களவியல், 27)

என்று சொல்லுவதன் மூலம், களவு ஒழுக்கத்தில் பேசுகின்ற தலைவியின் பண்பு நிலைகள் வரையறுக்கப்படுகின்றன. தன்னுடைய காதலைத் தானே முந்திக்கொண்டு தலைவனிடம் தெரிவிப்பதில்லை; புதிய மண்கலத்தில் பெய்த நீர், தானாகக் கசிந்து வருவது போல காதல் வெளிப்பட்டு வரும் - அதுவும் பிறரில்லாதபோதுதான் வெளிப்பட்டுவரும். இவ்வாறு, சொல்லுவதன் மூலம், தலைவியின் கூற்று எப்படியாக்கும் அமைதற்குரியது என்ற பண்பு சுட்டிக்காட்டப்படுகிறது. களவு ஒழுக்கத்தில் இப்படியென்றால், கற்பு ஒழுக்கத்திலும் இதுமாதிரிதான்.

தற்புகழ் கிளவி கிழவன் முற்கிளத்தல்
எத்திறத்தானும் கிழத்திக் கில்லை. ***(கற்பியல், 39)***

அதுபோல, உவமவியலில்,

கிழவி சொல்லின் அவளறி கிளவி;
தோழிக் காயின் நிலம் பெயர்ந்து உரையாது;
கிழவோற் காயின் உரனொடு கிளக்கும்;
ஏனோர்க் கெல்லாம் இடம் வரைவின்றே;
இனிது உள கிளவியும் துனிஉறு கிளவியும்
உவம மருங்கின் தோன்றும் என்ப'
கிழவோட்கு உவமம் ஈரிடத்துரித்தே. ***(உவமவியல் : 26-31)***

என்று வரையறைகள் தரப்படுகின்றன. கதைமாந்தர் பேசுதல் என்ற சூழல்களில் கிளக்குநரின் பண்பு நலன்கள், அறிதிறன்கள், உவமங்களின் எல்லைக்கோடுகள் ஆகியவை கூற்றுக்களின் வடிவமைப்போடு சேர்த்துத் தரப்படுகின்றன. சங்க இலக்கியத்தை எவ்வாறு புரிந்துகொள்ள வேண்டும் என்பதற்கு இப்படி இங்கே வழிகாட்டுதல் தரப்படுகிறது.

தொல்காப்பியத்தில் கூற்றுக்கள் வரிசைப்படுத்திப் பேசப் படுகின்றன; களவுக்காலத்திய கூற்றுக்கள், கற்புக்காலத்திய கூற்றுக்கள் என்று அவை வகைப்படுத்தப்படுகின்றன. அவற்றின் அளவைகளை வகை மாதிரிக்காக இங்கே நாம் பார்க்கலாம். கூற்றுக்கள் நிகழ்த்துவோரையும் அத்தகைய கூற்றுக்களுக்குரிய சூழல்களையும் களவியலும் கற்பியலும் பின் வரும் எண்ணிக்கைகளில் பேசுகின்றன:

களவுநிலையில்	கற்புநிலையில்
தலைவி 48	தலைவி 19
தலைவன் 25	தலைவன் 33
தோழி 32	தோழி 18
செவிலி 13	காமக்கிழத்தி 9
	கூத்தர், பாணர் 10
	இளையோர் 10
	பார்ப்பார் 6

கற்பு ஒழுக்கத்தில்தான் நிறையப்பேர் பேசுகிறார்களோ? நல்லது. தவிரவும், கற்பு ஒழுக்கத்தில்தான் தலைவனும் அதிகம் பேசுகிறான். ஆனால் அதற்குரிய காரணம் - 'காதல் என்பதிலிருந்து இல்லறம் என்ற ஒழுக்கத்திற்குச் செய்திகள் நகர்கின்றன' என்பது ஆகும். தலைவனுடைய கூற்றுக்களிலுள்ள 33 சூழல்களில் முதற்பகுதி, 'காரணத்தின் (திருமணத்தின்) அமைந்து முடிந்த காலை - நெஞ்சு தளை அவிழ்ந்த புணர்ச்சிக்கண்' என்ற சூழலைக்கொண்டது. பின்னர், ஒழுக்கம் காட்டிய குறிப்பினாலும் என்று சொல்லப்படுகிறது. தொடர்ந்து, 'புதல்வன் பிறந்த புனிறுதீர் பொழுது; அதன்பின், தலைவியின் ஊடல் காலம் பின்னர் 'வேற்று நாட்டு அகல்வயின் ஒழுக்கத்து'ப் பிரிவு; இறுதியில் கேளிர் (உறவினர்) ஒழுக்கத்து புகற்சி (விருப்பம், செருக்கு) - தலைவனின் கூற்றுக்களிலுள்ள இந்த வரிசை, அவனுடைய செயல்களில் உள்ள பரவலான தளத்தை முன்னிட்டு அமைகிறது.

தொல்காப்பியத்தில் கூற்றுக்கள் இப்படிச் சூழல்கள் - செயல்கள் - உணர்வுகள் அடிப்படையில் முறைப்படுத்தி யுரைக்கப்படுகின்றன என்பதற்காகத்தான் இதை இங்குச் சொன்னோம்.

இனி, எட்டுத்தொகையில் உள்ள அகத்திணைப் பாடல்களில் கூற்றுக்கள் நிரவிக் கிடப்பதைக் காட்டச் சில பட்டியல்களை இங்கே முன்வைப்போம்:

i. ஐந்து திணைகளிலும் விரவிக்கிடத்தல்

	குறிஞ்சி	நெய்தல்	பாலை	முல்லை	மருதம்
குறுந்தொகை	147	71	90	45	48
நற்றிணை	131	102	104	30	32
அகநானூறு	80	40	200	40	40
ஐங்குறுநூறு	100	98	100	100	100
கலித்தொகை	29	33	35	17	35
மொத்தம்	487	344	529	232	255

	கிடைக்கும் மொத்தப் பாடல்கள்	தலைவன் கூற்று	தலைவி	தோழி	செவிலி/தாய்	பரத்தை	பிறர்
குறுந்தொகை	401	61	180	141	9	5	5
நற்றிணை	399	75	83	218	11	9	3
அகநானூறு	400	102	97	162	25	9	5
ஐங்குறுநூறு	498	94	150	196	26	20	12
கலித்தொகை	149	11	39	63	-	8	28
மொத்தம்	1847	343	549	780	71	51	53

ii. குறிஞ்சித்திணைப் பாடல்களில் கூற்றுக்கள்

	தலைவன் கூற்று	தலைவி	தோழி	பரத்தை	பாங்கன்	மொத்தம்
குறுந்தொகை	35	49	61	...	2	147
நற்றிணை	23	18	89	1	...	131
அகநானூறு	13	20	47	...	...	80
ஐங்குறுநூறு	7	20	73	...	...	100
கலித்தொகை	5	5	19	...	...	29
மொத்தம்	83	112	249	1	2	487

iii. நெய்தல்திணைப் பாடல்களில் கூற்றுக்கள்

	தலைவன் கூற்று	தலைவி	தோழி	பரத்தை	கண்டோர்	பிறர்	மொத்தம்
குறுந்தொகை	3	46	22	-	-	-	71
நற்றிணை	6	25	70	1	-	-	102
அகநானூறு	5	-	35	-	-	-	40
ஐங்குறுநூறு	11	44	34	8	-	1	98
கலித்தொகை	3	6	13	-	9	2	33
மொத்தம்	28	121	174	9	9	3	344

iv. பாலைத்திணைப் பாடல்களில் கூற்றுக்கள்

	தலைவன் கூற்று	தலைவி	தோழி	தாய்	பிறர்	மொத்தம்
குறுந்தொகை	16	35	29	7	3	90
நற்றிணை	29	27	36	11	1	104
அகநானூறு	55	61	58	25	1	200
ஐங்குறுநூறு	19	32	25	16	8	100
கலித்தொகை	-	5	28	-	2	35
மொத்தம்	119	112	176	59	15	529

v. முல்லைத்திணைப் பாடல்களில் கூற்றுக்கள்

	தலைவன் கூற்று	தலைவி	தோழி	தாய்/செவிலி	பிறர்	மொத்தம்
குறுந்தொகை	6	29	7	2	1	45
நற்றிணை	13	6	9	-	2	30
அகநானூறு	26	5	5	-	4	40
ஐங்குறுநூறு	50	14	24	10	2	100
கலித்தொகை	1	2	2	-	12	17
மொத்தம்	96	56	47	12	21	232

vi. மருதத்திணைப் பாடல்களில் கூற்றுக்கள்

	தலைவன் கூற்று	தலைவி	தோழி	பரத்தை	பிறர்	மொத்தம்
குறுந்தொகை	1	21	22	4	-	48
நற்றிணை	4	7	14	7	-	32
அகநானூறு	3	11	17	9	-	40
ஐங்குறுநூறு	7	40	40	12	1	100
கலித்தொகை	2	21	1	8	3	35
மொத்தம்	17	100	94	40	4	255

இவ்வாறு கதைமாந்தர்களின் கூற்றுக்கள் அகத்திணைப் பாடல்களில் விரவிக்கிடக்கின்றன. எவ்வெத் திணைகள், எவ்வெக் கதைமாந்தர்களின் கூற்றுக்களில் அதிகம் ஈடுபாடு கொண்டிருக்கின்றன என்ற விவாதங்களுக்கு இந்தப் பட்டியல்கள், வரைபடங்கள் இடம் தருகின்றன. கூற்றுக்களை நிகழ்த்துபவர்கள் (கிளக்குநர்) யார் என்பதை மையமிட்டதே இந்தப் பட்டியல். கிளக்குநர்கள் இவர்களெனின், கேட்குநர் யார் என்பதும் முக்கியமானதே. எனினும், கிளக்குநரை மையமிட்டே கூற்றுக்கள் வகைப்படுத்தப்படுகின்றன; ஏனெனில் இவையே தீர்க்கமாக, வேறுபாடுகள் கண்டறியுமாறு உள்ளன; மட்டுமல்லாமல், கிளக்குநருடைய உணர்வுகளும், அவர்தம் செய்திகளுமே, முக்கியமாகப் பாடல்களில் நிரவிக்கிடக்கின்றன; அவர்தம் நோக்கு நிலையிலேயே (point of view) பாடல்கள் அமைந்திருக்கின்றன; நோக்கு நிலையே பாடல்களின் செய்திகளுக்கும் உணர்வுகளுக்கும் முகாந்திரமாக இருக்கின்றது. எனவே, கூற்று என்பது, கூறுவோர் யார் என்ற அடையாளத்தோடு கூடியதாக உள்ளது.

3

கூற்றுநிலை எனும் அமைப்பு, கதைமாந்தர் வழியே, அவர்களின் உணர்வுகளுக்கும் தேவைகளுக்கும் ஏற்பச் செய்திகளைக் கூர்மையுடன் நிகழ்த்தப்படுகின்றனவாக ஆக்குகின்றது. 'தன்மை'யிடத்திலிருக்கும் ஒரு கதைமாந்தர்,

முன்னிலையிடத்திலிருக்கும் ஒரு கதைமாந்தரை நோக்கிப் பேசுவதாக உள்ள இவ் அமைப்பு, மேலை நாட்டு மரபில் தன்னிலைக் கூற்று 'monologue' என்று சொல்லப்படுவதோடு ஒப்புமை கொண்டது. புகழ்பெற்ற திறனாய்வாளர், எம். எச். ஆப்ராம்ஸ் (M. H. Abrams. (ed.,) 'Dramatic Monologue - A Glossary of Literary Terms, Boston, 2005, P. 70 -71) இது பற்றிக் கூறுவது, தமிழில் கூறப்பெறும் கூற்றுநிலையோடு பொருந்தி வருகின்றது. பாடலில் முன்னிலைப்படுத்திப் பேசுகிற கிளக்குநர், கதைமாந்தரே; நிச்சயமாகக் கவிஞர் அல்லர் என்று அவர் அறுதியிட்டுரைக்கிறார். முக்கியமான கணத்தின் - உணர்வின் - செயலின் - சூழமைவினை மையமிட்டு அமைகிற இந்தக் கூற்று, குறிப்பிட்ட பாடல் முழுக்க நிரவிக்கிடக்கிறது. ஆப்ராம்ஸின் இந்தக் குறிப்பு, தமிழின் கூற்றுநிலையை அப்படியே பேசுவது போன்று உள்ளது என்பதை அறியலாம். கேட்குநர், இப்பாடலில் வெளிப்படுகிறாரா? இல்லை. அவர் பேசுவதோ, எதிர்வினை நிகழ்த்துவதோ இல்லை. பாடலில் உள்ள குறிப்புக்கள் வழியாகவே நாம் அவர் பற்றி அறியவருகிறோம் என்கிறார். ஆனால் ஒரு மாற்றம்.

கலித்தொகையில் முன்னிறுத்தப்படும் கேட்குநர், பல பாடல்களில் எதிர்வினை நிகழ்த்துவதைப் பார்க்கலாம். ஆனால், இறுதியில், கிளக்குநர் பேச்சே முத்தாய்ப்பாக அமையும். அகத்திணைப் பாடல்கள் பலவற்றில் கேட்குநர் இடைமறித்துப் பேசாவிட்டாலும், அவருடைய எதிர்வினைகளைக் கிளக்குநரின் பேச்சுக்களே பல சமயங்களில் வெளிப்படுத்து கின்றன. இறுதியில், ஆப்ராம்ஸ் சொல்வார் - இத்தகைய பாடல்களில் (lyricpoetry), கூற்று நிகழ்த்தும் கதைமாந்தரின் மனநிலைகளையும் பண்புகளையும் வெளிப்படுத்த வேண்டும்; அதனைச் சித்திரிப்பதே கவிஞனின் நோக்கமாகும் என்கிறார். ஆனால் தமிழில் கூற்று நிலைப் பாடல்களில், முன்னிலைப் படுத்தப்படும் கதைமாந்தரின் பண்புகளும், மனநிலைகளும், கிளக்குநரின் பண்பு நலன்கள் போலவே முக்கியமானவை; தெளிவானவை. தலைவன் - தலைவி இவர்களுள் யார் கிளக்குநராக அல்லது கேட்குநராக இருந்தாலும் அவ்விருவருடைய உணர்வுகளும் பண்புகளும் இப்பாடல்களில் சூழலுக்கேற்றவாறு விளக்கம் பெறுகின்றன. அகத்திணைப் பாடல்கள் இவர்களையே மையமிட்டன என்பதாலும் மேலும், காதலின் அழகும்

வலிமையும், குறிப்பிட்ட களத்தின் முழுமையோடு வெளிப்பட வேண்டும் என்பதாலும் இது அவசியமாகிறது. மேலை நாட்டிலக்கியம் கூறும் நாடக - முன்னிலைக் கூற்று, அகம் அல்ல; அங்கு அது, பொதுவான பாடுபொருள்களைப் பற்றியதே ஆகும்.

இதனைத் தன்னிலைக் கூற்று (soliloquy) என்பததோடு இணையாகக் கொண்டு மயங்கக்கூடாது. பாடல் முழுக்க ஒருவரே தன்னுடைய குரலை வெளிப்படுத்துகிறார் என்பது இரண்டற்கும் பொது எனினும், ஆங்கில மரபு கூறும் தன்னிலைக் கூற்றில் வேறு யாரும் முன்னிலைப்படுத்தப்படுவதில்லை; தனக்குத்தானே ஒரு கதைமாந்தர் பேசுவது; தன்னுடைய உளவியல் வெளிப்பாடுகளைத் தன் மனதுக்குள் பேசிக்கொள்வது போன்றது, இது. சங்க அகப்பாடல்களில், குறிப்பாகத் தலைமகன் தன் நெஞ்சிற்குத் தானே சொல்லியது என்பதாகப் பல பாடல்கள் உண்டு. இவை ஒருவகையில், தனிநிலைக் கூற்றுக்கள் போன்று அமைந்துள்ளனவேயெனினும், உளவியல் கிளர்ச்சிகளோடு உறவுடையன அல்ல, இவை; 'நெஞ்சு' ஒரு பாத்திரத்தின் பண்போடு முன்னிறுத்தப்படுதலே, இங்குக் காணப்படுகிறது. ஷேக்ஸ்பியரில் மேக்பெத்தின் மனைவி பேசுவது, மனோன்மணியத்தில் நடராசன் பேசுவது போன்ற தனிநிலைக் கூற்று அல்ல இது; இது, குறிப்பிட்ட எதிர் வினையை நோக்கிய முன்னிலைக் கூற்றேயன்றி வேறில்லை; அதாவது, உரையாடலின் ஒரு பகுதி போன்றது.

4

முன்னிலைக் கூற்றுக்களாக அமைந்திருக்கின்ற அகத்திணைப் பாடல்களின் இப்பண்பு, அவற்றின் பொதுப்பண்பு ஆகும். இதனை முன்னரே சொல்லியிருக்கிறோம். இந்த முன்னிலைக் கூற்று இரு வகையாகக் காணப்படுகிற்து. ஒன்று - நேர்முகமாக அதாவது தலைவன், தலைவிக்கோ, தலைவி, தோழிக்கோ நேரிடையாகக் கூறுதல். இதுவே, பெரும்பான்மை. இரண்டு - ஒருவர், இன்னொருவரை முன்னிலைப்படுத்திப் பேசுவதாகத் தோன்றினாலும், அது மறைமுகமாக இன்னொரு மாந்தரை - நோக்கிச் சொல்வதாகவே செயல்படும். தலைமகன் **சிறைப்புறத்தானாக** - நேரடியாகப் பங்கு பெறாதவனாய் ஒளிந்து

- அல்லது ‘மறைந்து’ நிற்கிறான் - அப்போது தோழிக்குச் சொல்வாளாய்த் தலைமகள் சொல்லுகிறாள்; ஆனால், சொல்லும் செய்தி, தலைவனுக்கு உரியதுதான். அல்லது அதேபோன்ற சூழலில், தோழி, (தலைமகன் கேட்ப) தலைமகளுக்குச் சொல்லுகிறாள். இத்தகைய கூற்று முறை, தலைவனை இடித்துரைப்பதற்குரிய ஓர் உத்திமுறையாக உள்ளது. இத்தகைய மறைமுகமான முன்னிலையைப் பல பாடல்களில் பார்க்கலாம். இந்தப் போக்கில் சிலபோது ‘வாயிலாகப் புக்க பாணன் கேட்ப’, இந்தக் கேட்போர் நிலை, இரண்டு அடுக்குகளாகவும் அமைவதுண்டு. குயவனைக் கூவி, இங்ஙனம் சொல்லாயோ என்று குயவற்குச் சொல்லியது’ (நற்., 200; கொளு) என்ற வகையான சூழலைக் குறித்து வருகிற பாடல்களும் உண்டு.

இதேபோன்று, இன்னொரு வித்தியாசமான - சுவாரசியமான சூழல். பரத்தை பேசுகிறாள். தலைமகளுக்கு மிகவும் வேண்டியவர்க்கு, இவள் தன் கருத்தைச் சொல்ல வேண்டும். தலைமகள் மறைவாக இருக்கிறாள். அவளுக்குக் கேட்கும்படியாக, இவள், தனக்கு வேண்டியவரைப் பார்த்துச் சொல்கிறாள். (அகநா., 216). ‘தலைமகட்குப் பாங்காயினோர் கேட்ப - தனக்குப் பாங்காயினோர்க்குப் பரத்தை சொல்லியது....” (கொளு) என்ற முறையில் பாடல் அமைகிறது.

முன்னிலைக் கூற்று, யாரை நோக்கியது என்பது (விளியாக) பெரும்பாலான பாடல்களில் இருக்கும். ஆயின் சிலவற்றில், யார் என்ற குறிப்பு எதுவுமில்லாமல் பொதுவகையாக அமைந்தது போல் இருக்கும். ‘செங்களம்படக் கொன்று...’ எனத் தொடங்கும் குறுந்தொகையின் முதற்பாடல் இத்தகையது. யார் கூறியவர், யாருக்கு அவர் கூறினார்? என்ற குறிப்பு எதுவுமில்லை. பாடலின் செய்தியையும் சூழலையும் கொண்டுதான் கூற்றுக்குரியவர் யார் யாரை நோக்கியது அக்கூற்று என்பதை அறிய வேண்டும். அதுபோல் கபிலருடைய பாடல்கள் சில, கூறிய கதைமாந்தர் யார் என்ற குறிப்பு இல்லாமல் உள்ளன. (குறுந்., 25, 87, 142, நற்., 65 முதலியன). இதுவன்றியும், முன்னிலையாக உள்ளவர் - கூற்றிற்குரியவ்ர் - இவரா அவரா? என்ற மயக்க நிலையும் உண்டு. பாடல்களின் அமைப்பிலுள்ள இந்த ஐயப்பாட்டு நிலைகளைத் தொகுத்தவர்கள் கவனித்துக் குறிப்பிட்டுள்ளார்கள்.

முன்னிலைக் கூற்று, சிலபோது, குன்றம், காகம், மஞ்ஞை, நெஞ்சம் போன்ற எதிர்வினை ஆற்றாத, அஃறிணைப் பொருளாகவோ உயிரற்ற நுண்பொருளாகவோ இருக்கலாம். நெஞ்சுக்குக் கூறுவதாக அமைகிற உத்தி, மன உளைச்சல்களையும் உணர்வுக் கோளங்களைச் சித்திரிப்பதிலும் துணைகொள்ளு கின்றது. ஆனால் சங்கப்பாடல்களில் பெண், நெஞ்சுக்குச் சொல்லியதாக அமைந்த பாடல்கள் மிகக்குறைவு. இத்தகையவை, 'தலைவி, தன்னுள்ளே அழிந்து கூறியது' என்று அமைகின்றன. தலைமகன், தன் நெஞ்சுக்குச் சொல்லிப் புலம்புகிற பாடல்களே அதிகம். தலைவியை விட்டுப் பிரிந்து போகிற தலைவனுடைய ஊசலாட்டத்தை இத்தகைய பாடல்கள் குறிப்பிட்டுப் பேசுகின்றன. பொருளீட்டுவதற்காக வேற்றுப்புலம் போக வேண்டும் - ஆனால் இவ்வளவு அழகானவளை விட்டு விட்டா - இவ்வளவு அன்புகொண்டவளை விட்டுவிட்டா? "பொருள் கடைக்கூட்டிய நெஞ்சிற்குத் தலைமகன் சொல்லிச் செலவழுங்கியது" (குறுந்., 171; கொளு) - இத்தகைய சூழல்களே இத்தகைய பாடல்களில் அதிகம்.

கடல்போல் கானம் பிற்படப் பிறர்போல்
செல்வேம் ஆயின் எம் செலவு நன்றென்னும்
ஆசை யுள்ளம் அசைவின்று துரப்ப
நீ செலற் குரியை நெஞ்சே. . . . *(அகநா., 199)*

என்று இப்படிப் பிரிவுக்குரிய எண்ணத்தைத் தன் நெஞ்சத்தோடு பகிர்ந்துகொள்ளும் தலைமகன், அதன்பின், அந்த விருப்பத்தை மறுத்துத் 'தண்ணிய திரண்ட பெருந்தோள் அரிவையைப் பிரிவதாவது' - என்று திடங்கொள்ளுகிறான். நெஞ்சத்தில் கொள்ளும் அந்தத் திடம், எந்த அளவிற்கு? நாடும் அதன் வளமும் பரிசிலாகக் கிடைத்தாலும் என் தலைவியைப் பிரிய மாட்டேன் என்று சொல்லும் அளவிற்கு. 'பொருள் கடைக்கூட்டிய நெஞ்சிற்குத் தலைமகன் சொல்லியது' என்ற சூழலோடு அமைகிற கல்லாடனாரின் அந்தப் பாடல் இப்படி முடிகிறது:

பொல்பூண் நன்னன் பொருதுகளத் தொழிய
வலம்படு கொற்றந் தந்த வாய்வாள்
களங்காய்க் கண்ணி நார்முடிச் சேரல்

இழந்த நாடுதந் தன்ன
வளம்பெரிது பெறினும் வாரலென் யானே. . .

(அகநானூறு, 199)

செலவு அழுங்குதல் என்பது பிரிந்து செல்லுவதாக முதலில் நினைந்து, பின்னர் அதனை 'மறுத்துவிடுகிற' மனநிலையைச் சொல்லுகிற ஓர் உத்தி.

தலைவன், இவ்வாறு தன்னுடைய நெஞ்சத்திற்குக் கூறியதாக, நாடகத் தன்னிலைக் கூற்று என்ற முறையில். அதிகம் பாடியவர், இளங்கீரனார். இவருடைய பதினாறு பாடல்களில் நான்கைத் தவிர, ஏனைய பன்னிரண்டு பாடல்கள் இவ்வாறு அமைந்தவையே.

அகப்பாடல்களும் சரி, புறப்பாடல்களும் சரி, கதை மாந்தர்களின் கூற்றுக்களாகவோ புலவர் தம் நேரடிக் குரல்களாகவோ - எவ்வாறிருப்பினும், நடைமுறையில் அவை வாசிப்பின் தளத்தை நேர்முகமாக வாசகர்களை நோக்கி நகர்த்துவனவாக இருக்கின்றன. யார் முன்னிலைப்படுத்தப் பட்டாலும், அவை வாசகரை நோக்கிப் பேசுவனவாக - அத்தகைய உணர்வு நிலையைத் தருவனவாக - அமைகின்றன. அதுபோல், கூற்றுமுறையின்றிப் பொதுநிலையாக அமைந்த (புறப்) பாடல்கள், பொதுநிலைப்பட்ட கருத்து நிலைகளைப் பகிர்ந்துகொள்ளத் தூண்டுவனவாக உள்ளன. பொதுநிலைப்பட்ட சூழமைவுகளைத் தனிமனித உணர்வுத் தளத்துக்குள் கொண்டு போவதன் மூலம், இது சாத்தியப்படுகிறது. கவிதையின் வழிமுறை, இது. முக்கியமாகச் சங்கக்கவிதையின் பண்பு, இது.

அழகியல் கூறுகளும் அவற்றின் வழி அறியலாகும் உணர்வுகளும், காண்போர் கேட்போர் நுகர்வோர் ஆகியோரின் தேவைகளையும் புறநிலையிலுள்ள தூலப் பொருள்களின் பண்புகளையும், அவற்றின் பரஸ்பர உறவுகளையும் சார்ந்தவை. இவை மூன்று தளங்களின்மேல் புலப்படுகின்றன. அவை: 1. இயற்கை, 2. மனிதத் தோற்றம் மற்றும் உடல், 3. செய்பொருள் அல்லது கலை. சங்கப் பாடல்களில் இவற்றின் செய்கைகள் சுவைகளாக எங்கும் நிரவிக்கிடக்கின்றன. மேலும், இம்மூன்றும் ஒன்றோடொன்று ஒப்ப நோக்குகிற விதத்தில் இணைவுகளாக அறியப்படக்கூடியன.

10

மூன்று தளங்கள்

அழகு என்பதற்கு வரையறைகள் - விளக்கங்கள் - பல உண்டு. எனினும், அதனுடைய சாராம்சம் பொருளின் தன்மையும் பார்ப்போரின் விருப்பமும் என்ற இசைவில் அது இயங்குநிலை (dialectical கொண்டது என்பதாகும். இது பற்றி, ஏற்கெனவே இன்னோரிடத்தில் பேசியிருக்கிறோம்.) உறவுகளையும் உணர்வுகளையும் முன்கொண்டு சென்று, வாழ்க்கையை இது அர்த்தமுடையதாக ஆக்குகிறது. ருசிய அறிஞர் செர்னிஷேவ்ஸ்கி சொல்லுவார், 'அழகே வாழ்க்கை' என்று. இவ்வாறு சொன்னவர், இன்னும் கொஞ்சம் கூட அழுத்தி, 'இதுதான் அழகு பற்றிய உண்மையான வரையறை' என்று அறுதியிட்டுச் சொல்லுவார். (Chernyshevsky, N. G., Aesthetic Relation to Reality, Moscow, 1953) மேலும் அவர் சொல்லுவார். "அழகான பொருள் என்பது, மனிதருக்கு வாழ்க்கையை நினைவுபடுத்துவதாகும்." "வாழ்க்கையை

எப்போதும் நினைவுக்குள் வைத்திருக்கவும், நேசிக்கவும் அதனோடு நெருங்கியிருக்கவும் செய்கிற சக்தியாகவும் சாதனமாகவும் விளங்குகிறது, அழகு." இப்படிப் பார்த்தால்; அழகே வாழ்க்கை; வாழ்க்கையே அழகு; அழகே செய்தி.

சங்கப் பாடல்களில் உணர்வுகள், நிகழ்வுகள், செய்திகள், பொருட்கள் முதலியவை சித்திரிக்கப்படுகின்றன. ஆனால் எவ்வாறு முக்கியமாகக் காட்சிப்படுத்தல் மூலமாக இவற்றுள் அழகியலை நோக்கிட்ட கருத்தியல்களும் சொல்லாட்சிகளும் காட்சிவிவரணங்களும் நிறைந்து கிடக்கின்றன.? இவை இரண்டு முக்கியமான வினைகளைப் புரிகின்றன. ஒன்று - பாடல்களில் இடம்பெறுகிற - இயங்குகிற மாந்தர்களுக்கு, வாழ்க்கையில் உடன்பாடாகவுள்ள (positive aspects) நிலைமைகளையும் இனிமைகளையும் நினைவுபடுத்துகின்றன; சொல்லுகின்றன. வாழ்க்கையை நேசிக்கத் தூண்டுகிற இதே காரியம், வாசிப்பு அனுபவமாக, வாசகர்களுக்கு இடம் மாறக்கூடிய சூழல் அமைகிறது. இரண்டு - இத்தகைய சித்திரங்கள் - சொற்களாலான வரைவுகள் - பாடல்களோடு வாசகர்களை நெருங்கியிருக்கச் செய்கின்றன. இடைவெளிகள் குறைகின்றன. புரிதலுக்குரிய வெளி விரிவடைகிறது. இது பாடல்களின் வாசிப்புத் தளத்தை சுவாரசியம் உடையதாக ஆக்குகிறது.

இத்தகைய நிலைப்பாட்டோடு, சங்கப் பாடல்களைத் தரவுகளாகக் கொண்டு பார்க்கிறபோது, அவற்றில் விரவிப் பரந்து கிடக்கின்ற செய்திகளும் விளக்கங்களும் அழகியல் பரிமாணத்திற்கு நம்மை இட்டுச் செல்லுகின்றன. இதன் வழி அழகு, செய்தியாக - செய்தி, அழகாக வெளிப்படுகின்ற சூழமைவுகளை மூன்று தளங்களாக இங்கே இனம் காணலாம்.

1. இயற்கை (nature)
2. மனிதன் (human kind)
3. செய்பொருள் மற்றும் கலை (art amd artefact)

இயற்கையும் மனிதனும்; உலகத்தின் மூலாதாரங்க ளாகவுள்ள வளமைகள் மற்றும் இருப்புக்கள் என்று கார்ல்மார்க்ஸ் சொல்லுவார். கலை என்பது இயற்கையோடு பொருந்தியதும் மனிதவுழைப்போடு சம்பந்தப்பட்டதுமான ஒரு வடிவம்; உழைப்பிலிருந்து உருவாகி ரசனையோடும் அழகோடும் நுட்பத்தோடும் ஒழுங்கமைந்த ஒருவடிவம். எனவே இயற்கையும் மனிதனும் கலைகளும் இந்த நடைமுறை உலகத்தின்

சாராம்சங்களாகவும் ஒன்றோடு ஒன்று சார்ந்து தோன்றும் புலப்பாடுகளாகவும் இருக்கின்றன.

1

அழகின் தளங்களில், இயற்கை புராதனமானது. எங்கும் நிறைந்து கிடப்பது. பன்முகப்பட்டதாகவும் பலவகைமைகளைக் கொண்டதாகவும் விளங்குகின்ற இயற்கை, ஆற்றல் கொண்டது. உற்பத்தித்திறன் கொண்டது. மனிதரோடு சேர்ந்து வாழும் இயற்கையை அன்றைய - இன்றைய - சமூகங்கள் எப்படிப் பார்க்கின்றன? உம்பர்ட்டோ ஈக்கோ அளவிட்டுச் சொல்லுவார்:

1. இயற்கை, ஒரு சமூகக் குழுமமாக - nature as a community
2. இயற்கை, ஒரு விலை பொருளாக - nature as a commodity

இயற்கையைத் தம்மோடு சேர்ந்து வாழும் சமூகப் பங்காளியாகப் பார்க்கின்றபோது, அவ்வியற்கையை மனிதர்கள் நேசிக்கிறார்கள்; கொண்டாடுகிறார்கள். இயற்கையை விலைபொருளாக, நுகர்பொருளாகப் பார்க்கின்றபோது, அதனை அவர்கள் சீரழிக்கிறார்கள். இன்றைய பெரு முதலாளித்துவ - அதிகார அரசியலின் நோக்கில் காடுகளும் குன்றுகளும் ஆறுகளும் பசும் புல்வெளிகளும், பன்னாட்டுத் தொழில் குழுமங்களின் (multi-national corporate sector) ஆதிக்கத்திற்கும் முதலாளித்துவ அரசியல்வாதிகளின் லாப வேட்டைக்கும் இலக்குகளாக ஆகின்றபோது, இவர்களின் நோக்கில், இயற்கை, மரணித்துப் போகும் ஒரு பொருள் (Nature as a casuality).

சங்ககாலச் சமூகத்தில் இயற்கை, மனிதரோடு சேர்ந்து வாழும் கூட்டுக் குடும்பமாக இருந்தது. சிலுசிலுத்து ஓடும் ஓடைகளும் அருவிகளும், நீண்டுயர்ந்த மரங்களும் செடி கொடிகளும் பூக்களும் தளிர்களும் களிறுகளும் கரடிகளும் குயில்களும் மயில்களும் வண்ணத்துப்பூச்சிகளும் மின்மினிகளும் எல்லாம் மனிதக் கூட்டத்தோடு இணைந்து வாழ்வன; இந்த மண்ணில் கருவுயிர்ப்பவை; கருப்பொருள்கள். இந்த உண்மைகளினூடே மனித வாழ்க்கையின் முழுமையிலும் இயற்கை வியாபித்திருக்கிறதாய்ச் சங்கப் பாடல்களின் செய்திப் பரிமாற்றம் அமைந்திருக்கிறது. இவ்வாறு நிரவிக்கிடக்கின்ற இயற்கை அந்தப் பாடல்களின் செய்திகளோடும் ஆண் பெண்களோடும் உணர்வுகளோடும் அழகின் வெளிப்பாடாக - அதற்குரிய தளமாகக் கண்டறியப்படுகிறது. அவ்வாறு

கண்டறியப்படுகிறதென்றால், எவ்வெச் சூழ்நிலைகளோடு, எவ்வெக் காரணங்களோடு அவ்வாறு அறியப்படுகிறது? ஒரு நான்கு வகையாகக் கணக்கிட்டுப் பார்க்கலாம்.

1. காதல் உள்ளிட்ட உணர்வுகளுக்கும் நிகழ்வுகளுக்கும் அவற்றின் பல்வேறுபட்ட எதிர்வினைகளுக்கும் பொருந்துவதான - ஏற்புடையதான பின்புலமாக (background or setting) அமைகிறது. தகுந்த பின்புலம், உணர்வுகளுக்கும் நிகழ்வுகளுக்கும் தகுந்த சூழமைவைத் தருகிறது. பாடலின் வெளிகளுக்குக் கன பரிமாணங்களையும் வண்ணக் கலவைகளையும் தருகிறது.

2. இயற்கையைச் சித்திரிப்பதாகச் சொல்லுவது, பாடலுக்கு உத்திமுறையாக அமைகிறது. உள்ளுறை, இறைச்சி, குறியீடு முதலியவற்றுக்குக் காரணியாகவும் களமாகவும் அமைகிறது. தலைவி, தலைவன் உள்ளிட்ட கதைமாந்தர்களின் ஆளுமையைப் புலப்படுத்தவும் உதவுகிறது. இயற்கையைத் தெரிந்தெடுத்து விவரிப்பது, கவிஞனின் படைப்பாற்றலுக்கு உகந்த தனத்தையும் அறைகூவலையும் தருவதாக உள்ளது.

3. அரசர், சிற்றரசர், கிழார் உள்ளிட்ட புரவலர்கள், மற்றும் அகத்திணைத் தலைமை மாந்தர்கள், புலவர்கள் பாணர்கள் என்று இத்தகையோரின் பெருமைகளையும் நாடு, நகரச் சிறப்புக்களையும் வளமைகளையும் காட்டுவதற்கு இயற்கைச் சித்திரிப்பு ஒரு கருவியாக உள்ளது.

4. புவியியல் அமைப்பும் நிலப்பாகுபாடும் அவற்றிலுள்ள உயிரினங்களும், பருவங்களும் பற்றிய விசாலமான அறிவைத் (geo-information) தருவதற்கும் அறிவதற்கும் வாய்ப்பாக இயற்கைச் சித்திரம் பயன்படுத்திக்கொள்ளப் படுகிறது. இனவரைவியல், (Ethnography) நிலம் சார்ந்த - புவியியல் அரசியல் (Geo-politics) முதலியவற்றைப் புலப்படுத்துவதாகவும் இயற்கை பற்றிய வருணிப்பு, பயன்படுத்திக்கொள்ளப்படுகிறது. நிலங்கள், எல்லைகளாக அல்லாமல், மக்களுடைய நகர்வுகளுக்கு எளிதாக இடம் தருகிற விதத்தில் இயற்கை இனங்காட்டப்படுகிறது.

இலக்கியம் இதனை எதிர்கொள்ளுவதில் காலம் தோறும் வேறுபாடுகள் உண்டு; அதற்குச் சமூக - பொருளாதார - பண்பாட்டு

அடிப்படையிலான காரணங்கள் உண்டு. வேறுபாடுகளும் வேறுபட்டு நிற்கும் காரணங்களும் ஆராய்ச்சி உலகினுக்கு விருந்துகள்.

2

அழகு என்பது சார்பியலானது - பல விளக்கங்களுக்கு உரியது - என்றாலும், அடிப்படையில், ஒருவரையொருவர் நெருங்கியிருப்பதற்கு உரிய உணர்வுபூர்வமான சாதனங்களில் முக்கியமான ஒன்றாக அது விளங்குகிறது. இயற்கையின் அழகு, இந்தப் பூமியை நேசிக்கச் சொல்லுகிறதென்றால், மனிதரின் அழகு, இந்த வாழ்க்கையை நேசிக்கச் சொல்லுகிறது. அந்த அழகு, அவனு(ளு)டைய முழுமையின் அதாவது, ஒட்டுமொத்த ஆளுமையின் வெளிப்பாடு ஆகும். மனிதருடைய சுயமே மனிதருடைய ஆளுமை. அம்மனிதரிடம் உள்ளார்ந்தும் வெளிப்பட்டும் தோன்றுகிற 'நுண்மை' சார்ந்த பண்பு, இது. மேலும், இது அம்மனிதருடைய நடத்தை, வார்த்தை, ஆற்றல், நட்பும் சுற்றமும் உள்ளிட்ட சேர்க்கை முதலியவற்றின் ஒன்றிணைவில்தான் தன்னை அடையாளப்படுத்திக்கொள்கிறது. அதனுடைய பிரதிபலிப்பாக அழகு வெளிப்படுகிறது.

தொல்காப்பியம், பொருளதிகாரத்தின் பரப்பில், ஆண் பெண் ஆளுமை பற்றிய கருத்தியல்களை, வெவ்வேறு சூழமைவுகளில் பேசியிருக்கிறது. உதாரணமாக, 'பெருமையும் உரனும் ஆடூஉ மேன' (களவியல், 7) என்றும், 'அச்சமும் நாணும் மடனும் முந்துறத்த நிச்சமும் பெண்பாற்குரிய' என்றும் வேறுபடுத்தி வரையறை செய்கிறது. மற்றும்,

கற்பும் காமமும் நற்பால் ஒழுக்கமும்
மெல்லியற் பொறையும் நிறையும் வல்லிதின்
விருந்து புறந் தருதலும் சுற்றம் ஓம்பலும்
பிறவும் அன்ன கிழவோள் மாண்புகள். . .

(கற்பியல், 11)

என்று பெண் மகளின் மாண்புகளை விளக்குகிறது. இதெல்லாம் ஆளுமை பற்றிய பேச்சுகள்தாம். இதுவன்றியும், ஆண் - பெண் காதல் உறவுகள் பற்றிய விளக்கங்களும், உணர்ச்சி வெளிப்பாடுகளின் சூழல்கள் பற்றிய குறிப்புக்களும், ஆண் மகனின் வீரமும் திறனும் வெளிப்படுகின்ற போர் முறைகளும் பேசப்படுகின்றன; ஈகை, புகழ் முதலியவை உள்ளிட்ட பண்பு நிலைகளும்

பேசப்படுகின்றன. சங்கப் பாடல்களில், இத்தகைய நிலைப்பாடுகள் பெரும்பாலும் அவ்வத் தேவைகளுக்கு ஏற்பச் சொல்லோவியங் களாகக் காட்சிப்படுத்தப்படுகின்றன; மேலும் தனிமனித விழுமியங்களும் சமூக விழுமியங்களும் கட்டமைக்கப் பட்டுள்ளன. இத்தகையவை, விழுமியங்கள் வழிப்பட்ட ஆளுமை வெளிப்பாடுகள் ஆகும். இதுபோல, கல்வியின் மேன்மையையும், பயிற்சி, தேர்ச்சி முதலியவற்றின் தேவையையும் பாண்டியன் நெடுஞ்செழியன் (புறநா. 183) வற்புறுத்துவான். அரசு நிர்வாகத்திற்கும் சமூக வளமைக்கும் பொருத்தமான ஆட்கள் தேவை என்பதை முன்னிட்ட அறைகூவலாகவும் அத்தகைய நிலைக்கு உறுதி கூறுதலாகவும் இது அமைகின்றது. இத்தகைய கூற்றுக்களும் சித்திரங்களும் பல உண்டு. இவையும் இவை போன்றவையும் அன்றைச் சமூகத்தில் காணப்படுகின்ற அல்லது கட்டமைக்கப்பட்டுள்ள ஆளுமை பற்றிய கருத்தோட்டங்களைக் காட்டக்கூடியவை. சங்க இலக்கியப் படைப்பு முறையில் இவ்வாறு மனித ஆளுமை, கலையியல் சார்ந்த போக்கோடு புலப்படுகின்றது.

மனிதனின் ஆளுமை சார்ந்த அழகியல் தளம், இப்படித் தூலமற்ற உள்ளார்ந்து விளங்கும் பண்புகளின் வாயிலாகப் புலப்படுவது போலவே, காட்சி வடிவத்தில் தூலமாகத் தெரிகிற தோற்றப் பொலிவு மூலமாகவும் புலப்படுகின்றது. உண்மையில், இதுவே அதிகமாகவும், கவனிக்கும்படியாகவும் துலங்கித் தோன்றுகிறது. மனிதரின் பண்புகளையும் விழுமியங்களையும், செயல்களையும் பேச்சுக்களையும் விரிவாகப் பேசியுள்ள தொல்காப்பியம், மனித உடல் அழகு பற்றிக் குறிப்பிடத் தகுந்தவாறு எதுவும் பேசவில்லை. ஆனால் அதற்கு மாறாகச் சங்க இலக்கியத்தில் அது கொண்டாடப்படுகிறது; விதந்து பேசி மகிழ்ச்சிகொள்ளப்படுகிறது. அழகியல் கோட்பாட்டில் தொல்காப்பியத்திற்குள்ள இந்தத் தனிநிலை, அதனுடைய தத்துவம் சார்ந்த நிலையின் பிரதிபலிப்பு ஆகும். இன்பத்தைத் துய்ப்பதும் உடலழகை முதன்மைப்படுத்துவதும் அவருடைய சிந்தனை ஓட்டத்தில் பாராட்டத் தகுந்தன அல்ல என்று தெரிகிறது. உடலழகு - தோற்றப் பொலிவு, இன்பத்தைக் காட்சிப்படுத்துகிற ஒரு களம் ஆகும். தவிர, இந்தக் காட்சிப்படுத்துதல், தூலப் பொருள்கள் வழியாக நிகழ்வது என்பதும் அத்தகையவற்றை எடுத்துக்காட்டுவது என்பதும் இயல்பானதே. காட்சி மொழியாகிய உடல் அழகு, மனிதருடைய

'பேசும் மொழியாக' ஆகிறது; சங்கப் பாடல்களில் அவ்வாறு இடம்பெறுகிறது. மேலும், பனுவலுக்குள்ளே சக மனிதர்களோடும், பனுவலுக்கு வெளியே வாசகரோடும் இயங்குகிற ஊடகமாகவும் இது இருக்கிறது / செயல்படுகிறது.

மேலும், மனிதரின் தோற்றப் பொலிவும் உடல் அழகும் பற்றிய கண்ணோட்டம், குறிப்பிட்ட ஓர் இனத்தின் அழகு பற்றிய பார்வையைக் காட்டுகிறது. அதேபோது, அந்த இனத்தின் இன அடையாளத்தை (ethnic identity) உணர்த்தக் கூடியதாகவும் விளங்குகிறது. மனித உடல் தமிழில் வருணிக்கப் படுகிறபோது, முக்கியமாக அது நலமானதாகவும் வளமானதாகவும் இளமையும் வலிமையும் உடையதாகவுமே வருணிக்கப்படுகிறது. உடல் அழகின் மேன்மையைச் சங்க இலக்கியம் இத்தகைய பண்புகளிலேயே காணுகிறது. இலக்கியத்தின் பேச்சு, வரையறைகளுக்குட்பட்டது என்ற கருத்துநிலையை நினைவிற் கொண்டுதான் நாம் இதனைப் பார்க்க வேண்டும். அழகு என்பது, தெரிந்தெடுக்கப்பட்ட வரைகோடுகளுடன்தான் படைப்பு இலக்கியத்தில் கட்டமைக்கப்படுகிறது.

தமிழ் மரபில் உடலழகியல் என்பதைப் பொருத்த அளவில் பின்வரும் கருத்துநிலைகள் கவனிக்கக்கூடியனவாக உள்ளன.

1. ஆணின் உடலழகும் தோற்றப் பொலிவும் பேசப்பட்டாலும், அது விரிவாக இல்லை; குறைவு. பெண்ணுடலே விரிவாகவும் அதிகமாகவும் கவனத்திற்குள்ளாகிறது. ஆணாதிக்க சமுதாயத்தில் அனுபவிப்பதும் ரசிப்பதும் ஆண் மகனை முன்னிட்டே நடப்பதால் அதற்கேற்றவாறு பெண்ணே அழகுடையவளாகக் காட்சியளிக்கிறாள்.

2. ஆணோ பெண்ணோ, அவர்களுடைய இளமைதான் போற்றப்படுகிறது; வருணிக்கப்படுகிறது. வறுமையும் முதுமையும் கொண்ட உடல், மிகச் சில பாடல்களிலேயே உண்டு.

3. உடலழகு, இயற்கையோடு இணைவாகக் காணப்படுகிறது. இது முக்கியமானது. கவனிக்கத்தக்கது. அன்றை - பழம் நெடுங்காலத்தில் இயற்கையோடியைந்த வாழ்க்கையில் இது மிக இயல்பானதும்கூட. ஆனால் இயற்கையோடு இயைந்த தளத்திற்குப் பெரும்பாலும் பெண்ணுடலே ஒப்புமைக்குரிய இடமாக வருணிக்கப்படுகிறது. மலர்ச்சி, உற்பத்தி யோடிணைந்த ஆக்குதல் திறன், மற்றும் தனக்கென முனைப்பு

இல்லாமல், துய்ப்புக்கும் ரசனைக்கும் உட்படுத்தப் படுகிற பொருளாக இருத்தல் (passive subject) எனும் இவை, இயற்கையோடு பெண்ணை இணைத்துக் காணும்படியாகச் செய்கின்றன. இயற்கையும் உடல் அங்கமும் ஒன்றற்கு இன்னொன்று பதிலியாக அமைகின்றன. பெண்ணும் இயற்கையும் இணைவுகளாகக் (paradigm) கருதப்படுகின்ற ஆழமான இக்கருத்து நிலை, சங்கப் பாடலின் அழகியலில் முக்கியமான ஒரு நிலைப்பாடு ஆகும். ஒன்றில் - உடலுக்கு இயற்கைப் பொருள் உவமமாக - ஒப்பீடாகக் கூறப்படுகிறது; இதற்கு மறுதலையாக இயற்கைப் பொருளுக்கு உடலழகு, உவமமாகவோ ஒப்பீடாகவோ கூறப்படுகிறது. சங்கப் பாடல்களில் பல இடங்களில் இந்த இரட்டைப் போக்கினைப் பார்க்கலாம். அவற்றில் குறிப்பிடத்தக்கதாக ஒன்று சிறுபாணாற்றுப்படை யிலிருந்து: ஆடுகளமகளாகிய விறலியின் கொங்கை இரு இடங்களில் வருணிக்கப்படுகிறது. முதலில், கொங்கைக்குக் கோங்கு மலர்மொக்கு உவமமாகக் கூறப்படுகிறது.

யாணர்க் கோங்கின் அவிர்முகை எள்ளிப்
பூணகத் தொடுங்கிய வெம்முலை. *(25 - 26)*

(யாணர் = புதிதாக வந்த; கோங்கு = கொங்கை; சொல் ஒற்றுமையையும் கவனிக்கலாம்)

இப்படி, முலையின் வடிவ அழகைக் கோங்கு மொக்குகளைக் காட்டி உணர்த்திய பிறகு, ஒரு ஐம்பது அடிகள் கழித்து உவமமும் பொருளும் இடம் மாறுகின்றன. இப்போது இயற்கைப் பொருளாகிய மலர்மொக்குகளின் அழகைச் சொல்ல வேண்டும். அதற்குக் கொங்கையின் வடிவம், உவமமாகிறது.

வருமுலை யன்ன வன்முகை யுடைந்து
திருமுக மவிழ்ந்த தெய்வத் தாமரை *(71 - 72)*

என்று இவ்வாறு இயற்கையும் உடல் அங்கமும் ஒன்றற்கு இன்னொன்று இணைவாகச் சொல்லப்படுகின்றன.

பெண்ணின் உடலுறுப்புக்களுக்கும் இயற்கைக்கும் உள்ள ஒப்புமை சங்க இலக்கியத்தில் இப்படிக் காணப்படுவதற்கு இன்னும் சில உதாரணங்கள்: கூந்தல் - ஆற்றின் ஓரம் ஒதுங்கும் கறு மணல் ஒழுங்கு (அறல்); மயில்தோகை; கானகத்தின் மணம். தோள் - கரும்பு; மூங்கில். நெற்றி - பிறை நிலவு. காது - தோடு.

கண் - ஆம்பல், குவளை, மீன், மழை (குளுமை); வாய் - பவழம், குமுதம். முறுவல் - முல்லை. முலை - கோங்கு, தாமரை மொக்கு, பனை (பனங்காய்); கைவிரல் - காந்தள்; முகம் - தாமரை. சீறடி அல்லது பாதம் - ஓடிக்களைத்த நாயின் நாவு. குரல் - குயில், மிழற்றும் கிளி; நடை - மயில், பெண்யானை (பிடி); மேனி - மாந்தளிர்; சாயல் - மயில்.

ஆணும் இயற்கையோடு ஒப்பிடப்படாமலில்லை. ஆனால் இது மிகக் குறைவு; மேலும் அவனுடைய பண்பு நிலைகளோடும், மொத்தத் தோற்றத்தோடுமே இந்த ஒப்புமை கூறப்படுகிறது. புலி, களிறு, கரடி, காளை, குரங்கு ஆகிய விலங்குகளோடுதான் பெரும்பாலான ஒப்புமைகள் கூறப்படுகின்றன. இவை வடிவமைப்புப் பற்றியன அல்ல; பெரும்பாலும், காதலனாக உள்ள ஆண் மகனுடைய பண்பு நிலைகளைச் சுட்டுகின்ற குறியீடுகளாகவே உள்ளன. சங்க இலக்கியத்தில் குதிரைகள் ஓடுகின்றன; தேர்களை இழுக்கின்றன; போர்க்களங்களில் உதவுகின்றன. ஆனால் அதனுடைய துள்ளலும் துடிப்பும் ஆண் மகனுக்கு ஒப்புமையாகவில்லை. அதேபோது பரத்தையர்க்கு அது ஒப்புமையாகி உள்ளது. காமம் என்ற உணர்வினைக் குறிக்க அங்கு அது இடம்பெறுகிறது. 'காமக்குதிரை' என்பது பரத்தையைக் குறித்து வருகிற ஒரு தொடர். மற்றப்படிப் பெண் மகளுக்கு இத்தகைய விலங்குகள், இணைவுகளாகக் கூறப்படுவ தில்லை. பறவைகள், மலர்கள் மற்றும் செடி கொடிகள், நீர்நிலை, வானம் இவையே இணைவுகளாகவும் ஒப்புமைகளாகவும் பெண்ணின் தோற்றத்திற்கு ஈடு தருகின்றன.

3

சங்க இலக்கியத்தின் அழகியல் புலப்படுகின்ற தளங்கள் முக்கியமாக மூன்று என்றும், அவற்றுள் கலை அல்லது செய்கலை என்பதும் ஒன்று என்றும் கூறினோம். 'இயற்கைப் பொருளை இற்றெனக் கிளத்தல்' என்று சொல்லும் தொல்காப்பியம், 'செயற்கைப் பொருளை ஆக்கமொடு கூறல்' என்று சொல்லும். இயற்கை போன்றே செயற்கையும் கவனிப்புக்கு உட்பட்டு வந்திருக்கிறது என்பதனையே இது காட்டுகிறது. இதனுள்ளும், மனிதருடைய உள்ளார்த்தமான படைப்பாக்கத் திறனையும் திட்டமிட்ட முறைமையினையும் கொண்டதாக விளங்குகின்ற கலை, அழகியலின் முக்கியமான வெளிப்பாடாகவும் பகுதியாகவும் விளங்குகின்றது. கலைகளின்

அளவையும் வடிவமும் துல்லியமாகவும் அறுதியிட்டுச் சொல்லக்கூடியவையாகவும் மேலும், நேரடியாக, மனிதனின் படைப்பாக்கத் திறனையும் அழகியல் உணர்வையும் காட்டக்கூடியவையாகவும் இருப்பவை. எனவே பிறகாலத்திய பெரும்பான்மையான மேலைநாட்டு அழகியலாளர்கள், அழகியல் பற்றிப் பேச வருகிறபோது, கலைகளின் மேலேயே அதிகம் கவனம் கொள்கின்றனர். பல சமயங்களில், அழகியலே, கலையியல் கோட்பாடுதான் என்று இவர்களில் பலர் கருதவும் செய்கின்றனர்.

இயற்கையோடு இணைந்து வாழ்கிற மனிதர்கள், அந்த இயற்கையிலிருந்து கற்றுக் கொண்டவற்றைத்தான், கலை வடிவமாக ஆக்கிக்கொள்கிறார்கள்; இயற்கையின் மாதிரியாகவே (model) கலை அமைகிறது என்று பல சமயங்களில் கூறப்பட்டாலும், முதலில், அது மனிதர்களுடைய படைப்பாக்கத் திறனைக் காட்டக்கூடியதேயாகும். இந்தப் படைப்பாக்கத் திறன் அவர்களுடைய அழகியல் சிந்தனையோடு கூடியது; அதுபோல அவர்களுடைய அழகியலை வெளிக்காட்டக்கூடியது. சங்கப் பாடல்கள் வழியாக வெளிப்படும் கலை எனும் இந்த அழகியல் தளம் பின்வரும் நிலைக்களன்கள் மூலமாகத் தன்னை இனம் காட்டுகிறது. அவை:

1. மனிதவுடம்புகளுக்கான ஒப்பனைக்கலை. முதலில், மனித (பெண்) உடம்புகளை எழுதி அணி செய்வது: மை எழுதுதல், தோளில் மார்பில் தொய்யில் எழுதுவது, ஆண், தனது மார்பில் சந்தனம் பூசிக்கொள்ளுவது, கூந்தலைப் பின்னி அலங்கரிப்பது முதலியவை. அடுத்து இழைகள், பூண்கள், குழைகள், வளை, கழல், ஆரம், தொடி, பொலன் காசு முதலிய அணிகலன்கள். ஆண்களும் இவற்றுள் பலவற்றை அணிந்தார்கள். ஆண் தன்னுடைய மார்பில் எப்போதும் மாலையணிந்திருந்தான்; ஆரம் அணிந்திருந்தான். கால்களில் கழல் அணிந்திருந்தான். பெண்கள், பொன், முத்து முதலியவற்றாலான அணிகளை அணிந்தார்கள். உடுத்துகிற உடைகளையும் பட்டு, துகில் என அழகுறச் செய்து அணிந்தார்கள். மேலும் இந்த அணிதல் என்பது, உடுத்தல், தொடுத்தல், பூணுதல், செருகுதல் முதலிய பல சொற்களால் குறிக்கப்படுகிறது. இவ்வாறு அணிந்துவந்த

பெண்களைக் குறுந்தொகைப் பாடல் ஒன்று இப்படிக் காட்டுகின்றது:

> **உடுத்தும் தொடுத்தும் பூண்டும் செருகியும்**
> **தழையணிப் பொலிந்த ஆயம்.** ***(குறுந், 295)***

என்று அணிசெய்துகொள்கிற - ஒப்பனை பண்ணிக்கொள்கிற - பெண்களை இவ்வடிகள் சொல்லுகின்றன. இந்தப் பாடலின் திரண்ட பொருளோடு ‘தழையணி’ என்ற சொற்றொடரைப் பார்க்கிறபோது, நாம் அறிவது: தழை என்பது, செடிகொடி இலைகளிலிருந்து தயாரிக்கப்பட்டது என்று கருத வேண்டியதில்லை. ஒரு காலத்தில் அப்படி இருந்தது பின்னால் பொன்னால் அதுபோன்று செய்யப்பட்ட பிறகும் பழைய பெயர், அப்படியே நீடித்திருக்கலாம்.

ஒப்பனை என்பது அழகு சார்ந்த கலை. உடல் பற்றிய ஒரு உணர்வும், அழகாகக் காட்டிக்கொள்ள வேண்டும் என்ற விருப்பமும் ஒப்பனையை ஒரு தேவையாக ஆக்குகின்றன. ‘வனைபுனை எழில்முலை’ என்று மார்பு ஒப்பனை செய்யப்பட்டிருக்கிற தன்மையை மலைபடுகடாம் (அடி, 57) பேசுகிறது. சிலப்பதிகாரம், மாதவியின் அணிநயத்தை முப்பத்திரண்டு வரிகளில் (கடலாடுகாதை : 733 - 765) விரிவாகப் பேசுகிறது. கூந்தல் உள்ளிட்ட உறுப்புக்கள் பல்வேறு அணிகள் கொண்டு ஆடம்பரமாக ஒப்பனை செய்யப்பட்டுள்ளன. இந்த ஒப்பனை, அழகையும், கவர்ச்சியையும் காதலையும் சொல்லுகின்றது. இனி, ஒப்பனை என்று ஒன்று இல்லாமல், ஆனால் பெண்ணின் அழகுக்குக் கூடுதல் அழகு தருவதாகத் தேமல் - சுணங்கு - திதலை என்ற ‘பசலை’ படர்வது பலமுறை பேசப்படுகிறது. இது பிரிவுக் காலத்திலும், ஊடலின் போதும் பெண்ணின் மார்பிலும் நெற்றி முதலிய உறுப்புக்களிலும் தோலில் படர்கிற தற்காலிகமான மாற்றம் ஆகும். இதனையும் அழகு எனப் பாராட்டுவது குறிப்பிடத் தகுந்தது.

2. கலை நயத்தோடு செய்யப்படுகிற ஒப்பனைகள் ஒரு பக்கம் இருக்க, நுண் கலைகளும் பயன் கலைகளும் கலைப் பொருள்களும் சங்க இலக்கியத்தில் பல நிலைகளில் குறிப்பிடப்படுகின்றன. இவை விளக்கம் பெறாவிட்டாலும், இவற்றினுடைய உருவாக்கங்களும், தாக்கங்களும் கணிசமானவை ஆகும். எனவே இவற்றைச் சுருக்கமாக வேனும் இங்கு அறிதல் வேண்டும்.

பாட்டு, இசை, கூத்து என்ற மூன்றும் கூடி ஒன்றாய் நிகழ்த்தப்படுகிற நிகழ்த்து கலை (performing art) வேத்தவை, பொது அவை என்ற இருவேறுபட்ட சூழல்களில் நிகழ்த்தப் பெறும் நிலைப்பாடு. பாணர் - விறலியர் - பொருநர் - கூத்தர் - என்ற குழுவினரின் செயல்பாட்டோடு கூடிய கலை நிகழ்வு.

3. பறை, துடி, முரசு முதலிய தோல் கருவிகள், யாழ், குழல் முதலிய நரம்புக் கருவிகள் இவற்றை மையங் கொண்ட இசை வடிவங்கள்.

4. மட்கலம், அருங்கலச் செப்பு, இரும்பு செய்விளக்கு உள்ளிட்ட பலவகைப்பட்ட பாவைகள், பாவை விளக்குகள், வேலைப்பாடுகளுடன் கூடிய படுக்கைக் கட்டில், எழினி அல்லது படாம் முதலிய கலைப் பொருட்கள்.

5. இயற்கையான பொருட்களின் காட்சியை ஒத்து (ஒவ்வுவதாக) அமைகின்றது ஓவம் அல்லது ஓவியம்.

6. கட்டில், மாடம், எழுநிலை மாடம், அரண்மனை, வீதிகள், ஊர்கள், சுவர்களில் செய்யப்படும் சுதைப் - புனைவுகள் முதலியவை. கொல்லர், தச்சர், கம்மியன் கண்ணுள் வினைஞர் முதலிய பல திறத்தவரின் கலைப் பணிகள்.

7. மொழியோடு கூடிய கலை வடிவங்கள்: பாட்டு, பண்ணோடு கூடிய பண்ணத்தி, அம்மை, அழகு முதலிய தொடர்நிலைச் செய்யுட்கள்.

8. ஏர், தேர், கூர்வேல் (எஃகம்) முதலிய உற்பத்திக் கருவிகள், அழகோடு கூடியிருத்தல். கலிங்கம் (ஆடை) பொலங்காசு அணிகள் முதலியன; புதல்வர் உருட்டும் மூன்று கால்கள் கொண்ட சிறு தேர்... இப்படிச் சில அழகுப் பொருட்கள்.

இவை பொதுவான கலை வெளிப்பாடுகள். இவற்றுள் சில, சங்ககாலச் சமுதாயத்திலேயே வளர்ச்சி பெற்றிருந்தன. சில வளர்ச்சிபெறத் தொடங்கியிருந்தன.

நெடுநல்வாடையில் செய்கலைகள் பற்றிய விரிவான குறிப்புக்கள் கிடைக்கின்றன. மதுரையை மையமாகக் கொண்டு அந்தச் செய்திகள் தரப்படுகின்றன. கவனிக்கத்தக்க சில செய்திகளும் சொல்லாட்சிகளும் பின்வருவன: மாடம் ஓங்கிய மல்லல் மூதூர் (வரி, 29 - 30) இரும்பு செய்விளக்கு (42), வடவர்

தந்த வான்கேழ்வட்டம் (51), கைவல் கம்மியன் செய்த செங்கேழ்வட்டம் (57), குன்று குயின்றன்ன ஓங்குநிலை வாயில் (88) வெள்ளிஅன்ன விளங்கும் சுதையுரீஇ மணிகண்டன்ன மாத்திரள் திண்காழ்ச் செம்பு இயன்றன்ன செய்வுறு நெடுஞ்சுவர் (110 - 112) நூலறிபுலவர் (76) பாண்டில், கட்டில் சேக்கை (117, 123) வல்லோன்கூர் உளி (119), புனையா ஓவியம் (147), முடக்கு மோதிரம் (144), நூல்கால் யாத்தவெண்குடை (184), பரு இரும்பு பிணைத்துச் செவ்வரக்கு உரீஇத் துணைமாண்கதவம் பொருத்தி (80 - 81) நெய்யணி நெடுநிலை (86). இந்தக் குறிப்புக்கள், சங்க காலத்தின் செய்கலைகள் பற்றிய ஆய்வுக்கு உதவக்கூடியவை.

சங்ககாலத்திற்குப் பின்னால் பொருளாதார உற்பத்தியுறவு களில் ஏற்பட்ட வளர்ச்சியின் காரணமாகவும், நிறுவனவயப் பட்ட அரசு - அதிகார உருவாக்கம், பல மட்டங்களிலும் அது செலுத்திய ஆதிக்கம் அடுத்து, வைதீக சமய எழுச்சி முதலியவற்றின் காரணமாகவும் ஏற்கெனவே இருந்த கலை வடிவங்களில் மாற்றங்களும் வளர்ச்சிகளும் ஏற்பட்டன. அன்றியும் கோயில்களை மையமிட்டு எழுந்த கட்டடக்கலை, மற்றும் சிற்பக்கலை ஆகிய பெருநிலையான கலைகளும் வளர்ச்சி பெற்றன. சங்க காலத்திற்குப் பின்னர் வந்த இந்த முன்னிடைக் காலத்திலும், மற்றும் இடைக் காலங்களிலும் இலக்கியங்களின் வளர்ச்சியைவிடக் கலைகளின் வளர்ச்சியே பிரதானமானதாகவும் பரவலாகவும் குறிப்பிடத்தக்க அளவில் இருந்தது.

வாழ்க்கையின் தளங்கள் அதிகரிக்கின்றபோது, மற்றும் அரசியல் - பொருளாதார - பண்பாட்டு முறைமைகளில் வளர்ச்சிகள் ஏற்படுகின்றபோது, கலைகளில் புதிய பரிமாணங்களும் அழகியல் வெளிப்பாடுகளில் புதிய நிலைப்பாடுகளும் தோன்றுகின்றன. சங்ககால இலக்கியத்தின் அழகியல் தளங்கள், அன்றைய வாழ்க்கையின் உயிர்ப்புடைய சூழமைவுகளிலிருந்து எழுந்தவை. எனவே இந்தத் தளங்கள் தொடர்ந்துவந்த காலங்களிலும், பொருத்தப்பாடுகளுடன் காணப்படுகின்றன. இந்தத் தளங்கள், இயங்குதளங்கள். இவற்றிலிருந்து,

தமிழின் அழகியலை - முக்கியமாகச், செவ்வியல் சார்ந்த அழகியலைக் கண்டடைகிறோம்.

இயற்கையை வருணிப்பது சங்கப் பாடல்களின் அமைப்பில் பெரும் பரப்பினை எடுத்துக்கொண்டுள்ளது. வருணிப்பை ஒரு தொடரியல் என்று எடுத்துக்கொண்டால், நோக்கப் பொருளாக உள்ள சொல் அல்லது சொற்றொடர், இறுதியில் பயனிலை வடிவத்தில் இடம் பெறுகிறது. அதனை அடை கொடுத்து வருணிப்பது எழுவாய் நிலையில் தொடக்கத்தில் உள்ளது. இது வருணிப்பின் அமைப்பு முறை. அதுபோல், வருணிப்பு நிகழ்கின்ற சூழல்களும் தளங்களும் இனங்காணும்படியாக உள்ளன. இயற்கை வருணிப்பின் மூலமாகத் திணைசார் வாழ்முறையும், மனித உணர்வுகளும், சூழலியலும் படைப்பாளியின் கற்பனையாற்றலும் புலப்பட்டுத் தெரிகின்றன.

11

வருணிப்பும் இயற்கையும்: உத்தியாகவும் செய்தியாகவும்

வருணிப்பு அல்லது வருணனை என்பது என்ன? ஒரு பொருளை அது இன்னது எனக் குறிப்பிடுதல் என்ற நிலையில் அல்லாமல், அத்தகைய ஒன்றை விசாலமாகவும் விரிவாகவும் விளக்குகிற நிலையில் சொல்லுவது வருணிப்பு ஆகும்; தெளிவுபடுத்துவது, கேட்போரை / வாசிப்போரை ஈர்க்கிற விதத்தில் சித்திரிப்பது ஆகும். இத்தகைய வருணனை (description) அல்லது சித்திரிப்பு (illustration), பாடலின் தேவையை ஒட்டியது. படைப்பாளியின் கற்பனைத் திறன், புனைவு செய்கிற ஆற்றல், மொழியின் ஆளுகைத் திறன், அழகியல்பார்வை, அதன் வெளிப்பாடு முதலியவற்றை இது இனங்காட்டுவதாக ஆகிறது.

ஒன்றனைச் சொல்லுவது (to express)- விதந்து பேசுவது (to elucidate) என்ற முறையில், இது சங்க இலக்கியத்தில் பிரதானமாகக் காணப்படுகிறது; பெரும்பகுதியான இடத்தை எடுத்துக்கொள்ளுகிறது; வாசகரைப் பாடலின் மையத்தை நோக்கி அழைத்துச் செல்கிறது. இதன் மூலமாகவே இயற்கையும் காதல் வீரம் கொடை புகழ் வறுமை வளமை முதலியனவும், ஆண் - பெண் தோற்றப் பொலிவுகளும் எடுத்துச் சொல்லப்படுகின்றன. மற்றும், திணை சார் வாழ்க்கையும் சொல்லப்படுகிறது. வரலாற்றுச் செய்திகளும் சமூக பண்பாட்டு நிலைப்பாடுகளும் நிகழ்வுகளும் சொல்லப்படுகின்றன. இந்த வருணிப்புக்கள் எவ்வாறு, எவ்வெம் முறைமைகளில் வெளிப்படுகின்றன என்பது சங்கப் பாடல்களின் அழகியல்தளத்தை நோக்கிட்டு அமைகின்றது.

1

சங்கப்பாடல்கள், தனிநிலைப்பாடல்கள் (Occasional poems). அவை ஒவ்வொன்றும், சுருக்கமான - செறிவான - செய்தியைத் தகவலை மையமிட்டு அமைந்திருப்பவை. அகத்திற்குரிய உரிப் பொருளோ, புறத்திற்குரிய துறையோ, அதனுடைய எல்லை வரையறுத்துக் கொண்டதுபோல அமைந்திருக்கிறது. ஆனால் கூறப்படும் அந்தச் செய்தியோ அதன் பகுதியோ எல்லைகளைக் குறுக்கிக்கொள்ளாமல், ஒரு வரையறைக்குள்ளிருந்துகொண்டே விசாலமான தளத்தையும் விளக்கத்தையும் வேண்டிச் செல்கிறது. கவிஞரின் புனைதிறனுக்கு அது புலம் தேடித் தரவேண்டியிருக்கிறது. மேலும், பாடுபொருள் எப்போதும் பற்பல பரிமாணங்களையும் வீச்சுக்களையும் பெறவேண்டி நிற்கிறது. எனவே விளக்குதலும் வருணித்தலும் தேவையாக ஆகிவிடுகிறது; பாடலின் இயல்பானதொரு வீச்சாக ஆகிவிடுகிறது.

வருணிப்பு - விளக்கம் - என்பதற்கு மொழியின் முதற் சுற்றில் தளம் போட்டுத் தருவது 'அடை' (attribute) ஆகும். குறிப்பிட்ட ஒரு பொருளுக்கு அதனுடைய பண்பின் விளக்கமாக இது வருகிறது. குறிப்பு மட்டும் போதாது என்று ஆகிவிடுகிறபோது, அது விளக்கத்தை அவாவிநிற்கிறது. மிகக் குறுகியநிலையில், சிறிய சிறிய அடைகள்கூட, விளக்கம் என்ற செயலைச்

செய்கின்றன. காட்டாக, ‘விடியல்’ என்பது ஒரு தொழிலைக் காட்டும் பெயர். ஆனால் என்ன விடியல், எப்படியாகப்பட்ட விடியல், என்ன உணர்வினைத் தருகிற விடியல் என்ற எந்தக் குறிப்பும் இந்தச் சொல்லில் இல்லை. எனவே இது விளக்கம் பெறுகிறது: கன்னி விடியல், வைகுறு விடியல், கவின் பெறுவிடியல். அடைமொழிகளாக வருபவற்றிற்கு அர்த்தமும் நோக்கமும் உண்டு.

ஆம்பல், ‘கணைக்கால் ஆம்பல்’ ஆகிறது; கிளி - கிள்ளை, ‘கொடுவாய்க் கிள்ளை’ ஆகிறது; குருகு, கருங்காற் குருகு ஆகிறது. எருமை, கொம்புடையதல்லவா? எனவே அது, கோட்டெருமை. ஆனால் கொம்பு பெரிய - வலிமையான கொம்பு ஆயிற்றே; எனவே தடங்கோட்டு எருமை என்று விரிகிறது. ஆனால் இதுகூடப் போதாதாம். வெறுமனே பெரிய கொம்பு மட்டும் இருந்தால் போதாது; அதற்கு வீரமும் வேண்டுமே; எனவே ‘மள்ளரன்ன தடங்கோட்டு எருமை’ என்று ஆகிறது. இப்படித்தான் அடைகள் பெற்றுப் பொருட்கள் சித்திரங்களாகின்றன; கட்புலனாகின்றன. இதுகூடப் போதாதென்று இத்தகையவை இன்னும் விரிவடைகின்றன. எருமைபோல் தானே யானையும்; அதற்கும் பெரிய கொம்பு இருக்கிறது. அது கூர்மையானது. ஆனால் இப்போது கூர்மை (வைந்நுதி) மழுங்கிக் கிடக்கிறது; ஏனாம்? பகைவருடைய நீண்ட வலிமையான கோட்டையை முட்டித் தள்ளினால் கொம்பின் கூர்மை மழுங்காதா என்ன? அடையும் அடைகொளியுமாக யானை சித்திரிக்கப்படுகிறது; சற்று விரிவாக வருணிக்கப்படுகிறது.

> **நீண்மதில் அரணம் பாய்ந்தெனத் தொடி பிளந்து**
> **வைந்நுதி மழுங்கிய தடங்கோட்டு யானை** ***(ஐங்., 444)***

என்று வருணனைகள் இப்படித்தான் வடிவங் கொள்ளுகின்றன.

சங்க இலக்கியத்தில் காட்சிப்படுத்தலுக்குரிய வருணிப்புக்குத் திணை சார் மரபும் அது சார்ந்த அறிவும் தேவையாகவும் துணையாகவும் இருக்கின்றன. சொல்லுகிற செய்திக்கு - சுவாரசியமான சூழமைவு வேண்டும். அதனை வருணிப்புத் தருகிறது. சூழமைவு, பனுவலின் பின்னலில் உருவம் கொள்ளுகிறது. ஒரே புலவர் ஒரே சூழலை வெவ்வேறு நிலைகளுக்குக் கொண்டுபோய் வருகிற வடிவமைப்பு, சங்கப் பாடல்களில் கவனிக்கத்தக்க

அம்சம். ஒரே வகையான பொருள் - ஒரே வகையான வருணிப்பு என்பதனைப் பல புலவர்கள் தவிர்த்துள்ளனர். ஆனால் - நெய்தல் கவிஞர் உலோச்சனார் நெய்தல் நிலத்தை - அதன் சூழலை மிகவும் நேசிப்பவர். புன்னை மரத்தை வெவ்வேறு வகையாகப் படிப்படியாகப் பல பாடல்களில் வருணிக்கும் அவருடைய ஈடுபாட்டை வைத்து அப்படிச் சொல்ல வேண்டியிருக்கிறது. புன்னை, அடர்த்தியாக இருக்கிறது; அதனாலேயே இருள் போன்று காட்சி தருகிறது. எனவே புன்னை, அடைமொழி பெறுகிறது - 'இருள் நிறப் புன்னை'. அந்த இருள் எத்தகையது? இரவு போன்றது. இருள், 'எல்லியன்ன இருள்' ஆகிறது. சரி. புன்னை எங்கே நிற்கிறது? வீட்டினருகே, முற்றத்தில் நிற்கிறது. அந்த முற்றம்? கடற்கரையின் அருகே இருக்கும் வீட்டின் முன் இருக்கிறது. எனவே முற்றம், 'வார் மணல் முற்றம்' என்று காட்சி தருகிறது. இப்படி ஒரு பாடலில் வருணித்து மகிழ்வார் உலோச்சனார்.

கானல் நண்ணிய வார் மணல் முன்றில்
எல்லி யன்ன இருள் நிறப் புன்னை ***(நற்., 354)***

இந்த வருணிப்புக்கூடப் போதவில்லை, அவர்க்கு; எனவே, இன்னொரு பாடலில் இன்னும் விரிவுபடுத்துகிறார். புன்னை, இருள் நிறம் கொண்டது; அதற்கேற்ப அது உடுத்தியிருக்கும் இலை, தழைகளைச் சொல்ல வேண்டும். ஒத்த பல நிறங்கள் பலவாய் அவருடைய கண்களை ஈர்க்கின்றன. கற்பனை சிறகசைக்கிறது. அந்த மரத்தின் கொம்பு - கிளை, வலிமையானது; இரும்பு போன்றது; அதனால் கருமையானது. அடர்த்தியான இலை, நீல நிறம் கொண்டது; பசுமையானது. பூ, கொத்துக் கொத்தாய், ஒளிகொண்டதாய் வெள்ளி போன்று இலங்குகின்றது. அந்தப் பூக்களிலிருந்து மகரந்தத் தாதுக்கள் மண்ணிலே உதிர்கின்றன. இந்தத் தாது, மணம் கொண்டது. மட்டுமல்ல, பொன் போன்ற நிறமுடையது. வளமைகளும் வண்ணங்களும் உலோச்சனாருடைய பாடலில் உவமங்களாகவும் அடைகளாகவும் ஆகிக் கோலம் வரைகின்றன. நான்கே அடிகளில் வருணிப்பு, ஓவியமாகி நிற்கிறது.

இரும்பின் அன்ன கருங்கோட்டுப் புன்னை
நீலத்தன்ன பாசிலை யகந் தொறும்
வெள்ளியன்ன விளங்கிணர் நாப்பண்
பொன்னின் அன்ன நறுந்தாது உதிர *(நற்., 249)*

(இணர் = பூ, கொத்து; நாப்பண் = நடு, மத்தி)

என்று வருணனை, அடையும் அடைகொளியுமாக, உவமங்களும் பொருட்களுமாக, சொற்றொடர்கள் ஒன்றோடு ஒன்று சார்ந்துவரப் பின்னி, சங்கிலித்தொடராய்ப் பனுவலில் பரவிக் கிடக்கிறது.

2

பாடலின் சூழமைவும் படைப்பாளியின் புனைதிறனும் ஒரு பக்கம் இருக்க, வருணிப்பு என்பது பனுவலில் பின்னிக் கிடக்கின்ற ஓர் அழகியல் முறைமையாக இருக்கிறது. கொஞ்சம் வித்தியாசமாக, எடுத்துரைப்பு (narration / narrative) அல்லது கதை சொல்லுதலில், கதைப் பின்னல் (plot), இப்படித்தான், கதையின் கருவை (theme) நோக்கிட்டுச் சூழ்ந்து பின்னிக் கிடக்கும். புனைந்துரைக்கப்படும் நிகழ்ச்சிகள், உரிய பாத்திரங் களோடு, அந்தப் பின்னலினிடையே வெளிப்பட்டு நிற்கக் கதை சொல்லுதல் சித்திரமாக எழுகிறது. அது போன்று இயற்கையையும் மனித உடலையும் விழுமியங்களையும் செயல்களையும் விதந்துசொல்லி வருணிப்பது என்பதும், அதே வழி முறையில் ஒரு கதைமையை (fictionality) எடுத்துரைப்பது என்பதும் ஒருவகையில் சகபிரயாணிகள்தாம். சங்கப்பாடல்களின் சக்தி, கதைசொல்லுதலில் கலக்கவில்லை; ஆனால், வருணிப்பதில் கரைந்து போகின்றது.

சரி, வருணிப்பு, மொழிநிலையில் என்ன வகையாக - முறையாக அமைந்திருக்கிறது? தொழில்நுட்பத்தோடு பார்க்கப்படவேண்டியதுதான். இப்படித் தொடங்கலாம்: கவிதையிலுள்ள குறிப்பிட்ட வருணிப்பைத், தொடரியல் (syntax) என்று கொண்டால், நோக்கமாக (target) உள்ள மையத் தகவலைத் தெரிவிப்பது, பெரும்பாலும், அதனுடைய இறுதி நிலையில் அமைந்து கிடக்கிறது. இறுதி நிலையிலுள்ள இந்த நோக்கப் பொருளே, அந்த வடிவமைப்பினுடைய முதன்மைச்

சொல் (head - word) ஆகும். அதனுடைய விளக்கமாக அமைகிற இதர மொழிக்கூறுகள், அதனுடைய வலது பக்கத்தில் - தொடர் நிலையின் தொடக்கத்தில் இடம் பெறுகின்றன. முதன்மைச் சொல்லோடு சேர்ந்த சொற்றொடர், பயனிலைச் சொற்றொடர் (predicate clause) என்றால் அதற்கு வலப்பக்கமாய் உள்ள சொற்றொடர் அமைப்பினை எழுவாய்ச் சொற்றொடர் (sub-ject - clause) என்று கூறலாம். ஒரு பொருளை (நோக்கமான அப்பொருளை) அது, இன்னது என்று சுட்டிக் கூறுவதற்கு முன்னால், அது இத்தகையது என்று காட்டுகின்ற பண்பு இடம் பெறுகிறது; படிப்படியாக அது விளக்கம் கண்டு விரிவடைகிறது; பின்னர் - ஒரு முடிவுக்கு வருகிறது; அல்லது முடிவை நோக்கி வருகிறது. இது, தமிழ்மொழி மரபு. இயல்பு வழக்கில் இதன் தொடரியல், எழுவாய், செயப்படுபொருள், பயனிலை (S → Subj (± obj) + Pred) என்ற அமைப்பு முறையைக் கொண்டது. இறுதியில் முடித்துவைக்கிற பயனிலை, பெயர்ப் பயனிலையாக இருக்கலாம்; குறிப்பு வினைமுற்று அல்லது தெரிநிலை வினைமுற்றாக இருக்கலாம். தமிழ்மொழியின் எழுதுமுறையிலுள்ள (writing system) இயல்பு வழக்கு இது; வரிசை, இது. புலப்பாட்டியல் (rhetorics) மற்றும் கவித்துவம் கருதி, இந்த வரிசை முறை பிறழ்கிறது. வருணிப்பு, தொடரமைப்பின் தொடக்கத்தில் (எழுவாய் நிலையாக) அமைகின்றதெனின், வருணிக்கப்படும் பொருள் பயனிலையாக இறுதியில் அமைகிறது. இருக்க.

உவமம் - உவமிக்கப்படும் பொருள் என்ற உறவிலும் இந்த வடிவமைப்பே உள்ளது. எடுத்துக்காட்டாக 'வீடு' பற்றிய சிறிய வருணனை: "ஓவத் தன்ன வினைபுனை நல்இல்" (அகநா., 98); இல் (வீடு) வருணிக்கப்பட வேண்டும்; இதுவே இங்குத் தலைமைச் சொல்; 'இல்' எத்தகையது? விளக்கம் அந்தச் சொல்லுக்கு வலப்பக்கம் இருக்கிறது. அதே போன்று, இந்தத் தொடரில் 'ஓவம்' (ஓவியம்) என்பது உவமம்; 'நல்லில்' என்பது உவமிக்கப்படும் பொருள்; இது, தொடரில் இடப்பக்கம் உள்ளது. உவமம் வலப்பக்கமாகவும் உவமிக்கப்படும் பொருள் இடப்பக்கமாகவும் உள்ளன. இது, தமிழின் தொடரியல் அமைப்பு. எல்லா மொழிகளிலும் இப்படித்தான் இருக்கும் என்று எதிர்பார்க்க முடியாது. காட்டாக ஆங்கிலத்தில் - உவமிக்கப்படும் பொருள், தொடரமைப்பில் வலப்பக்கமாய் இருக்கிறது, உவமம்,

இடப்பக்கமாய் இருக்கிறது. எடுத்துக்காட்டுக்கு சில்வியா பிளாத்தின் (Sylvia Plath) கவிதையொன்று:

> And in truth, it is terrible
> Multiplied in the eyes of the flies
> They blizz like blue children
> In nets of the infinite   (Totem)

இவ்வரிகளில் 'blue children' என்பது உவமம்; இது இடப்பக்கமாய் அமர்ந்திருக்கிறது 'they' என்பது உவமிக்கப்படும் பொருள். இது வலப்பக்கம் இருக்கிறது. இதனைத் தமிழில் மொழிபெயர்க்கும் போது, தமிழ் அமைப்புக்கு ஏற்றவாறு, இவை இடம் பெயர்கின்றன. உவமம் தொடரமைப்பில் வலப்பக்கமாய்ப் போகிறது. உவமிக்கப்படும் பொருள் இடப்பக்கமாய்ப் போகிறது. கவிதையின் தமிழ் வடிவம்:

> உண்மையில் அது பயங்கரமானது
> ஈக்களின் இல்லிக் கண்களில் பன்மடங்காய்ப் பெருகிட
> முடிவில்லாத அனந்தத்தின் வலைகளில்
> நீலம் பாரித்துப் போன குழந்தைகள் போன்று
> அவை ஈனசுரமாய் ஒலித்தன

இப்படி நாம் காட்டுவதற்குக் காரணம், தொடரியல் அமைப்பில், வருணிப்புக்கும் உவமத்திற்கும் உள்ள இருப்பிடத்தைச் (position of occurrence) சுட்டிக் காட்டுவதேயாகும்.

4

வருணிப்பு என்பது கலைவடிவத்தின் பண்பு; ஒரு தேவை; ரசனையின் முகம்; ஒரு வாயில். வருணிப்பின் வகை, தொகை, நோக்கம் வெவ்வேறாக இருக்கலாம். வெளிப்படுகிற உணர்வும், வெளிப்படுத்துகிற திறனும் எதுவாயினும், முதலில், அவை குறிப்பிட்ட, தேர்ந்தெடுக்கப்பட்ட தளத்தைப் பொருந்தியனவாகவும் அமைகின்றன. சங்கப் பாடல்களில் வருணிப்பு நிகழ்கின்ற தளங்கள், பின்வரும் சூழல்களோடு அமைகின்றன.

1. முதற்பொருளும் கருப்பொருளும். அதாவது அவை பிரதிநிதித்துவப்படுத்தும் இயற்கை, வருணிப்புக்குரிய சூழலாகவும் அதேபோது பாடு பொருளுக்குரிய பின்புலமாகவும், திணை சார் வாழ்க்கையின் பகுதிகளாகவும் அமைகின்றன. உள்ளுறையின் பொருட்டும் அமைகின்றன.

2. மாந்தர்களின் உடல் தோற்றம், அழகும் அந்த அழகு தரும் செய்திகளும், உணர்வுகளும்.

3. போர் உள்ளிட்ட புறநிலைச் செயல்பாடுகள். மேலும் புகழ், கொடை, வீரம், அறம், வறுமை, வாழ்க்கைத் துய்ப்பு முதலியவை.

4. வரலாற்றுச் செய்திகள்; பிறபுலத்து மக்கள் பற்றிய செய்திகள்; சமயநிகழ்வு, கடவுளர்கள் பற்றிய கருத்துக்கள்; புலம்பெயர்வுகள் முதலியவை.

5. செய்பொருட்கள் - பாவை, படுக்கைக்கட்டில், தேர்; மற்றும் யாழ், குழல், வாள் முதலிய கருவிகள்.

6. கருப்பொருட்களின் பட்டியலில் சொல்லப்படாத ஊர்கள், தெருக்கள், மாடங்கள் முதலியன.

இத்தகைய வருணிப்புப் பற்றித் தொல்காப்பியம் பேசியிருக்கிறதா? தொல்காப்பியத்தின் செல்நெறிக்கு அது தேவையாக இருக்கவில்லை; எனவே அத்தகைய கருத்தமைப்புக்குச் செல்லவில்லை. எனினும் அவற்றிற்குரிய மூலாதாரங்களையும் களன்களையும் பேசியிருக்கிறது. தொல்காப்பியம் முதற்பொருள் கருப்பொருள் என்று சொல்லியிருப்பது, இயற்கை மீதான நிலைப்பாடுதான். முதலும் கருவும், மையச் செய்தியாகிய உரிப்பொருளுக்கு ஏற்புடையனவாக இருத்தல் என்ற முறையில், இயற்கை, பொருத்தமான பின்புலமாகவும் சூழமைவாகவும் இருக்க வேண்டியது பற்றிச் சொல்லியிருக்கிறது. அகச் செய்திகள் மட்டுமல்லாது, புறச் செய்திகளும் அவ்வந் நிலங்களின் பின்னணியில் நடப்பனதாம். தொல்காப்பியம், உள்ளுறை மற்றும் இறைச்சி பற்றிப் பேசுவது, இயற்கை வருணனையின் முக்கியமான பண்பினையும் திறனையும் குறிப்பிட்டுக் காட்டக்கூடிய நோக்கத்தைக் கொண்டது.

கிளவியாக்கம் என்ற இயலில், சரியாகவும் திறம்படவும் மொழியைக் கையாளுவது பற்றித் தொல்காப்பியம் பேசுகிறது. அதேபோது, செயற்கைப் பொருளை, ஆக்கத்தைக் குறிக்கின்ற சொற்களோடு வழங்க வேண்டும் என்று சொல்லுவதற்கு முன், "இயற்கைப் பொருளை இற்றெனக் கிளத்தல்" (கிளவியாக்கம், 19) என்று வழிகாட்டுகிறது. அதாவது இயற்கையைச் சொல்லுகின்றபோது, இது இத்தன்மையது என இயல்பானதாகச்

சொல்ல வேண்டும் என்று சொல்லப்படுகிறது. மேலும், வினையியலில் (44),

> முந்நிலைக் காலமும் தோன்றும் இயற்கை
> எம்முறைச் சொல்லும் நிகழுங் காலத்து
> மெய்ந்நிலைப் பொதுச்சொல் கிளத்தல் வேண்டும்

என்கிறது. நிகழ்காலத்தில் மட்டும் இருப்பதல்ல இயற்கை; அது மூன்று காலத்திற்கும் உரியது. எனவே 'செய்யும்' என்பது போன்ற மெய்ந்நிலைப் பொதுச் சொல்லால் சொல்லுக என்று சொல்லப்படுகிறது.

> இயற்கை யல்லன செயற்கையில் தோன்றினும்
> காவலர்ப் பழிக்கும் இக்கண்ணகன் ஞாலம்   (புறநா., 35)

என்பது போலக் காலப் பொதுமை கொண்டு முடிவது இயற்கை பற்றிய வருணனை.

5

இயற்கையை வருணிப்பது, அகத்திணைப் பாடல்களில் முக்கியமானதொரு பண்பாகவும், தேவையாகவும் உள்ளது. அவற்றில், பெரும்பான்மையான இடத்தை இந்த வருணிப்பு எடுத்துக்கொண்டுள்ளது.

தொல்காப்பியம் கூறும் முதற்பொருள் கருப்பொருள் ஆகியவற்றின் தொகுதிப் பெயர் அல்லது பொது அடையாளம்தான் இயற்கை. நிலமும் பொழுதும் என்ற இரண்டும் உலகத்தின் அச்சு (axis) மையம்; சாராம்சம். இவற்றின் வெளிப்பாடாக அமைபவை, கருப்பொருள்கள். அவ்வந் நிலங்களுக்குரிய பிரத்தியேகமான தெய்வங்கள், விலங்குகள், மரங்கள், பறவைகள், யாழ், பறை உள்ளிட்ட இசைக்கருவிகள், வெவ்வேறு தொழில்முறைகள் எனும் இவை கருப்பொருட்கள். மலை, காடு, ஆறு, கடல், மணல் வெளி முதலியவை முதற்பொருளுக்குரிய நிலப்பகுதிகள். ஊர்களும், மனைகளும், மாளிகைகளும் இவற்றுள் அடங்கும் தன்மையையும் தகுதியையும் உடையவை. இவையெல்லாம் இயற்கை எனும் பரப்பின் பகுதிகள். படைப்பாளி, கதை மாந்தர்களின் மனவெளிகளுக்கேற்ப இயற்கையின் கூறுகளையும் சாரங்களையும் தெரிந்தெடுத்துப் பயன்படுத்திக் கொள்கிறார்.

இயற்கையின் பிரதிநிதிகளாக உள்ள கருப்பொருள்கள், இலக்கியத்தில் இடம் பெறுகிறபோது, சில பணிகளைக் குறிப்பிடுகின்றன. அவை:

1. புவியியல் சார்ந்த அடையாளங்களைச் சொல்லுகின்றன. சுற்றுச்சூழல் சார்ந்த தகவல்களைத் தருகின்றன.
2. வாசிப்பவர், உரிப்பொருளைச் சென்றடைவதற்கு வாயிலாய் இருக்கின்றன.
3. உள்ளுறை, இறைச்சி எனும் பொருள் அடுக்குகளும் பாடலின் புதை வடிவங்களும் கிடைக்கின்றன.
4. கதைமாந்தர்களின் உணர்வுகளுக்கும் செயல்களுக்கும் பின்புலமாகவும் பார்வைத் தளமாகவும் அமைகின்றன.
5. குறியீடுகளைத் தருகின்றன.

அகத்திணைப் பாடல்களில் இயற்கை ஆட்சி செய்கிறது. மேலும், பாடலடிகள் முழுக்கவும் இயற்கையின் மொழியே ஆட்சி செலுத்துவதுமுண்டு. ஆனால், பாடலின் நோக்கம், இயற்கையைச் சொல்லுவது அல்லவே. வாழ்க்கையும் உணர்வுகளும் தானே நோக்கம். அத்தகைய பாடல்கள் சிலவற்றில், உரிப்பொருட்கள் வெளிப்படத் தோற்றம் காட்டாமல் உள்ளே பொதிந்து கிடக்கின்றன. அவற்றை உள்ளுறையுவமம் போன்ற உத்திகள் மூலமாக வெளிக்கொணர வேண்டும். ‘செங்களம் படக்கொன்று...’ எனத் தொடங்கும் குறுந்தொகையின் முதற்பாடல் அத்தகையது. இயற்கை வருணிப்பாகவே அமைகிறதாகத் தோன்றுகிறது. இது ஒரு நிலை என்றால், இயற்கை ஆட்சி செய்யாத பாடல்களும், இயற்கை இடமே பெறாத பாடல்களும் கூட உண்டு. அங்கு உரிப்பொருள் மட்டுமே உண்டு. ஆனால் இத்தகைய பாடல்கள் மிகக்குறைவு. அவற்றில் ஒன்று:

> நோமென் னெஞ்சே நோமென் னெஞ்சே
> இமைதீய்ப் பன்ன கண்ணீர் தாங்கி
> அமைதற் கமைந்த நம்காதலர்
> அமைவிலர் ஆகுதல் நோமென் னெஞ்சே. (குறுந்., 4)

காமஞ்சேர் குளத்தார் பாடியது, இது. இதில் இடம்பெறும் நடையியல் கூறுகள், குறிப்பிடத்தக்கன. அதனையும் இதில் கவனிக்க வேண்டும். போகட்டும். இந்தப் பாடலில், கருப்பொருள்களோ

இயற்கையோ இல்லை. மாறாக 'இரங்கல்' என்ற உரிப்பொருளே சற்று விசாலமாக இடம்பெறுகிறது. பொதுவாகக் கருப் பொருள்களோ வருணனையோ இல்லாத இத்தகைய பாடல்கள் அரியவை. ஆனால் இதற்கு மாறாக, (இது, மூன்றாவதுநிலை) உரிப்பொருள்கள் வெளிப்பட்டு நிற்காமல், கருப்பொர்ருள்களோடு கலந்து அடையாளம் தெரியாததுபோல் கிடக்கிற பாடல்கள் அதிகம். காட்டாக,

பனிப்புதல் இவர்ந்தபைங்கொடி யவரைக்
கிளிவாய் ஒப்பின் ஒளிவிடு பன்மலர்
வெருக்குப் பல்லுருவின் முல்லையொடு கஞலி
வாடை வந்தது அதன் தலையும் நோய் பொரக்
கண்டிசின் வாழிதோழி தெண் திரைக்
கடலாழ் கலத்தில் தோன்றி
மாலை மறையும் அவர் மணி நெடுங்குன்றே

(குறுந்., 240)

(பனிப்புதல் = குளுமையான அரும்பு; இவர்தல் = படர்தல்; வெருக்கு = அச்சம் தருகிற; கஞலி = நெருங்கி)

கொல்லன் அழிசி என்பாருடைய இப்பாடல், ஏதோ ஓர் இயற்கைக் காட்சியை வருணிக்க அமைந்தது போலத் தோன்றும். இதில் உரிப்பொருள் நேரடியாகத் தோன்றவில்லை. மாறாகப் பாடல் முழுவதும் முல்லைத் திணை சார்ந்த கருப்பொருள்கள் விரவிக்கிடக்கின்றன. மழலை மிழற்றுகின்ற கிளி; வளைந்த கூர்மையான அதன் வாய் போலப் பூத்துக் கிடக்கின்ற அவரைப் பூக்கள்; மொக்கவிழ்ந்து படர்ந்து கிடக்கும் முல்லைப் பூக்கள்; அதனோடு நெருக்கம் கொண்டதாக (கஞலி) வந்த வாடைக் காற்று. இப்படி முதலும் கருவுமாக இயற்கை வருணிக்கப்படுகிறது. தலைவிக்குரிய ஒரு தகவலோடு அது இடம் பெறுகிறது. முல்லை என்பது இருத்தல் (அதாவது, தலைவனுக்காக நம்பிக்கையோடு காத்திருத்தல்). முல்லை பூத்தது; அவரை பூத்தது; வாடை வந்தது; சரி, தலைவன் வருவானோ? எப்போது? மயங்குகிறாள், மங்கை. ஏனெனில், நீண்ட கடலில் நெடுந்தொலைவு சென்றுவிட்ட கலம், கட்புலனுக்கு எட்டாமல், அடிவானத்தில் அமிழ்ந்துவிட்டது போலத் தோன்றுகிறது; அது அப்படியிருக்க; அவன் வாழும்

நெடுங்குன்றம், தெளிவுறத் தோன்றாமல், மாலை நேரத்து மயங்கலில் மறைந்து போனதாகத் தோன்றுகிறது. நெடுங்குன்றமும் கலமும் கண்ணுக்குத் தெளிவுறத் தோன்றவில்லை. அப்படியானால் எப்படி ஆற்றியிருப்பது? தலைவியின் துயரம், இயற்கை வருணனையின் வழியாகச் சித்திரமாகிறது. உணர்வு நிலைக்குப் பின்புலமாகவும் அதனுடைய ஆதாரமாகவும் விளங்குகிறது, இந்த வருணிப்பு. அத்தோடு அல்லாமல், பாடலின் பொருள் தளத்தில் உள்ளுறை அல்லது குறிப்புப் பொருளைத் தருவதாகவும் அமைகிறது. இது போன்ற முறைமையினைப் பல பாடல்களில் காணலாம். இயற்கை கவின் பெறு காட்சியாக நம்முன் தோன்றுகிறது; பாடல் சார்ந்த ஓர் ஆற்றலைப் பிரதிநிதித்துவப்படுத்துகிறது.

இனி, அகப்பாடல்களில் மட்டுமின்றிப் புறப்பாடல்களிலும் இத்தகைய வருணிப்புகள் உண்டு. ஆனால், கொடையும் புகழும் வீரமும் அறமும் விரிவாகப் பேச வேண்டியிருப்பதால், இயற்கை வருணிப்புக்குப் புறத்திணைப் பாடல்களில் வாய்ப்புக் குறைவு. ஆயினும் பாரிவேள் பற்றிய பல புலவர்களின் பாடல்களில் இயற்கை வருணிப்பு குறிப்பிடும்படியாக உள்ளது. (உதாரணமாக- புறம் 7, 37, 61, 385, 391.) அதுபோல், கபிலருடைய புறப்பாடல்களில், இயற்கையைப் பார்க்கலாம். புறப்பாடல்களில் உள்ள வருணனைகள் பெரும்பாலும் அரசர்களுக்கு - அல்லது நகரங்களுக்கு அடைமொழியாக அமைகின்றன. நாடு, நகரம், தெருக்கள் முதலியவை இப்பாடல்களில் வருணிக்கப்படுவது கவனிக்கும்படியாக உள்ளது. புகார், மதுரை, வஞ்சி, உறந்தை ஆகிய பெருநகரங்களும் சிறிய ஊர்களும் அல்லது நகரங்களும் விசாலமான வருணிப்புக்கு இடம் தந்துள்ளன. பட்டினப்பாலையில் புகார் நகரம் இடம்பெறுகிறது; அந்நகரத்திலுள்ள வணிகத் தெருக்களும் தொழில்களும் விரிவாக வருணிக்கப்படுகின்றன. இவ்வருணனை, கற்பனையாற்றலுக்கும் பாடல் திறனுக்கும் எடுத்துக்காட்டாக இருப்பதுபோலச் சமூக - வரலாற்றுக்கு விளக்கமான சான்றாதாரமாகவும் உள்ளது. அதாவது, ஒரே நேரத்தில் இரண்டு பணிகளைச் செய்கிறது.

6

புவியியல் உணர்வையும் அறிவையும் அவற்றின் தேவையையும் வெளிப்படுத்துகிற விதத்தில் வருணிப்புச் செய்வது

வருணிப்பின் ஒரு வழிமுறை. சங்ககாலச் சமூகத்தில், வேளாண்மை, குடியமர்வு (settlement) முதலிய்வற்றின் வளர்ந்துவந்த பெருக்கத்தின் சூழலமைவில் கன்னி நிலங்களையும் காடுமேடு களையும் வயப்படுத்தவும், திணைகள் எனும் வரம்புகளைக் கடந்து, வணிகம் உள்ளிட்ட பொருளியல் நிலைகளையும் உறவுகளையும் பலப்படுத்தவும் ஆகிவந்த முயற்சிகள், மற்றும் தொடர்ந்து அரசுருவாக்கம் வளர்ச்சி பெற்றிடக் கூடிய சூழ்நிலை - என்று மாற்றம் பெற்றுவருகிற இந்த நிலையினை இயற்கை சார்ந்த வருணிப்புக்கள் காட்டுகின்றன. மலை, குன்று, காடு முதலிய பகுதிகளில் படைகளின் அரவம் கேட்கிற விதத்திலும் பயணங்கள் மேற்கொள்ளப்படுகிறதைக் குறிக்கிற விதத்திலும் பாதைகள் - சாலைகள் சீர்பட்டுத் தோன்றியிருப்பதைப் பாடல்களில் காண முடிகிறது. இத்தகைய வருணிப்புக்கள், முக்கியமாக இரண்டு நிலைகளில் அறியக் கிடக்கின்றன:

ஒன்று - புறத்திணைப் பாடல்களில் காணப்படும் ஆற்றுப்படுத்துதல் சார்ந்த பொருள் நிலை:

அடுத்து - அகத்திணைப் பாடல்களில் காணப்படும், நெறி (வழி), சுரம் / அருஞ்சுரம் பற்றி எழுந்த பொருள் நிலை.

இவை இரண்டும், குறிப்பிட்ட பொருள் நிலையைச் சார்ந்தவை மட்டுமல்ல; இவை அத்தகைய பொருள் நிலையைக் குறித்த உத்திமுறைகளும் ஆகும்.

ஆற்றுப்படை என்பது, புறத்தில் பாடாண் திணையிலுள்ள ஒருவகைப்பட்ட துறை; அரசருடைய - புரவலருடைய- பெருமை பேசுவது. பரிசு பெற்றுவந்த ஓர் இரவலன் இன்னொருவனிடம், கொடையாளியின் பெருமையையும் ஊரையும் சொல்லி, அவ்வூருக்குச் செல்லுகின்ற வழிகளையும் சொல்லி ஆற்றுப்படுத்துவதாகும். இது ஓர் உத்தி முறை. இதன் மூலமாக ஒரு சமூகப் புவியியல் வரைபடம் வரையப்படுகிறது. இது, புறநானூற்றுப் பாடல்கள் பலவற்றிலுண்டு; ஆனால் புறநானூறு செறிவானது; சுருங்கியது. எனவே விரிவான வரைபடத்திற்கு அங்கு வாய்ப்புக்கள் அதிகமில்லை. ஆனால், பத்துப்பாட்டுள் ஆற்றுப்படைகளாக உள்ள சிறுபாணாற்றுப்படை, பொருநர்ஆற்றுப்படை, பெரும்பாணாற்றுப்படை, கூத்தராற்றுப் படை (மலைபடுகடாம்) ஆகியவற்றுள் நிலங்களும் வழிகளும் விளக்கம் பெறுகின்றன. குறிப்பாகத் தொண்டைமான் இளந்திரை யனைக் கடியலூர் உருத்திரங்கண்ணனார் பாடிய பெரும்பாணாற்றுப்

படையில், வழிகளின் வருணிப்பு மிகவும் சிறப்புடையதாகும். 500 அடிகள் கொண்ட நீண்ட இப்பாடலில் 333 அடிகள் (38 - 371) எனும் பெரும்பகுதி, வழிகளை வருணிப்புச் செய்யும் பகுதியாகும். இதில், மருதம் நெய்தல் உள்ளிட்ட திணைகளுக்குட் பட்ட பல்வேறு நிலப்பகுதிகள் விளக்கியுரைக்கப் படுகின்றன. அங்கு வாழுகின்ற உமணர், உழவர், ஆயர், எயினர், குறுநர், வலைஞர், பார்ப்பார் உள்ளிட்ட பல திறத்து மக்கள், அவர்களின் தொழில்கள், அவர்களின் பிரத்தியேகமான உணவுப் பழக்கவழக்கங்கள், விருந்தோம்புகின்ற பண்புகள் முதலியன இனங்காட்டி விளக்கியுரைக்கப்படுகின்றன. சமூகப் புவியியலுக்கும், இனவரையியல் (ethnograph) எனும் புதிய துறைக்கும் உகந்த ஆய்வுத்தளத்தையும் இதுபோல் இது, விரிவாகத் தந்திருக்கிறது. (பட்டினப்பாலையும் இதுபோல் பலவகைப்பட்ட வணிகம் சார்ந்த மக்களை விவரிக்கின்றது.)

பொருநர் ஆற்றுப்படை வழிகளையும் நிலங்களையும் அங்கு வாழும் மக்களையும் விளக்கிப் பேசுகிறதெனினும், பெரும்பாணாற்றுப்படையிலிருந்து சற்று வித்தியாசமான நிலைப்பாட்டினைக் கொண்டிருக்கிறது. பெரும்பாணாற்றுப் படை, அவ்வந் நிலங்களில் (மன நிறைவுடன்) மக்கள் நிரந்தரமாகக் குடியமர்ந்து (settled and contended) வாழுகிற நிலையைப் பேசுகிறது. ஆனால் பொருநராற்றுப்படை, நிலங்களிடையே மக்கள் நகர்வுகளைப் (social mobility) பேசுகிறது. ஒரே நிலத்தில் ஒரே வகையான வாழ்க்கை முறையில் சலிப்பு (முனிவு; வெறுக்கை) (discontent;; disgust) ஏற்படுகிற மனநிலையையும் வேறு நிலங்களுக்குச் சென்று வாழ்வது, அதனைப் போற்றுவது என்ற நிலையையும் சொல்லுகிறது.

> தேன்நெய் யொடு கிழங்கு மாறியோர்
> மீன்நெய் யொடு நறவு மறுகவும்
> தீங்கரும்பொடு அவல் வகுத்தோர்
> மான் குறையோடு மது மறுகவும்
> குறிஞ்சி பரதவர் பாட, நெய்தல்
> நறும்பூங் கண்ணி குறவர் சூடக்
> கானவர் மருதம் பாட. . . *(214 - 220)*

(மறுகுதல் = கொண்டு போதல்; குறை = வெட்டப்பட்ட இறைச்சி; அவல் = பள்ளம்; விளை நிலம்)

என்கிறது. குறிஞ்சி நிலத்திலே விளைந்த தேனையும் கிழங்கையும் விற்றுவந்தவர்கள், நெய்தல் நிலத்திலே கிடைக்கும் மீனின் நெய்யையும் நறவையும் (தேன், கள்) கொண்டு போகிறார்கள். மருதநிலத்திலே விளைகிற கரும்பையும் அவலையும் (அரிசி) விற்றவர்கள், குறிஞ்சி நிலத்தின் மான் இறைச்சியையும் மதுவையும் உண்கிறார்கள். ஒருவேளை இதனைப் பண்டமாற்று எனச் சொல்லக்கூடும். சரி. ஆனால் குறிஞ்சிப் பண்ணினை, நெய்தல் நிலத்துப் பரதவர்கள் பாடுகிறார்களாம். குறிஞ்சி நிலத்தைச் சேர்ந்த குறவர், நெய்தல் நிலத்து நறும் பூங்கண்ணி சூடுகிறார்களாம். பாலை நிலத்துக் கானவர் மருதப்பண் பாடுகின்றனராம். அதுபோல், கானகங்களில் வாழும் கோழி, மருத நிலத்து விளைந்த நெற்கதிர்களைக் கொத்தித் தின்கிறது; மருத நிலத்துக் கோழி, கானகத்து விளையும் தினைகளைக் கவர்ந்து தின்கிறது. இவ்வாற்றுப்படை நிலம் பெயர்ந்து உறையும் கலப்பு வாழ்க்கை நிலைகளை இப்படிக் கலையியல் சார்ந்த உண்மைகளாக வருணிக்கிறது.

7

புறப்பாடல்களில் 'ஆற்றுப்படை' எனும் மரபை வாய்ப்பாகப் பயன்படுத்திக்கொண்டு பல்வேறு நிலங்கள் வருணிக்கப்படு கின்றதைப் போல, அகத்திணைப் பாடல்களிலும் இத்தகைய முயற்சி மேற்கொள்ளப்படுகிறது. களவு ஒழுக்கத்தில் பிறருக்குத் தெரியாமல் தலைவன், தன்னுடைய தலைவியைச் சந்திக்க வருவதாகச் சொல்லுகிற சூழல்களிலும், கற்பு ஒழுக்கத்தில், பொருளீட்டுவதற்காகத் தலைமகன் தலைவியிடமிருந்து பிரிந்து செல்வதாகச் சொல்லுகிற சூழல்களிலும் மற்றும் பிரிந்து சென்றவன், தலைவியைக் காண, வேகமாகத் திரும்பி வருகிறதாகச் (முல்லையில்) சொல்லுகிற சூழல்களிலும் அவற்றை வாய்ப்பாகக் கொண்டு நிலங்களும் பாதைகளும் வருணிக்கப் படுகின்றன. இந்த மூன்று சூழல்களுமே காதலர் - காதலியர்களின் அன்பின் ஆழத்தைப் புலப்படுத்துவதற்காக எழுந்த ஏற்புடைய பின்புலங்களே.

களவு ஒழுக்கத்தில் தலைவன் வருகிற பாதை பழகிப்போன பாதை அல்ல. அச்சுறுத்தும் பாதை. ஆறு, நெறி, கவலை என்ற சொற்களால் அறியப்படும் இந்தப் 'பாதை', 'ஆற்றிடை உறுதல்' (தொல்., களவியல், 12) என்றும் சொல்லப்படுகிற, அச்சுறுத்தும்

சூழல்களோடு கூடியது. இந்த வருணனைகள், பெரும்பாலும் தலைவி - தோழி கூற்றுக்கள் மூலமாகவே அமைகின்றன. தலைவனை இடித்துரைப்பதும், 'இப்படித் துன்பப்பட்டு வராமல், பிறர் அறியத் திருமணம் செய்துகொள்' என்று குறிப்பால் அறிவுறுத்துவதுமாகிய உள்ளுறை உவமம் - இறைச்சி எனும் அழகியல் உத்திகள் கொண்டு அமைந்தவை, இத்தகைய பெரும்பான்மையான பாடல்கள்.

பிரிவு உணர்த்துகின்ற சூழல், பாலை - வறண்டு போன காட்டு வழிகள். இவை சுரம் - அருஞ்சுரம் என்று அறியப்படுகின்றன. பிரிந்து போகும்போது பாலை நிலத்துச் சுரத்தைக் கடந்து போகிறான்; திரும்பிவருகிற போது, தேரிலே - தேர்ப்பாகனோடு முல்லைநிலத்துப் பகுதி வழியே வருகிறான். தலைவி - தலைவனுடைய உணர்வு நிலைகளுக்கேற்ப, அவற்றை விதந்து சொல்லுகிற விதத்தில், தக அமைகிற பின்புலங்களாக - இயற்கைச் சூழல்கள் வருணிக்கப்படுகின்றன. அதுவே கலையியல் மரபு / உத்தி.

பாலை நிலத்துச் 'சுரம்'தான் கொடியது என்றால் குறிஞ்சிக் காடுகளின் குறுக்கே செல்லும் ஆறுகள் (சங்க இலக்கியத்தில் ஆறு என்பது வழி; யாறு என்பது நதி) அச்சுறுத்துவனவாக உள்ளதையும் பாடல்கள் பல காட்டுகின்றன. அச்சம் படர்ந்த குறிஞ்சி நிலப் பகுதியைப் புனைவுத் திறனோடு காட்டுவார், எருமை வெளியனார் மகனார் கடலானர் என்ற நீளமான பெயரோடு அறியப்படுகிற புலவர். (அகநா., 72),

> **இருள்கிழிப் பதுபோல் மின்னி வானம்**
> **துளிதலைக் கொண்ட நனிபெயல் நடுநாள்-**

என்று ஒரு கதையைத் தொடங்குவதுபோல் தொடங்குகிறார். பிறகு பதினேழு அடிகளில் நிலத்தை வருணிப்புச் செய்துவிட்டு, அவ்வருணிப்பின் இறுதியில்,

> **'உள்ளுநர் உட்கும் கல்லடர்ச் சிறுநெறி'**

என்று சொல்லி அமைகிறார். நினைத்தாலே கலங்கவைக்கும் நெறியாம் அது. எவ்வளவு கொடுமையானது என்றாலும் மலைவழிப் பாதையைச் சுரம் என்று சொல்வதில்லை.

அச்சுறுத்தும் கொடுமை கொண்டது இது என்றால் பிரிவு ஒழுக்கத்தில் வருணிக்கப்படும் பாலை நிலத்துச் சுரம், 'வாள் வாய் அன்ன வறுஞ்சுரம்' (அகநா., 331). ஆகும். வறட்சி;

வெயிலுமில்லை; வெயிலுக்கேற்ற நிழலுமில்லை. மரமும் இல்லை; ஒதுங்க வீடுகளும் இல்லை; தாகம் தீர்க்கத் தண்ணீரும் இல்லை.

> **தெண்ணீர் வேட்ட சிறுமையில் தழைமறந்து**
> **உண்ணீர் இன்மையின் ஒல்குவன தளர**
> **மரநிழலற்ற இயவிற் சுரன்** *(அகநா., 353)*

இத்தகைய வறுஞ்சுரங்கள், புனைவுடன் சொல்லப்படுகின்றன. மலைப் பகுதிகளிலுள்ள அச்சுறுத்தும் நெறிகளை - அங்கே கருப்பொருள்கள் அதிகம் - வருணிப்பதுபோல, பாலை நிலச் சுரங்களை நீளமாக வருணிப்பதில்லை. மேலும் இவை சிறிய வருணனைகள் என்பதோடு, இவற்றில் பல, திரும்பவருவனவாகவும் (recurring) உள்ளன. இத்தகைய பாலை நிலத்து வருணிப்புக்களில் காணப்பெறும் இரண்டு செய்திகளை இங்கே குறிப்பிட வேண்டும். ஒன்று - ஊர்; 'உறையுநர் போகிய ஓங்குநிலை வியன்மனை' என்று (அகநா., 103) நன்றாக இருந்து, பிறகு பாழடைந்து போனதாக ஒருநிலை. இரண்டு - இந்த வழிகளில், வழிபாட்டுடன் கூடிய நடுகற்கள் காணப்பட்டன என்பது.

8

இத்தகைய வருணிப்பு முறையில் முக்கியமான இன்னொரு அம்சம், இயற்கையோடு கூடவும் வரலாற்றுச் செய்திகளையும் உடன் இணைத்துச் சொல்லுவதாகும். உதாரணங்கள் சில காட்டலாம். பிரிவு ஒழுக்கத்தின்போது பெரும்பாலும் பாலை நிலத்துச் சுரமே காட்டப்படும் எனினும் ஒரு சில பாடல்களில், குறிஞ்சிநிலப் பாதையும் காட்டப்படுகிறது. உமட்டூர் கிழார் மகனார் பரங்கொற்றனார் என்ற புலவரின் பாடல் ஒன்றில் (அகநா., 69) இது வித்தியாசமான ஒரு வரலாற்றுச் செய்தியோடு இடம்பெறுகிறது; பொருளீட்டுவதற்காகப் பிரிவு மேற்கொண்ட தலைவன், சொல்லிச் சென்ற நாளில் திரும்பவில்லை. 'ஆழல் ஆன்றிசின் நீயே' என்று. தோழி தலைவியைத் தேற்றுகிறாள். அப்போது அவள் சொல்லுவாள்: தலைவன், சென்றது, வறட்சியும் வெப்பமும் உடைய வழி (பாலை வழி) என்று நினைக்காதே; 'வேனில் அத்தம் என்னாதே'. என்கிறாள். அது குறிஞ்சி நிலத்துப் பாதை. அதுவும், திட்டமிட்டுப் போடப்பட்ட

பாதை. ஏன் அல்லது எப்படி வந்தது அந்தப் பாதை? யார் போட்டது அந்தப் பாதையை? பல தேர்களை உள்ள மோரியர், போர்க்காலத்தே போய்வர - அல்லது வேறு வசதிகளுக்காகப், பெருமலைகளில் போட்டது, அந்தப் பாதை. தேர்ச் சக்கரம் எளிதாக உருளும்படியாக மேடுகளை வெட்டித் திருத்திப் போட்ட பாதை , அது.

வேனில் அத்தம் என்னாதே முற்று
விண்பொரு நெடுவரை இயல்தேர் மோரியர்
பொன்புனை திகிரி திரிதரக் குறைத்த
அறையிறந்து அகன்றனர். . .

வேற்று இனத்தவர்; வம்பமோரியர். அவர்களுக்கு இப்படி ஒரு பாதை ஏன் தேவை? மலையைக் கடப்பது எதற்காக? மாமூலனார் விளக்கமாகவும் தெளிவாகவும் சொல்லுகிறார்.

.... வெல் கொடித்
துனை காலன்ன புனை தேர்க் கோசர்
தொன் மூதாலத்து அரும்பணைப் பொதியில்
இன்னிசை முரசம் கடிப்புஇகுத்து இரங்கத்
தெம்முனை சிதைத்த ஞான்றை மோகூர்
பணியாமையில் பகை தலை வந்த
மாகெழு தானை வம்ப மோரியர்
புனைதேர் நேமி உருளிய குறைத்த
இலங்கு வெள்ளருவிய அறைவாயும்பர் *(அகநா., 251)*

அவரே இன்னொரு பாடலிலும் இதே செய்தியைச் சொல்லுகிறார்; - ஆனால் வடுகரோடு இணைத்துச் சொல்லுகிறார்.

முரண்மிகு வடுகர் முன்னுற, மோரியர்
தென் திசை மாதிர முன்னிய வரவிற்கு
விண்ணுற ஓங்கிய பனியிருங் குன்றத்து
ஒண்கதிர்த் திகிரி யுருளிய குறைத்த. . . . *(அகநா., 281)*

(துணை கால் = விரைந்துசெல்லும் காற்று; அத்தம் = பாலை நிலப்பகுதி; மூதாலம் = முதிய ஆலமரம்; கடிப்புஇகுத்து = சிறிய தடியால் அறைந்து; நேமி, திகிரி = சக்கரம்; மாதிரம் = திக்கு; அறைவாய் = மலைவழிப் பாதை)

இதுபோன்ற குறிப்புப் புறநானூற்றிலும் உண்டு (புறநா., 175) கள்ளில் ஆத்திரையனாரின் பாடல், அது.

இந்தப் பாடல்களில் கூறப்படும் மோரியர் என்போர் வட்புலத்து மௌரியர் அல்லர் (ஒருகாலத்தில் அப்படி ஒரு கருத்து இருந்தது); சந்திரகுப்த மவுரியர் உள்ளிட்ட மவுரியர் யாரும் ஒரிசா (கலிங்கம்), வேங்கடத்தின் வடபகுதி ஆகிய எல்லைகளைத் தாண்டித் தெற்கே போரிட்டு வந்ததில்லை என்று வரலாற்றாசிரியர்கள் கூறுவர். பழந்தமிழ் இலக்கியங்கள் கூறும் மோரியர், கோசர் முதலியோர் தமிழகத்தின் வட எல்லையோரம் (வேங்கட மலைப் பகுதிகளில்) இருந்த கூட்டத்தினர். கூட்டம் கூட்டமாகத் திடீரென வந்து தாக்கும் நடைமுறை கொண்டவர்கள். எனவே அவர்கள் வம்ப மோரியர், வம்ப கோசர், வம்ப வடுகர், வம்ப மள்ளர் என்று அழைக்கப்பட்டனர். சங்கப் பாடல்களில் நிரவலாக இவர்கள் பற்றிய குறிப்புக்கள் கிடைக்கின்றன. களப்பிரர் யார்; பல்லவர் யார்; எங்கிருந்து வந்தனர் என்பது இன்னும் விவாதப் பொருளாக இருக்க, இந்த வம்பமாக்கள்தான் அவர்களோ என்று எண்ணத் தோன்றக்கூடும். போகட்டும்.

இங்கு நாம் அறிந்துகொள்ள வேண்டியது - உரிப்பொருள் ஒன்றை மையமாகக் கொண்டு அதனைச் சுருக்கமாகவோ குறிப்பாகவோ சொல்லிவிட்டு, அதிலிருந்து இயற்கையை வருணிக்கப் போவது; அதோடு அமையாது, அதனைத் தொடர்ந்து இன்னொரு அடுக்காக அதிலிருந்து இன்னொன்றைத் தொடங்குவது; அப்போது வரலாற்றுக் குறிப்புக்களைத் (anecdotes) தருவது. இது ஒரு வருணிப்பு முறைமை; சங்க இலக்கியத்தில், குறிப்பாக அகத்திணைப் பாடல்களில் காணப்படுகிற ஒரு வருணிப்பு முறைமை. ஒரு வருணிப்பிலிருந்து கிளைத்துச் செல்லுவதாக அமைகிற - வரலாற்றுச் செய்திகளோடு கூடிய - இந்த ஓரவரைவுக் குறிப்புக்களை, 'கிளைவரைவு' (marginal reference) என்று அழைக்கலாம். போர்கள் உள்ளிட்ட வரலாற்று நிகழ்ச்சிகள், சிற்றரசர்களும் வேந்தர்களும் உள்ளிட்ட வரலாற்று மாந்தர்கள், தமிழகத்திலும் வெளியிலும் உள்ள பல்வேறு இனங்கள், குடிகள், ஊர்கள், நாடுகள் என்று இவற்றைப் பற்றிய குறிப்புக்கள் கொண்டவை இந்தக் கிளை வரைவுகள். உவமங்கள் மூலமாகவும் இந்த வரைவுகள் / வரலாற்றுக் குறிப்புக்கள் கிளைத்துச் செல்லுகின்றன.

குடவாயிற் கீரத்தனாருடைய ஒரு பாடல் (அகநா., 44) வினைமுற்றி, வீட்டிற்கு மீளும் தலைமகன், 'ஊர்க பாக! விரைந்து' என்று தேர்ப்பாகனை அவசரப்படுத்துகிறான். தலைமகளைக் கூட வேண்டும் என்று கூறுகிறவன், அவளைச் சொல்லுகிறபோது ஓர் உவமத்தோடு சொல்லுகிறான்.

    தண்குட வாயிலன் னோள்
    பண்புடை யாகத்து இன்துயில் பெறவே. . .

என்று, ஒரு நகரத்தினை (அது புலவருடைய நகரம்தான்) உவமமாகக் கொண்டு வருகிறார். அத்தோடு அவர் நிற்கவில்லை. முதலில் குடவாயிலை உவமமாக்கியவர், அதன் வழியே சோழ நாட்டையும்பற்றிப் பேசுகிறார். பேசுகிறபோது, அவ்வருணிப்பினூடே, ஒன்பது சிற்றரசர்களை அடைமொழிகளோடு பட்டியலிட்டுச் சொல்லுகிறார். இவர்களுக்கு இடையே நடந்த பூசல்களையும் சொல்லுகிறார். இது ஓர் அகப்பாடல்; ஆனால் வரலாற்று மாந்தர்களையும் நிகழ்வுகளையும் நினைவுகொள்வதே இதன் நோக்கம். தலைமகளைச் சொல்லி - அவளுக்கு ஓர் உவமம் சொல்லி - அதன் மூலமாக நகரத்தையும் அதனோடு முக்கியத்துவம் வாய்ந்த அரச - மரபுப் பூசலையும் காட்டுகின்ற 'கிளை வரைவு' இந்தப் பாடலின் பண்பு; உத்தி.

பரணருடைய பெரும்பாலான பாடல்களில், வரலாற்று வரைவுகள் இடம்பெறுவது அவருடைய சிறப்பியல் பண்பாகவும் அவரை அடையாளங் காட்டுவதாகவும் அமைகிறது. மொத்தம், அவர் பாடியவை - 85; அவற்றுள் அகத்திணை சார்ந்த பாடல்கள் மட்டும் 62; இவற்றில் பெரும்பாலானவற்றில் மேற்கூறிய பண்பு விரவிக்கிடக்கிறது. அகநானூற்றில் மட்டும் இவருடைய பாடல்கள் எனக் காணப்படுவன, 34; இவற்றுள் ஒன்றே ஒன்று (478) தவிர, ஏனைய எல்லாவற்றிலும் புறத்திற்குரிய வரலாற்று வரைவுகள் உள்ளன. இவருக்கு அடுத்து, வருணனைகளோடு வரலாற்றுக் குறிப்புக்களை அதிகம் கலந்து தருபவர், மாமூலனார். இவர், வேங்கடம் பற்றியும் வடுகர் பற்றியும் பல இடங்களில் குறிப்பிட்டுள்ளார்; அதுபோல, 'மொழிபெயர்தேஎம்' பற்றி அதிக இடங்களில் குறிப்பிடுபவர், இவர். இவருக்கு அடுத்துக் குடவாயிற்கீரத்தனார் பாடல்களிலும் வரலாற்று வரைவுகள் கணிசமாக உண்டு.

அகத்திணைப் பாடல் வருணனைகளில் இங்கே நம்முடைய கவனத்திற்குரியது. இவையெல்லாமே அகப்பாடல்களில் பெரும் இடத்தை எடுத்துக்கொண்டுள்ளன என்பதுவே ஆகும். அகப்பாடல்களின் வரையறுக்கப்பட்ட தளத்தில் புறத்திணைக் கூறுகளை - இயற்கை மீதான சொல்லாடல் சித்திரங்களை இணைத்துவிடுகிற இந்த முயற்சி, கலையியல் சார்ந்த முயற்சி ஆகும். பாடலில் உரிப்பொருள், மிகச் சுருக்கமாகவேனும் இருந்தால் போதும்; அது அகப்பாடலாகிவிடுகிறது. கிளைத்துக் கிடக்கும் வரைவுகளில் புறத்திணைக் கூறுகள் இருப்பதை அகப்பாடல்கள், தமக்குரிய உத்திகளாகவும் பின்புலங்களாகவும், கூடுதல் தேவைகளாகவும் ஏற்றுக்கொள்கின்றன. அகத்திணைப் பாடல்களைப் புலவர்கள் புறத்தின் எல்லைகளுக்குக் கொண்டு போகின்றனர்; தமது நோக்கத்திற்கு உகந்ததாகப் பயன்படுத்திக் கொள்கின்றனர். இது, பரஸ்பர ஊடுருவல். அனுமதிக்கப்பட்ட படைப்பாக்க ஆக்கிரமிப்பு.

9

வருணனையின் முக்கியமான பண்புகளில் ஒன்று - இயற்கையையோ அல்லது வருணிக்கப்படும் வேறு யாதானும் ஒரு பொருளையோ உயிராற்றல் கொண்டதாக - அப்படி ஒரு தோற்றமுடையதாக - ஆக்குதல் ஆகும். இத்தகைய ஆற்றல் வெளிப்படுகிற நிலையில், பலசமயங்களில், இயற்கை 'புனைவு' செய்து சித்திரிக்கப்படுகிறது. அதேபோது அந்நிகழ்ச்சி, 'நடப்பியலாக' - அதன் தோற்றத்தோடு கூடியதாகவும் அமைகிறது.

உதாரணத்துக்குக் கபிலரின் அகநானூற்றுப் பாடல் ஒன்று (82). பதினெட்டு அடிகள் கொண்ட இப்பாடலில் இரு பகுதிகள் செயல்படுகின்றன. இரண்டாவது பகுதியாக உள்ள இறுதிப் பகுதி, காதலைப் பேசுவது. தன்னோடு போரிட்ட யானை எங்கே என்று ஒரு வீரன் தேடி வருகிறான். வந்தவன், அருகேயுள்ள தினைப்புனத்தின் ஓரத்திலே நிற்கிறான். அங்கே அவனுக்கு ஒரு காதலி கிடைக்கிறாள். தினைப்புனத்தில் அவனைக் கண்டோர், பலர். ஆனால் ஒருத்தி மட்டும், தன்னுடைய இல்லத்திலே அன்றிரவு,

ஆரிருட் கங்குல் அணையொடு பொருந்தி
ஓர் யானாகுவது எவன் கொல் (என்று-)
நீர்வார் கண்ணொடு நெகிழ் தோளேனே

என்று வருந்திக் கிடக்கிறாள். இது, காதல் அரும்பும் ஓர் உணர்வுநிலை. இதுதான் பாடலின் உரிப்பொருள். இருக்கட்டும். ஆனால் இதனைச் சொல்லுவதில் கபிலர்க்கு நிறைவு இல்லையே. யானை தேடிவந்த தலைவனைச் சொல்லுகிறார்; சரி; ஆனால் அவனுடைய அழகையோ, செயலாற்றலையோ அவர் வருணிக்கவில்லை. மாறாகக் குன்று சேர்ந்த 'நாடன்' என்று சொல்லிவிட்டு, அதனை ஒரு பொருட்டாக வைத்துக்கொண்டு அந்தக் குன்றத்தை அழகு பொருந்தியதொரு காட்சியுடன் வருணிக்கத் தொடங்கிவிடுகிறார்:

ஒரு புனைவு. ஓர் அரங்கம். இசையும் நடனமும் கூடிநிற்கும் பாடலின் முற்பகுதி - பத்து அடிகள் கொண்டது. அது உயிர்ப்புடன் கூடிய சுவையான காட்சியைக் கண்முன் கொண்டுவருகிறது. அரங்கம். இயற்கைச் சூழல், ஓர் அரங்கமாக முன்னிற்கிறது. (1) துளையுண்ட மூங்கிலிலேயிருந்து மிதந்து வருகிறது, குழலின் இசை. (2) சலசலத்து விழுகிற அருவி, பாடுகிறது - அதன் இன்னிசை, முழவின் இசையாக ஒலிக்கிறது. (3) கூட்டமாக அலைகின்ற, கலைமான்கள் கலகலப்பாகச் சேர்ந்து ஓசை எழுப்புகின்றன; அது, பெருவங்கியத்தின் இசையாக எழுந்து வருகிறது. (4) சாரலில் பூத்துக்கிடக்கும் மலர்களில் படரும் வண்டுகளின் மெல்லிய, இன்பல் இமிழிசை - மீட்டுகின்ற யாழின் இசையாகக் கேட்கிறது. (5) அழகிய தோகை இயலி ஆடுகிறது, மயில் நனவுப் புகும் விறலியின் ஆட்டமாக அது தெரிகின்றது, (6) இதையெல்லாம் கேட்கவும் கண்டு சுவைக்கவும் பார்வையாளர்கள் இல்லாமலா? கலி சிறந்து மந்தி நல் அவை கூடி நிற்கிறது. அது, மருண்டு நோக்குகிறது.

கழைவளர் அடுக்கத்து இயலியாடும் மயில்
நனவுப் புகும் விறலியில் தோன்றும்

கபிலரின் கற்பனையில், ஓர் இயற்கை, மறுவடிவம் பெற்று ஓர் அரங்கமாக நிற்கின்றது. இது, வருணிப்பின் செயல். இயற்கையைச் சேதப்படுத்தாமல் செய்யப்பட்ட வருணனை. இயற்கையின் சில நிகழ்வுகளைத் தொகுத்து, அரங்கமாகக் காட்டியதுதான், இங்கே கற்பனையின் வேலை; கபிலரின்

வேலை. அது சரி, கபிலருக்கு எது நோக்கம்? நீர்வார் கண்களுடன் கூடிய தலைவியின் உணர்வுகளைக் காட்டுவதா? இயற்கையைக் கவின் பெறு காட்சியாகக் கொண்டு வருவதா? இங்கு, உள்ளுறை - இறைச்சி இல்லை. ஊரும்பேரும் வரலாற்றுக் குறிப்பும் இல்லை. அப்படியிருக்க - இயற்கை என்னவாக இங்கே சொல்லப்படுகிறது?... ஒரு பின்புலம்? சரி; அழகுக்காக? ஆம்; அதுதான் கபிலரின் நோக்கமாக இங்கே பளிச்சிடுகிறது.

10

வருணிப்புக்களில் இயற்கை வருணிப்பே, பெரும்பான்மை. இருப்பினும், செயல்கள், நிகழ்வுகள், கருத்தமைவுகள், அறிவுரைகள் இவையும் வருணிப்புச் செய்யப்படுகின்றன. எனினும், குறைவு. இவை பெரும்பாலும் நடப்பியலோடு அமைபவை. கற்பனையின் பங்கு இவற்றில் மிகவும் குறைவு. அதேபோது, சமூக, பண்பாட்டு வரலாற்று வரைவுகளுக்கு இவை உதவுகின்றன.

அகநானூற்றில் (86) நல்லாவூர் கிழார் பாடல். குடும்பத்தில் நடக்கும் சடங்கு (ritual) ஒன்று. விரிவாகவும் விளக்கமாகவும் வருணிக்கப்படுகிறது. அது, வதுவைச் சடங்கு. வதுவை என்பது, ஒருவனும் ஒருத்தியும் கணவன் - மனைவியாக இணைந்து இல்லத்தில் வதிந்து வாழத் தொடங்குகிற நிகழ்வைக் குறிப்பது. திருமணம் முடிகிறது. அது முதல் இரவு. உற்றார் உறவினர் கூட்டுவிக்கத், தம் வீட்டிலே கூடிப்புணர்ந்து இருத்தல் - அதற்குரிய ஒரு சடங்கு - என்று இது பொருள்படுகிறது. அன்றைக் காலத்துக் குடும்பங்களில் இது ஒரு நிகழ்வாக இடம் பெறுகிறதைச் சங்கப் பாடல்கள் பல குறிப்பிடுகின்றன. இதனை ஒரு சடங்காக விவரணத்தோடு வருணிக்கிறார், நல்லாவூரார். இது ரசனையோடு சொல்லப்பட்டிருக்கும் ஒரு நடப்பியல் சித்திரம்.

அது, தீய கோள்கள் நீங்கிய விழுப் புகழ்நாள். கொடு வெண்ணிலவு (பிறை) காட்சி தருகிற நாள். கனை இருள் அகன்ற கவின் பெறு பொழுது. . . வதுவைச் சடங்கு தொடங்குகிறது. உறவினர்கள் கூடியிருக்கின்றனர். உளுத்தம் பருப்புக் கூட்டிச் சமைத்த பொங்கலுடன் பெருஞ்சோற்று அமலையை (திரள்) உண்ணுதல் இடையறாது நிகழ்கிறது. வீட்டிற்கு முன்னால் நிரைகால் தண் பெரும் பந்தர் நிற்கிறது.

தரையிலே தருமணல் பரப்பப்பட்டிருக்கிறது. நடுவே மனைவிளக்கு ஏற்றப்பட்டிருக்கிறது. மலர் மாலைகள், பந்தர் முழுக்கத் தொங்குகின்றன. பொதுக் கா்ரியங்களில் ஆர்வமும் அறிவும் கொண்ட முதுமை கொண்ட செவ்விய பெண்டிர் பலர், தலை உச்சியிலே குடத்தையும் கையிலே அகன்ற புதிய மட்கலத்தையும் ஏந்தி, வரிசையாக வருகின்றனர். கொண்டுவரும் பொருட்களை முன்னவும் பின்னவும் முறைமுறை தரத்தர வாங்குகின்றனர். பகல் முடிந்து இருள் கவியும் நேரம். விருந்துணவு முடிய - உற்றார் சுற்றியிருக்க - புதல்வர்ப் பெற்ற, திதலை (தேமல்) திரைந்துகிடக்கும் வயிற்றையுடைய நான்கு பெண்டிர், தூய நல் அணிகளோடு கூடிநின்று வாழ்த்துகின்றனர். 'கற்பினின் வழுவாமல் பல பேறுகள் பெறுக: உன்னை மனையாட்டியாகப் பெற்ற கணவன் விரும்பிப் போற்றுகின்ற (இணை) பிணையை யாகுக' என்று மணப்பெண்ணை வாழ்த்துகின்றனர். நீரொடு சொரிந்த ஈரம் படிந்த மலர்களை, நெல்லோடு சேர்த்து, மணமும் வளமும் பெற்று வாழ்ந்திட வேண்டும் என்ற குறிப்புடன், அவளுடைய தலையிலே தூவுகின்றனர். கலகலப்பும் ஆர்ப்பரிப்பும் சூழ்கிறது. ஞெரேரென உற்றார் உறவினர் விரைந்து சூழ்ந்து, நீ 'பேரிற்கிழத்தியாகுக' எனப் போற்றுகின்றனர். போற்றி, அவளுடைய கைகளை, மணமகனுடைய கைகளிலே பிணைத்துத் தருகின்றனர். தர, அவ்விருவரையும் இல்லத்தினுள் புகுத்துகின்றனர். உள்ளே புக்குச் சென்ற அவளை அவன் இறுகத் தழுவுகிறான். அவள் கோடிக் கலிங்கம் முதுகு மறைய, தளையத் தளைய அணிந்திருக்கிறாள். நாணத்தோடு கூடிய இனிய முகத்தை அவ்வுடை மூடிக்கிடக்கிறது. பட்டுடையில் புதைந்துகிடந்த முகத்தைத் திருப்புகிறான். கோடிக் கலிங்கத்துடன் ஒடுங்கிக்கிடந்த அவள் முதுகினை இருகைகளாலும் வளைத்து இறுகத் தழுவுகிறான். கங்குல் விரிந்து கிடக்கும் போதில், அவர்கள் ஓரில்கூடி உடன் புணர்ந்து மகிழ்கின்றனர்.

இப்படி இந்த வதுவை மணம், குடும்பச் சடங்காகவும், ஒரு சமூக நிகழ்வாகவும் இனிய காட்சியாக வருணிக்கப்படுகிறது. இந்த வதுவை மணம் வெறுமனே கிடக்கையாகச் சொல்லப்பட வில்லை. மாறாக, இது ஒரு பின்னோக்கு உத்தி போன்று அமைந்துள்ளது. தோழியிடம் இவன் நினைவுபடுத்திக் கொள்வதாக (flash back?) அமைந்த பாடல், இது. நினைவுடன் கூடிய நிகழ்வு, ஒரு வருணனையாக ஆகியிருக்கிறது. உடன், பண்பாட்டுச் சொல்லாடலையும் இது முன்வைத்திருக்கிறது.

இந்தப் பாடலை, இணையூடு பனுவலாகக் கொண்டு (intertextual) அமைத்துதான், சிலப்பதிகாரத்தில் வரும் மனையறம் படுத்த காதையும். கண்ணகியும் கோவலனும் கூடியிருக்கவும் பின்னர் மனையறம் பேணவும் இந்நிகழ்வு முன்பதிவு செய்வதாக அமைகிறது.

கதை சொல்லுதல் உள்ளிட்ட எடுத்துரைப்புக்கள் (narration) செய்வதில் சங்க இலக்கியம் அக்கறை செலுத்தாவிட்டாலும், எடு பொருட்களை வருணிப்புச் செய்வதில் இவ்வாறு பிரத்தியேகமான அக்கறை காட்டியுள்ளது. உணர்வுடைய ஓவியங்கள் தீட்டுவதாகப், பாடற்பொருளுக்குப் பின்புலமாக அமைவதாக, வரலாற்றுக்குதவும் வரைபடங்களாக, உள்ளுறை - இறைச்சியை உணர்த்துகிற உத்திமுறையாக, மனித வாழ்வின் நேசிப்பாகப், பண்பாட்டு வாழ்வின் சித்திரமாகப், புலவரின் கற்பனைத் திறனுக்கும் புனைவு ஆற்றலுக்கும் வாய்ப்புத் தருவதாக - இப்படி வருணிப்பு, சங்க இலக்கியத்தில் ஓர் உத்தியாகவும் செய்தியாகவும் இருக்கிறது. பிற இலக்கியங்களிலிருந்து வித்தியாசப்படுகின்ற பாடுபொருளாகவும் பாடும் முறையாகவும் இருக்கிறது. மொழித் திறனுக்கும் அழகியல் வெளிப்பாட்டுக்கும் உகந்ததாக - சாட்சியமாக இது, இருக்கின்றது.

உவமம் எனும் தவலருங்கூத்திக்குக் கவிதைமொழியில் சிறப்பிடம் உண்டு. போல முதலிய உருபுகள் தோன்றும் உவமங்களும் அவ்வாறல்லாமல், தொகை நிலைகளாக அமைவனவும் உண்டு. சங்க இலக்கியத்தில் உவமங்கள் இல்லாத பாடல்கள் மிகக்குறைவு. இவ்வுவமங்களில் அதிகம் இடம்பெறுவது இயற்கையே. இவற்றுள்ளும், ஓர் இயற்கைப் பொருளை இன்னோர் இயற்கைப் பொருளோடு ஒப்பிடுவது, இயற்கையைப் பெண்ணுடலுக்கு உவமமாகக் கொள்வது என்ற இரண்டு போக்குகளும் சங்கப் பாடல்களில் பெருவழக்காக உள்ளன. உவமம், வெறுமனே அணிநயம் அல்ல; கவிதைமொழியோடு சேர்ந்த ஒரு பகுதி. அது அறிவுப் புலனோடும் உணர்வோடும் ஒரேநேரத்தில் தொடர்பு கொண்டிருக்கிறது.

12
உவம வழக்கு

உவமம் என்பது ஒவ்வுதல், ஒத்தனவாக இருத்தல், (ஓவம், ஓவியம் என்ற சொற்களும் இதனோடு உறவு கொண்டவைதான்) என்ற பொருள்கொண்டது. ஒரு பொருளை, அதனோடு ஒத்த - ஓரளவு ஒத்த இன்னொரு பொருள்கொண்டு விளக்குதல் - சிறப்பித்தல் உவமம் ஆகும். பொருளை, இன்னொரு பொருளோடு சேர்த்து வைத்தும் அவற்றை ஒப்பிட்டுப் பார்ப்பது, மனித அறிவின் இயல்பு. அவ்வாறு, தானறிந்து சொல்ல விரும்புகிற பொருளை, மேலும் தெளிவுபடுத்துவதற்கும் - கற்பனைத் திறனோடு அதனைக் காட்டுவதற்கும், கவிஞரின் அறிவுப் பரப்பை விசாலமானதாகக் காட்டுவதற்கும் உவமம் பயன்படுகிறது.

இளம்பூரணர் சொல்லுவார்: "இதனால் பயன் என்னை மதிப்பதோவெனின், புலன் அல்லாதன புலனாதலும் அலங்காரமாகிக் கேட்டோர்க்கு இன்பம் பயத்தலும்." இந்த வரையறையின் முதற் பகுதி, இருக்கட்டும். ஆனால் இரண்டாம் பகுதி, சர்ச்சைக்குரியது; பலரால் இக்கருத்துரு மறுக்கப்படுகிறது. உவமத்தை அலங்காரம் அல்லது அணி என்று சொல்லுவதைத் தீவிரமாக மறுப்பார், பேராசிரியர். உவமம் என்பது வலிய அணிந்துகொள்வது, கழற்றிப்போடுவது அல்ல; மொழியின் இயல்போடும் அதன் பண்போடும் ஒன்றிய ஓர் அழகுச் செயல் அது என்பது அவருடைய கருத்து. அணி, அணி இலக்கணம் என்பதெல்லாம் இளம்பூரணர் காலத்தை ஒட்டி, கி. பி. 9ஆம் நூற்றாண்டுக்குப் பிறகு வடமொழி அலங்கார சாஸ்திரங்களின் செல்வாக்கினால் வந்தவைதாம்.

வடமொழியில் பரத முனிவர், பாமகர், தண்டி, வாமனர், ருத்ராடர் முதலியோர் அலங்காரங்களை வகைப்படுத்தியும் முக்கியப்படுத்தியும் பேசியிருக்கிறார்கள். வடமொழித் தண்டியைப் பின்பற்றித் தமிழில், தண்டியலங்காரம் (13ஆம் நூற்றாண்டின் முற்பகுதி) செய்யப்பட்டது. இது, தமிழில் வந்த முதல் அணி நூல். இது 35 அணிகளைக் கூறுகிறது. அதில் உவமமும் ஒன்று. தொடர்ந்து, மொழிபெயர்ப்புக்களாகவும் தழுவல்களாகவும் அணி நூல்கள் பல, தமிழில் தோன்றின. இவை நூற்றுக்கு மேற்பட்ட அணிகளைச் சொல்லின. ஆனால் இந்த அணிகள், இயல்பானவையாக இல்லை; இயந்திரப் போக்காக இருந்தன. தமிழ்மரபில் ஒட்டவில்லை. ஏற்றுக்கொள்கின்றவை உண்டு; மறுக்கின்றனவும் உண்டு. காட்டாக, 'இலக்கண தீபம்' எனும் 19ஆம் நூற்றாண்டு நூல் (செந்தமிழ் இதழில் - (1935) - தொகுதி 14இல் பிரசுரமானது), இதனை மறுத்துப் பேசுகிறது; அதன் ஒன்பதாவது பா,

> ஆரிய(ம்) மொழிந்தபடி தமிழால் மொழிந்திடும்
> அலங்கார (இ)லக்கண மெலாம்
> அறிந்து சொல்வது, இலக்கணக் கவிதை யல்லாத
> தவலக்கணக் கவிதையே

என்கிறது. இலக்கணங்கள் எவ்வாறாயினும் தமிழ் இலக்கியங்கள், அலங்காரங்களைக் காட்டுவதும் அதில் கவனங்கொள்வதும் இல்லை. உவமத்தின் கதை வேறு.

உவமத்தோடு நெருங்கிய உறவுடைய அழகியல் உத்திகள் - உள்ளுறையுவமம், இறைச்சி, உருவகம், ஆகுபெயர், படிமம், அன்மொழித்தொகை முதலியனவாகும்.

சங்க இலக்கியத்தில் உவமங்கள் இல்லாத பாடல்கள் குறைவு. இவ் உவமங்கள் பலவாகவும் பல திறத்தனவாகவும் இருக்கின்றன. இவற்றுள்ளும் ஓர் இயற்கைப் பொருளை, வேறோர் இயற்கைப் பொருளோடு உவமிப்பதும், இயற்கையைப் பெண்ணுடலுக்கு உவமமாகக் கொள்வதும் பெரும்பான்மை. அடுத்து, அதிகம் உவமிக்கப்படும் பொருள்கள் - இயற்கை, பெண்ணுடல், காதல் அல்லது காமம் உள்ளிட்ட உணர்வு நிலை, ஆணின் வீரம், புகழ், அறம், மனித விழுமியம், பண்பாட்டுக்கூறு - எனும் இவையே. உவமமாக இயற்கையே அதிகம் இடம் பெறுகிறது. அடுத்து, செய்பொருட்களும் வரலாற்றுச் செய்திகளும் நாடு நகரங்களும்கூட உவமங்களாக அமைகின்றன என்பதைக் குறிப்பிட வேண்டும்.

உவமம் ஓரிரு சொற்களில் அமையலாம்; நீண்ட தொடரமைப்போடு கூடியதாக அமையலாம்; இது வருணிப்பின் தேவையை ஒட்டியது. உவமங்கள், போல, புரைய, அன்ன, என்ன, உறழ, கடுப்ப என்ற உருபுகளோடு (தொல்காப்பியம் 36 உருபுகளை அடுக்குகிறது). சேர்ந்து வரலாம்; அல்லது உருபுகள் மறைந்து நிற்கத் தொகைநிலை பெற்றும் வரலாம். உவம உருபுகள் வெளிப்பட்டுத் தோன்றுவதைவிட, உவமப்பொருள் இருக்க, உருபுகள் மட்டும் மறைந்து தொகைநிலை பெற்றுவரும் உவமங்களே சங்கப் பாடல்களில் பெருவழக்கு. அதுபோல, வேற்றுமைத்தொகைகளும் பண்புத்தொகைகளும் பெருவழக்கு.

சங்கப்பாடல்களில், உவமங்கள், பொருட்களைக் காட்சிப் படுத்துகின்ற - உருவகப்படுத்துகின்ற - நோக்கில் இடம்பெறுகின்றன. இதுவே பெரும்பான்மை. சங்கக் கவிதைகளில் உவமங்களின் வருகைகளையும் சில செயல்களையும் இங்கே கூறவேண்டும். எடுத்துக்காட்டுகளாகச் சில:

ஓர் இயற்கைப் பொருளை இன்னோர் இயற்கைப் பொருளுக்கு உவமமாகக் கொண்டு சொல்லுதல்:

பல்பொறி யரவின் செல்புறங் கடுப்ப
யாற்றற(ல்) நுணங்கிய நாட்பத வேனில் (நற்., 157)

.... பல்வரிப்
பாம்புப் பையவிந்தது போலக் கூம்பிக்
கொண்டலில் தொலைந்த ஒண்செங்காந்தள்

(குறுந்., 185)

என்பன போல் அமையும். ஆற்றங்கரையில் அலைகளுக்கு ஒதுங்கி வரிவரியாக நெளிந்து படிந்துகிடக்கிறது கருமணல். அது அறல் எனப்படும். அறலுக்கு அரவு (பாம்பு) உவமமாகிறது. அதுபோல, படம் விரிந்துகிடக்கும் அதன் கோலம், செங்காந்தளுக்கு உவமமாகிறது.

கரும்புவழிப் பாத்தியன்ன பெருங்களிற்று அடிவழி

(குறுந்., 262)

இது, இன்னோர் உவமம். அன்றைய நிலப் பகுதிகளில் படிந்துகிடக்கிற சிறிய, பெரிய பாதைகளுக்கு இப்படிப் பல உவமங்கள் உண்டு.

இயற்கையின் பல பொருட்கள் சங்கப் பாடல்களில் பெண்ணின் உடலழகிற்கு உவமங்களாகின்றன. முக்கியமாகக் கண்ணுக்கு உவமங்கள், அழகுக்குவிட்ட அறைகூவல்கள்.

இளமாங்காய் போழ்ந்தன்ன கண். (கலித்., 108)

வித்தியாசமான ஓர் உவமம், இது. இதுபோன்ற ஓர் உவமத்தை இன்றைச் சிறுகதை எழுத்தாளர் அ. முத்துலிங்கம் இப்படிக் கையாள்கிறார்: "கிட்ட வந்தபோது, அவள் கண்கள் தெரிந்தன. அவை அபூர்வமாக ஓர் இலுப்பக்கொட்டையைப் பிளந்ததுபோல, இருபக்கமும் கூராக இருந்தன." (மகாராஜாவின் ரயில்வண்டி, ப., 14) உவமங்கள் இவ்வாறு, காலத்தைத் தாண்டிப் படைப்பாளியின் புனைவுத்திறனுக்கு இடம் தந்து புதிய உயிர்ப்புகளுடன் அழகுக்கு மெருகு ஊட்டுகின்றன.

இயற்கை, பெண்ணின் உடலுக்கு உவமமாவதற்கு மறுதலையாகப் பெண்ணின் உடல், இயற்கைக்கு உவமமாகிறதும் உண்டு. இது கொண்டுகொடுத்து வாங்கிக்கொள்ளும் உறவு. 'மென் முகை போன்ற முலை' எனச் சொல்லும் மரபுக்கு மாறாக, 'முலையேர் மென்முகை அவிழ்ந்த கோங்கு' (குறுந்., 254). இத்தகையவை பல உண்டு.

அன்றைப் புராதன சமூகத்தில் இருப்பிடங்கள், ஊர்கள், நகரங்கள், நாடுகள் - தோன்றியமைந்து கவனத்திற்கு உரியனவாக' ஆகின்றன. அச்சூழலில், ஊர்களை அழகுபடக் காட்டுவதற்காக இயற்கைப் பொருள், ஊருக்கு உவமமாகிறது.

கன்னி விடியல் கணைக்கால் ஆம்பல்
தாமரைபோல மலரும் ஊர் *(ஐங்., 68)*

என்ற பாடலில், சங்கப்பாடல்கள் பலவற்றில் அறக்கருத்துக்கள் தனியே போதனைகளாக அல்லாமல், அழகுபட உவமங்களாகச் சொல்லப்படுகின்றன. உவமத்தின் நோக்கம் - பயன் இவ்வாறு வழங்குகிறது.

சிறப்புடை மரபிற் பொருளும் இன்பமும்
அறத்து வழிப்படூஉம் தோற்றம் போல *(புறநா., 31)*

கடனறி மன்னர் குடைநிழல் போலப்
பெருந்தண் ணென்ற மரனிழல் *(நற்., 146)*

முறைதளர்ந்த மன்னவன்கீழ்க் குடிபோலக் கலங்குபு
(கலித்., 34)

ஆகியவற்றில் உவமம் இவ்வாறு அறக்கருத்துக்களை அறிவுறுத்தப் பயன்படுத்தப்படுகிறது என்பதோடு அன்றைப் பண்பாட்டுக் கூறுகளை உணர்த்துவதற்கும் பயன்படுத்தப்படுகிறது. இளைய வீரன் ஒருவன், தன்னுடைய பகைவரைத், தான் ஒருவனாகவே இருந்து எதிர்கொண்டு வெற்றிகொள்கிறான். அது எப்படியாகப்பட்டதாக இருந்தது? ஒரு குடம் பாலுக்கு ஒரு துளி மோர் போதும் என்பது போல இருந்ததாம்.

மடப்பால் ஆய்மகள் வள்ளுகிர்த் தெறித்த
குடப்பால் சில்லுறை போலப்
படைக்கு நோயெல்லாம் தானாயினனே *(புறநா., 276)*

இத்தகைய உவமம், முக்கியமாக, குறிப்பிட்ட பண்பாட்டுச் சூழலைக் காட்டுவதாக இணைந்து அமைகிறது. முல்லை நிலத்துப் பெண்ணுடைய உணர்வையும் செயலையும், இத்தகைய உவமத்தின்வழிக் காட்டுகிறது, முல்லைக்கலி.

அச்சத்தான் மாறி யசைவினால் போத்தந்து
நிச்சந் தடுமாறு மெல்லிய லாய்மகள்
மத்தம் பிணித்த கயிறுபோல் நின்னலஞ்
சுற்றிச் சுழலும் என் நெஞ்சு;
விடிந்த பொழுதினும் இவ்வயிற் போகாது
கொழுந் தொழுவினுட்பட்ட கன்றிற்குச் சூழுங்
கடுஞ்சூலா நாகுபோல் நிற்கண்டு நாளும்
நடுங்கஞர் உற்றது என் நெஞ்சு

(கலித்., 110 : 8 - 15)

(வள்ளுகிர் = நகக்கண்; சில்லுறை = கொஞ்சமான உறைமோர்; மத்தம் = தயிர்கடையும் மத்து; அஞர் = துன்பம்)

உள்ளத்துணர்வுகளும், கருப்பொருள் சார்ந்த வாழ்க்கைக் கூறுகளும் தம்முள்தாம் சார்ந்து வெளிப்படுகின்றன. திணைசார் இலக்கியம் என்ற இலச்சினையைக் காட்டுபனவாக இந்தப் பண்பாட்டுச் சித்திரிப்புக்கள் உள்ளன; அத்தகைய காட்சிகளுக்கு உவமம், சிறந்ததொரு கருவியாக உள்ளது.

இவ்வாறு உவமங்கள், பல திறத்தனவாக, மொழியின் அமைப்போடும், பாடுபொருள் தளத்தோடும் இயைந்துவருகின்றன. காட்சிப்படுத்துதல், வருணித்துச் செல்லுதல், பல செய்திகளைப் பின்னிக்கொண்டு செல்லுதல் முதலிய நோக்கங்கள் கொண்டு இவை அமைகின்றன. இவ்வாறு அமர்ந்துவரும் உவமங்கள், குறிப்பிட்ட சூழமைவின் தேவைகளாகவும், கற்பனை மற்றும் புனைவுத்திறன்களைக் காட்டுவனவாகவும் மொழியின் ஆற்றலை உணர்த்துவனவாகவும் அமைகின்றன.

உவமங்களின் திறனையும் பயனையும் இப்படிச் சொல்லி முடிப்பதற்கு முன், பேராசிரியர் எஸ். வையாபுரிப்பிள்ளை ('காப்பிய உவமை', செந்தமிழ் - இதழ்; 46 : 1, 1949, மதுரை) இவைபற்றிச் சொல்லியிருப்பதை இங்கு நினைவுபடுத்திக் கொள்ள வேண்டும். "கவிதைக் கலையின் முக்கியமான அம்சங்களில் ஒன்று, உவமை. செய்யுளின் பொருளும் வடிவமும் உவமையைக் காட்டிலும் மிக முக்கியமே. ஆனால், அப்பொருளைப் புஷ்டி பெறச் **செய்து நிரப்புவதும் அதனைச் சுவைத்து அனுபவிப்பதற்குத் தயாராக்குவதும்** உவமையாகவே உள்ளது."

அவர் சொல்லியிருப்பவற்றுள், மேலும் சில: தொல்காப்பியர் உவமையுள், உருவகத்தை அடக்கிவிடுகிறார். சங்கப் பாடல்களில் உவமை, நேர்மை, சுருக்கம், தெளிவு, இயற்கைப் பொருளை நேரிற் கண்டு அனுபவித்த தன்மை முதலியவற்றைக் கொண்டிருக்கிறது. சிலம்பில், உவமைகள் அழகுறச் சிறக்கின்றன. புராண உவமைகள் ஒவ்வொன்றும் உள்ளத்தைக் கனிவிக்கும் அழகிய சித்திரங்களாக அமைந்து அவற்றின் நலன்களைப் பன்மடங்கு மிகுதிப்பட விளக்கி, மனோ பாவனையால், உவமேயங்களின் (உவமிக்கப்படும் பொருள்களின்) நலன்களை அழகு கனிந்து தளும்பும்படிச் செய்கின்றன. பெருங்கதை எனும் காப்பியம் உவமைகளையே பெரிதும் ஆள்கிறது; ஆனால் சிலம்பு உவமைகளிலும் உருவகத்தையே பெரிதும்ஆள்கிறது; இங்ஙனம் வரும் உருவகத்தில் (எ. கா: பாண்வாய் வண்டு நோதிரம் பாடக் காண்வரு குவளைக் கண்மலர் விரிப்ப. . .) அழகும் இனிமையும் ஒன்றோடுஒன்று போட்டியிடுவதைக் காணலாம்.

விருத்தப்பா எனும் வடிவமைப்பில் உவமம் எவ்வாறு இடம்பெறுகிறது என்பதை அவர் குறிப்பிடுகின்றார். 'சிலம்பிற்குப் பின் - 9ஆம் நூற்றாண்டளவில் காவியங்களை விருத்தத்தில் பாடும் வழக்கம் நிலைபெற்றுவிட்டது. சிந்தாமணி, இவ்வாறு விருத்தத்தால் ஆனதுதான். இப்பாடல்கள் நான்கு அடிகள் கொண்டவை. சில விருத்தங்கள் மிகச் சிறியவை. விருத்தங்களில் எதுகை மோனை முதலிய கட்டுப்பாடுகள் மிக இருந்தமையால் உவமைகள் சில இடங்களில் மோனைகளில் அமைந்து அடிகளை நிரப்பியும், சில இடங்களில் எதுகையில் அமைந்து பொருளை மயக்குறுத்தியும் வந்தன. இவ்விளைவுகள், இக்காவியம் கையாண்ட விருத்தங்களின் இயல்பினால் தோன்றின. இங்ஙனமன்றி ஆசிரியரது ஆற்றல் வகையினாலும் அவர் மேற்கொண்ட நியதிகளினாலும் நேர்ந்த விளைவுகள் வேறு சிலவும் உள. அலங்கார நடையையே திருத்தக்கத் தேவர், தமது காப்பியத்தில் அமைத்துள்ளார். இதனால் இவரது உவமைகள், இயற்கையில் அமைந்தன அல்ல; செயற்கைத்தன்மை இவற்றில் பெரிதும் காணப்படுகிறது. உள்ளத்து உணர்ச்சியின் மேலீட்டினால் உவமைகள் வலிந்து அமைக்கப்படுகின்றன. உவமையைக் காட்டிலும் உருவகத்திற்கே விருத்தப்பா மிகவும் ஏற்ற செய்யுள் வடிவமாகும்.' இவ்வாறு சொல்லிச் செல்லுகின்ற

பேராசிரியர் வையாபுரிப்பிள்ளை, கம்பனுக்குப் பின், காவியம், தமிழில் ஒடுங்கு நிலையடைந்தது போலவே, உவமமும் ஒடுங்கு நிலையடைந்தது என்றும் பின்னர் அது பாரதி காலத்திலேதான் புத்துணர்வு பெற்றது என்றும் உவமத்தின் வரலாற்றைச் சுருக்கமாகவும் தெளிவாகவும் சொல்லிவிட்டுப் போகிறார்.

பிற்காலத்திய அலங்கார நூல்கள், இயந்திரப் போக்காக நுண் விவரங்கள் தருவதிலேயே கவனம் செலுத்தியதால் அருத்தமும் பொருத்தமும் இழந்துபோய்விட்டன என்று கருதுகிற வையாபுரிப்பிள்ளை, தொல்காப்பியம் கூறும் விளக்கங்களே சிறந்தனவாக இருக்கின்றன என்ற முடிவுக்கு வருகின்றார். அவர் சொல்கிறார்: "தொல்காப்பியர் காலத்திற்குப் பின் உவமை முதலிய அலங்காரத்தைக் குறித்து வடமொழியிலும் தமிழிலும் பல பல நூல்கள் வெளிவந்துள்ளன. ஆனால், இவைகளால் தொல்காப்பியர் கூறியுள்ளனவற்றைக் காட்டிலும், சிறப்புடையதாக ஒன்றும் விளங்கிவிடவில்லை என்றே சொல்லுதல் வேண்டும். இப் பின் நூல்களை இயற்றிய ஆசிரியர்கள் பலவாறாகப் பெயர்களை அமைத்தல் ஒன்றையே செய்துள்ளார்கள். ஆகவே, தொல்காப்பியர் கருத்துக்களைத்தான் நாம் ஆதாரமாகக் கொள்ள வேண்டும்."

உவமம் என்பது அலங்காரமானது அல்ல. அது ஒரு பண்பு; ஒரு மொழித்திறன்; அறிவின் விசாலம்; ஓர் அழகியல் புலப்பாடு. கற்பனையின் ஆற்றல்; கவித்துவ உண்மை (artistic or aesthetic reality) யின் வெளிப்பாடு உத்தி. உரைநடையை விடக் கவிதைக்கு உவமம் மிகவும் அவசியமானதாகவும் சிறப்பானதாகவும் இருக்கிறது. கவிதை, இதனைச் சிறப்பாகப் பயன்படுத்திக் கொள்கிறது. இது சங்கக் கவிதைக்கும் கம்பன் காவியத்துக்கும் மட்டுமல்ல, இன்றைய நவீன கவிதைக்கும் பொருந்தும். பாரதிக்கும் பாரதிதாசனுக்கும் கவிஞர் சுரதாவுக்கும் இன்னும் புதுக்கவிதையாளர்கள் சிலருக்கும் பொருந்தும்.

பொருளின் அழகு, அது புலப்படுகின்ற பண்பின் அழகில் தெரிகின்றது. உள்ளுறை இறைச்சி என்பன மொழியின் அமைப்பில், பொருள் உறைந்து கிடக்கிற திறனைக் குறிப்பிடுகின்றன. தலைவி தலைவன் ஆகியோரின் நுண்மையான தனிப்பட்ட உணர்வுகள், அவர்கள் சார்ந்த பண்பு நலன்கள் முதலியவற்றைப் புலப்படுத்துகிற அழகியல் உத்திகளாக அமைகின்ற உள்ளுறையும் இறைச்சியும் அகப்பாடல்களின் தனிச் சிறப்பியலான இயல்புகளாகும். இலக்கியத்தின் வாசிப்புத் தளத்தை விரிவுபடுத்தவும் பன்முகப்படுத்தவும் துணை செய் கின்றவை இவை.

13
உள்ளுறை, இறைச்சி

கவிதையியலுக்குத் தொல்காப்பியம் தந்த முக்கியமான பங்களிப்பு, உள்ளுறை, இறைச்சி பற்றிய கோட்பாடாகும். பொதுவாகக் கவிதை நேர்கோட்டில் அமைவதில்லை. அதன் பொருள், நேர்கோட்டில் பயணிப்பதில்லை. அதுபோல, அதன் அழகு ஒற்றைக்கோட்டில் அடங்குவதில்லை. பொதிந்து கிடப்பதும் உறைந்து நெகிழ்ந்து கிடப்பதும் கவிதைப் பொருளின் தன்மைகள். 'நான் ஒளித்து வைக்கிறேன்; நீ தேடி எடுத்துக்கொள்' என்று படைப்பாளி, நம்மிடம் சொல்கிறார். தேடுவதற்கு, வேண்டிய இடம்விட்டுச் செல்லுவது படைப்பாளியின் வேலை; திறன். மொழியை அவர் அப்படி ஆளுகிறார். மொழி, அப்படி ஆழங்கால் பட்டுக் கிடக்கிறது.

சொற்கள் பொருண்மையை வெளிப்படுத்துகிற தன்மையைச் சொல்லதிகாரத்தின் தொடக்கத்திலேயே தொல்காப்பியம் விளக்கத் தொடங்கிவிடுகின்றது.

எல்லாச் சொல்லும் பொருள் குறித்தனவே   (பெயரியல், 1)

என்று பொதுவாக வரையறுத்துவிட்டுத் தொடர்ந்து, இந்தப் பொருண்மையை அது எவ்வாறு வெளிப்படுத்துகிறது என்று சொல்லுகிறது. வெளிப்படையாகத் தெரிகிற நிலை (explicit) - ஒன்று. குறிப்பாகத் தோன்றுவது - மற்றமை (implicit).

தெரிபுவேறு நிலையிலும் குறிப்பின் தோன்றலும்
இருபாற் றென்ப பொருண்மை நிலையே.   (பெயரியல், 3)

இந்தக் குறிப்புநிலை, பலவகையாக அமைந்திருக்கிறது. சொற்களின் சில இயல்பான தன்மைகளன்றியும், தொடரியல் அமைப்பில் கூற்றெச்சம், குறிப்பெச்சம்; மாட்டு முதலியன மூலமாகவும், பொருள் கொள்ளும் முறையைத் தொடரியல் முறையில் காணும்படிக் குறிப்பிடுகின்ற நிரனிறை, சுண்ணம், அடிமறி, மொழிமாற்று உவமம், உருவகம், மெய்ப்பாடு, அங்கதம், இரட்டுறமொழிதல், புகழாப் புகழ்ச்சி, படிமம், குறியீடு முதலியவற்றின் மூலமாகவும் உள்ளுறையுவமம் இறைச்சி முதலியவற்றின் மூலமாகவும் மொழி, குறிப்புநிலை கொண்டதாகக் கவின்பெற்று விளங்குகிறது. இவை, வெவ்வேறு சூழல்களில், வெவ்வேறு தேவைகளின் பொருட்டு அமையலாம். எப்படியாயினும், வாசிப்பின் அனுபவங்களில் அழகியலின் தேவைகளை இவை உணர்த்தி நிற்கின்றன.

இவற்றுள் உள்ளுறையுவமத்திற்கும், இறைச்சிக்கும் பிரத்தியேகமான இடம் உண்டு. மேற்கூறியவற்றுள் ஏனைய பிற, பொது வழக்கில் வழங்குபவை. உள்ளுறை - இறைச்சி, அகத்திற்கென்றே எழுந்தவை; புறத்தில் பொருந்தாதவை. உணர்வு நிலைகளை அறிவாற்றலின் பரப்புக்கு இட்டுச் செல்கின்ற இவை, நாகரிக வெளிப்பாட்டைப் பிரதிநிதித்துவப்படுத்துபவை. முதற்பொருளைக் காரணமாகக் கொண்ட விலங்கு, மரம், பூ முதலிய கருப்பொருட்களைக் கொண்டு அவற்றின் வழியாக இவை வெளிப்படுகின்றன; கதை மாந்தர் தம் கூற்றுக்கள் வாயிலாக வெளிப்படுகின்றன. இவற்றின் சிறப்பியல் பண்பு கருதி, இவற்றைக் கதைமாந்தர்கள், தம் கூற்றுக்களின் வாயிலாகப் புலப்படுத்துவதாகவும், அவர்கள், தம்முடைய உணர்வுகளைச்

சொல்லுவதற்குரிய முக்கியமான வாயிலாக - உத்தியாக - இதனைப் பயன்படுத்துவதாகவும் தொல்காப்பியம் ஒரு கட்டமைப்பினைத் தருகிறது. உணர்வு சார்ந்த வெளிப்பாடுகளில், பெண்ணின் ஆளுமை எவ்வாறிருக்கிறது என்று விளக்கமாகப் பேசிவிட்டுத்தான், உள்ளுறை பற்றி விளக்கப் போகிறது, தொல்காப்பியம். மேலும், வாசிப்புத் தளங்களை விரிவுபடுத்தவும், வாசகரை யோசிக்க வைக்கவும், இந்தக் கருத்தியலை முன்வைக்கின்றது.

தொல்காப்பியம், உள்ளுறை பற்றி மிக விரிவாகவே பேசுகின்றது. அகத்திணையியல், பொருளியல், உவமவியல் ஆகிய மூன்று இயல்களில், பெண்ணின் அகம் சார்ந்த உணர்வுகளின் சிறப்பையும், பொருளின் உய்த்துணர் நிலையையும் பேசுகிறபோது உள்ளுறையும் அத்தகைய சூழமைவுகளின் ஒரு பகுதியாகப் பேசப்படுகிறது. உள்ளுறையுவமம் இன்னதெனக் குறிப்பிட்டு அறிமுகப்படுத்துகிற போது, 'உவமம்' என்பதோடு முதலில் ஒப்பிட்டுப் பின் வேறுபடுத்தி உரைக்கப்படுகிறது.

உள்ளுறை யுவமம் ஏனையுவம மெனத்
தள்ளா தாகும் திணைஉணர் வகையே *(அகத்., 46)*

உள்ளுறையுவமமும், அதிலிருந்து வேறுபட்ட பிற உவமங்களும் திணையை உணருவதற்குத் துணை செய்கின்றனவாகக் கூறப்படுவது இங்கு அறியப்படுகின்றது.

உள்ளுறையுவமம் ஏனைய உவமங்களிலிருந்து வேறுபடுவது எப்படி என்பதனை அகத்திணையியல் இவ்வாறு குறிப்பிடுகிறது.

உள்ளுறுத்து இதனோடு ஒத்துப் பொருள் முடிகென
உள்ளுறுத்து இறுவது உள்ளுறை யுவமம் *(அகத்., 48)*

பாடலின் குறிப்பிட்ட பொருளும் அதன் நோக்கமும் வெளிப்படையாக அல்லாமல், உள்பொதிந்து, அமைந்திருக்க வேண்டும்; அதேபோது, புறநிலையில் தோன்றுகின்ற மொழி, உள்ளே பொதிந்து கிடக்கிற (implied) மொழியோடு நேர்நேராக ஒத்திசையும் கூறுகளைப் பெற்றிருக்க வேண்டும். (one to one correspondence) இந்த அமைப்பு, பொருட்சுழற்சியுடன் கூடியது; அதன் விளைவாக, அது தன்னோடு உறவுடைய வேறொரு பொருளைக் குறிப்பாகக் கொண்டிருக்க வேண்டும். இதன் மூலமாகப் பாடலின் நோக்கச் செய்தியை (message) அந்த உள்ளுறைப் பொருள் வெளிப்படுத்த வேண்டும். இது உள்ளுறையுவமம்.

ஆனால், ஏனை உவமம் என்பது, போல புரைய முதலிய உருபுகளோடு அமைகிற சொற்றொடர் - தொடர்நிலை அமைப்பினைக் குறிப்பதல்ல. ஆயினும் ஒரு பொருளிலிருந்து இன்னொரு பொருளுக்குத் தாவுதல் அல்லது சுழலுதல் என்ற நிலை இதற்கில்லை. அதேபோது, இரண்டு பொருட்களை - நிகழ்வுகளை - உணர்வுகளை - ஒப்பிட்டுக்காட்டுதல் என்ற அளவில் இது முடிந்துவிடும். இளம்பூரணர், இதற்கு ஓர் எடுத்துக்காட்டைக் கூறுவார்:

வளமலர் ததைந்த வண்டுபடு நறும்பொழில்.
முளைநிரை முறுவல் ஒருத்தியொடு, நெருநல்
குறிநீ செய்தனை யென்ப; அலரே.
குரவ நீள்சினை உறையும்
பருவ மாக்குயில் கவ்வையிற் பெரிதே ***(ஐங்,. 369)***

(ததைந்த = நெருங்கியிருக்க; குறி = திட்டமிட்ட சந்திப்பு; நெருநல் = நேற்று; கவ்வை = ஒலி; குரவம் = ஒரு வகை மரம்)

காதலன் நேற்று நறும்பொழிலொன்றில் தன் காதலியைச் சந்தித்து அளவளாவினான் - இது ஒரு செய்தி. இது நாலு பேருக்குத் தெரிந்துவிட்டது; நாலுவிதமாகப் பேச்சும் (அலர்) ஆகிவிட்டது - இது அதனோடு கூடிய செய்தி. இப்படிச் சித்திரிக்கப்படும் இச்செய்தி, இன்னொரு காட்சியோடு இணைத்து ஒப்புமை கூறப்படுகிறது. அழகுக்காகவும் செய்தியின் அழுத்தத்திற்காகவும் இது செய்யப்படுகிறது. அந்த அலர், குரவமரத்தில் குடியிருக்கும் குயிலின் கூக்குரலைவிடப் பெரிதாக இருந்ததாம். இந்த இரண்டு காட்சிகளும் ஒப்புமையாகக் காட்டப்படுகின்றன. ஒன்றை விளக்குவதற்காக இன்னொன்று. ஆனால் இதற்கு அடுத்த நிலைக்குப் பொருள் போகவில்லை. பொருள் தாவுதலோ, சுழற்சியோ, பொதிந்து கிடத்தலோ இதில் இல்லை. எனவே இது உள்ளுறையுவமம் அல்ல. மாறாக இது, வெளிப்படையான உவமம்; அவ்வளவுதான். அதேபோது, உருபுகள் இல்லை. ஒத்த இரண்டு செய்திகள் அடுத்தடுத்து வைக்கப்பட்டு உவமித்தலையுணர்த்துகின்றன.

உள்ளுறையுவமத்தோடு வேறுபட்டிருக்கின்ற ஏனை உவமம், தன்னுடைய இயல்பின் மூலமாய்த், தானே (வெளிப்படையாக) உணரும் வகையாக உள்ளது (அகத்., 49).

புதைநிலை வடிவத்தில் உறைந்துகிடக்கிற உள்ளுறையுவமம், இதிலிருந்து வேறுபட்டு, ஆனால் இதனுடைய போன்மையோடு விளங்குவதால் 'உவமப்போலி' (உவமவியல், 24) என்றும் சொல்லப்படுகிறது. உவமவியலில், இவ்வுள்ளுறையுவமம், எவ்வெச் சூழல்களில் பயன்படுகிறது. தலைவி, தலைவன், தோழி ஆகியோர் எவ்வாறு அதனைக் கூறுவர் என்று பேசப்படுகிறது. மேலும், இதன் வழியாக, மகிழ்ச்சியும் வெளிப்படுகிறது; ஊடுதலும் வெளிப்படுகிறது என்று உவமவியல் (28) கூறும். பொருளியல் என்ற இயலில் 'இறைச்சி' விளக்கப்படுகிறது.

இறைச்சி தானே பொருட்புறத் ததுவே

(பொருளியல்., 33)

இறைச்சியிற் பிறக்கும் பொருளு மாருளவே

(பொருளியல்., 34)

அன்புறு தகுந இறைச்சியிற் சுட்டலும்
வன்புறையாகும் வருந்திய பொழுதே.

(பொருளியல்., 35)

இறைச்சியும், உள்ளுறையுவமத்தில் இருப்பது போல, உள்உறைந்து பொதிந்து கிடக்கும் பொருள் நிலைதான். ஆனால் 'இறைச்சி', இன்னோர் அடுக்கு நிலையில் உறைந்து கிடக்கிறது. உள்ளுறையுவமம், உவமமாகப் பொதிந்து கிடக்கும் ஒரு பொருளை நோக்கச் செய்தியாகக் கொண்டு, அதனோடு அதன் எல்லைப் பரப்பை முடித்துக்கொள்கிறது. இறைச்சி, அடுத்த கட்டத்துக்குச் செல்கிறது. உவமமாக உள்ளுறுத்துக் கிடக்கின்ற பொருளிலிருந்து, இன்னொரு குறிப்புப்பொருளை வெளிப்படுத்துகின்றது. இது ஒரு பண்பு. அதேபோது, உள்ளுறை யுவமத்தின் சார்பின்றிப் பாடலின் மொத்தமான பொருள் அல்லது செய்தியிலிருந்து குறிப்பாகத் தோன்றுகிறவாறு, இன்னொரு பொருளை, (அல்லது, அதற்கும் அடுத்த இன்னொரு பொருளையும் கூட) அது குறிப்பிடுகின்றது. அதாவது உவமச் சார்போடும், உவமச் சார்பின்றியும் அது தோன்றும். இறைச்சியைப் பயன்படுத்திச் சொல்லுவதற்கு உரியவர்கள், தலைவியும் தோழியுமே ஆவர். தலைவன் இறைச்சியைப் பயன்படுத்துவதற்கு உரியவன் இல்லை. ஏனெனில், இது பெரும்பாலும், அறிந்தோ

அறியாமலோ தலைவன் தலைவிக்குத் தரும் இடையூறு - அல்லது அவனுடைய கொடுமை எனும் இவற்றைக் குறிப்பாக உணர்த்துவதற்கு இடம் பெறும். தலைவனை இடித்துரைப்ப தாகவும் அவனுக்கு அறிவுரை கூறுவதாகவும் இது அமையும்.

இறைச்சி எவ்வாறு அமைகிறது? பொருட்புறத்தாக - அதாவது, பாடலின் சாராம்சமான பொருளின் புறத்தே எவ்வாறு அது வெளிப்படுகிறது? கபிலரின் குறிஞ்சிக்கலி (41) யிலிருந்து ஓர் எடுத்துக்காட்டைத் தரலாம். ‘பாடுகம் வா - வாழிய, தோழி. . .’ எனத் தொடங்கும் அப்பாடல், துண்டு துண்டான சில சித்திரங்களையும், அதுபோல வெவ்வேறு உத்திகளையும் கொண்டு பன்முகமாகத் தோற்றமளிக்கிறது. இதில், மூன்றடிகள் கொண்ட ஒரு பத்தி:

இலங்கு மருவித்தே இலங்கு மருவித்தே
வானின் றிலங்கு மருவித்தே தானுற்ற
சூள் பேணான் பொய்த்தான் மலை

என அமைகிறது.

இதோ வந்துவிடுகிறேன், உடனே - என்று சூள் உரைத்துச் சென்றான், தலைவன். ஆனால் இன்னும் வரவில்லை; சூள் பொய்த்துவிட்டான் அவன். ஆனால் அவனுடைய மலையிலோ அருவி பொய்க்கவில்லை. வானிலிருந்து விழுவதுபோல விழுகிறது. தூரத்தே இருந்து பார்த்தாலும் அது தெரிகிறது. இதுதான், இப்பாடற் பகுதி தரும் பொருள். வெளிப்பட்ட வடிவத்தில் தோன்றும் பொருள், இது. இதன் புறத்தே, குறிப்பாக வேறொரு பொருள் தோன்றுகிறது. சூள் பொய்த்தான் மலையில், பொய்த்துப் போகாமல் நீர் பொங்கி வழிகிறதே - இது என்ன வியப்பு! இந்த வியப்பு, ஒரு குறிப்பு. இப்படி, அருவி இலங்குகிறது - தூரத்தேயும் விளங்கித் தெரிகிறது - என்றால், இவர்களுடைய உறவு - களவு ஒழுக்கம் - வெளியே பிறருக்குத் தெரிந்து போய்விட்டது என்று பொருள். இது ஒருநிலை. தெரிந்தால்? அலராகும். இது ஒருநிலை; ஓர் அடுக்கு. சரி, அலரானால். . .? அது, தலைவி துன்பப்படுகிற ஒரு நிலை; தலைவன் துன்பம் தருகிற நிலை. இடித்துரைக்கிறாள் தலைவி. துயரம் நீங்குமாறு, திருமணம் பண்ணிக்கொள் என்று மறைமுகமாக அறிவுறுத்துகிறாள். இதுதான் அதன் நோக்கமாக வெளிப்படும் செய்தி. இது, இறைச்சி என்ற நிலையில் - அல்லது

இறைச்சி என்ற கலையியல் உத்தி மூலமாக வெளிப்படுகிறது. அகப்பாடலின் அழகுக்கு அழகு தருகிறது, இறைச்சி.

2

விலங்குகள் உள்ளிட்ட கருப்பொருள்களை வருணிக்கிற போது, குறிப்பிட்ட காட்சியின் மூலமாக உணர்வை வெளிப்படுத்திக்கொண்டு பிறக்கிற ஓர் அழகியல் உத்திதான் இறைச்சி. ஏற்கெனவே சொன்னதுபோல, புறவடிவத்திலே காணப்படும் உவமப் பொருளுக்கும் புதை வடிவத்திலே பொதிந்து கிடக்கும் உவமிக்கப்படும் பொருளுக்கும் ஒத்திசைவு இருக்க வேண்டும். அகநானூற்றில் (56, மருதம்) ஒரு காட்சி. 'நகையாகின்றே' என்று சொல்லத் தோன்றும் காட்சிதான் அது. ஆனால் தலைவனின் கொடுமையை வருணிக்கும் காட்சியில் வதுவைக் காலத்துச் செய்யும் நாளணியின் கோலத்தோடு புதுவராகப் புனைந்து நிற்கும் பரத்தையரைப் புணரும் விருப்பத்தில், தலைமகன், தலைவியை விட்டு ஏகுகிறான். இவனுக்குத் தூதுவன், பாணன். இவன் செய்த செயல்தான், தனக்குச் சிரிப்புத் தந்ததாக அவள் சொல்லுகிறாள். தலைவனுக்காகப் பரத்தையிடம் தூதுபோகிற இந்தப் பாணனை அண்மையில் ஈன்ற ஆ (பசு) ஒன்று, பாய வந்ததெனக் கண்டு கலங்கி ஓடியவன், தலைவியின் வீட்டிலே தெரியாமல் புகுந்துவிடுகிறான். இவள், அது கண்டு,

> மெய்ம்மலி யுவகை மறையினென் எதிர்சென்று
> இம்மனை யன்று (அதோ) அஃது (தான்), (தேடி வந்த)
> உம்மனை. . .

என்று சொல்கிறாள். இவளையும் தன்னையும் மாறிமாறிப் பார்த்து இவன், மம்மர் நெஞ்சினனாய்க் கலங்கிப் போய்த் தொழுது நின்றான் என்று வருணிக்கிறாள். இந்தக் காட்சி உள்ளுறையுவமம் அல்ல. இதில் வருகிற 'புனிற்றுஆ' என்பது மட்டுமே குறியீடு; இங்கு அது தலைவியைக் குறிக்கிறது. இந்தப் பாணன், எந்தத் தலைவனுக்காக வந்தானோ, அவன், தண்துறை ஊரன்; அந்தத் தண்துறையை விசாலமாக வருணிக்கிறாள், தலைவி. அந்த வருணிப்பில்தான், தலைவன் மறைவாக நின்று காட்சியளிக்கிறான். உள்ளுறை உவமமாக அந்தக் காட்சி,

விளக்கம் பெற்று நிற்கிறது. தண்துறையின் காட்சிகள் - அதற்கு நேர் இணைவாகத் தலைவனின் மாண்புகள் - உள்ளுறை விரிகின்றது.

அவள் சொல்லுகிறாள்: 'அது, பளிங்கு போன்ற தெளிவு நிறைந்த கயம் (குளம்); இரும்பு இயன்றன்ன கொம்புடைய கருத்த எருமையொன்று அதிலே நுழைந்தது. அது செய்த காரியங்கள் தெரியுமோ? முதலில், அதன் வலிமையான கொம்பினால், படர்ந்த ஆம்பல் மெல்லடையைக் கிழித்தது. பிறகு? குவளைக் கூம்பு விடு பன்மலர்களை மாந்தியது. (தின்றது); அதனோடு மனம் நிறைந்ததா? இல்லை, தொடர்ந்து அது, எருமை, குளத்தின் கரையோரமாய் இருக்கும் காஞ்சி மரத்திலே உராய்ந்தது. அதிலே பூத்துக் கிடக்கும் பூக்களைச் சிதறடித்தது. சிதைத்து, நுண் தாதுக்களைத் (மகரந்தங்களை) தனது உடலெல்லாம் பூசிக்கொண்டது. இறுதியில் - தின்ற பூக்களை - அவற்றின் சுவைகளை - நினைவுகொள்ளுகிற மாதிரி, அசை போட்டுக்கொண்டே தன்னுடைய கொட்டிலில் புகுந்தது. "குளமும் எருமையும்" என்ற இந்தக் காட்சி, மதுரை அறுவை வாணிகன் இளவேட்டனாரின் சொல்லோவியம். இது, அப்படியே தலைவனுடைய மனநிலைகளையும், தன்னுடைய சுகத்தையே பெரிதென நாடிப் பூக்கள் போன்ற பெண்டிரைத் துன்புறுத்தும் அவனுடைய செய்கைகளையும் 'மறைமுகமாக' உணர்த்துகின்றது. தவறான ஒழுக்கங்கள் வழியே சுகங்கண்டு விட்டு, இறுதியில்கூட அவற்றை நிராகரிக்கவோ மறக்கவோ இல்லாமல் அவன் வீடு திரும்புகிறான். தலைவனுடைய பரத்தமை ஒழுக்கம், இப்படி உள்ளுறையுவமமாக இயற்கைக் காட்சி ஒன்றைச் சாக்கிட்டு விவரிக்கப்படுகிறது. இதற்குத் தளமாக இருப்பன கருப்பொருள்கள், அனுசரணையாக இருப்பன, அவற்றின் குறியீடுகள் (கருங்கோட்டு எருமை = தலைவன்; ஆம்பல், குவளை, காஞ்சிப்பூ = பெண்கள்; புனிற்று ஆ = ஈன்ற அண்மைப் பொழுது கொண்ட தலைவி); சொல்லும் செய்திகள், அவனுடைய மனநிலையும் இவளுடைய மனநிலையும். இந்தக் காட்சி, சங்ககாலக் கவிதை மரபு.

3

உள்ளுறையுவமம் இப்படி, உள்ளுறுத்துப் பொருள் தந்து ஓர் அளவில் நிற்கும். இது ஒரு நிலை, சில பாடல்களில் இது,

இறைச்சிக்கு இடம் தந்து நிற்பதும் உண்டு. உள்ளுறை யுவமம் உள்ளிட்ட மொத்தப் பொருளின் புறத்தே அடுத்த அடுக்காகத் தோன்றும் குறிப்புப் பொருளல்லவா, இறைச்சி. பெருங்குன்றூர் கிழாரின் அகநானூற்றுப் பாடலொன்றில் (8) இதன் திறனை அறியலாம். இது குறிஞ்சித்திணைப் பாடல். தலைவி கூற்று. "தலைமகன், சிறைப் புறத்தானாக (மறைந்து நிற்க) தோழிக்குச் சொல்லுவாளாய்த் தலைமகள் சொல்லியது" என்று அதன் கொளு விவரங்கூறுகிறது. பாடல் இதுதான்:

ஈயற் புற்றத்து ஈர்ம்புறத் திறுத்த
குரும்பி வல்சிப் பெருங்கை ஏற்றை
தூங்கு தோல் துதிய வள்ளுகிர் கதுவலின்
பாம்பு மதனழியும் பானாட் கங்குல்.

(புற்றம் = புற்று; ஈர்ம்புறம் = ஈரம் நிறைந்த மேற்புறம்; குறும்பி வல்சி = புன்மையான புற்றாஞ் சோறாகிய இரை; ஏற்றை = ஆண்கரடி; துதி = நுனி; கதுவ = பற்றிக்கொள்ள; மதனழிதல் = அழகு அழிந்துபோதல்)

இது குறிஞ்சி நிலக்காட்சி. தலைவியைப் பிறரறியாமல் சந்திக்க விரும்பி வருகிறான் தலைமகன். நேரமோ அச்சுறுத்துகின்ற இரவு நேரம். பசியுடன் திரியும் ஆண் கரடியொன்று, அருகே ஈயல்கள் வதியும் புற்று ஒன்றிலே வலிமையான நீண்ட கையை உள்ளே விடுகிறது. கைக்கு ஈயல்கள் கிடைக்கலாம். ஆனால் கூரிய நகங்கள் கொண்ட அந்தக்கை, ஈயற்புற்றிலே வருவதறியாது சுருண்டுகிடக்கிற பாம்பினைப் பற்றி இழுக்கிறது. பாம்புக்கு வலி. அதனுடைய அழகும் சிதைகிறது. இப்படி முதலில் ஒரு காட்சி. இந்தக் காட்சியே - இந்த வருணனையே - பாடலின் செய்தி அல்ல. மனிதரைப் பேசுகிற உரிப்பொருள் இல்லாமல், சங்கப் பாடலா? கரடியின் செயலால், பாம்பு மதனழிந்து நடுங்குவது போல, அச்சுறுத்தும் இரவு நேரத்தில், காடு கடந்து வரும் தலைமகனுடைய செயலால், தலைவி அஞ்சி வருந்துகிறாள். இது, உள்ளுறையுவமமாக அமைகிறது.

ஆனால் வருணனை இதனோடு முடிந்துவிடவில்லை. 26 அடிகள் கொண்ட இப்பாடலில் இன்னும் இதுபோல் இரண்டு காட்சிகள் உண்டு. முதலில் கரடியும் பாம்பும் வந்தன. இப்போது, காட்டுப் பன்றியும் புலியும் வருகின்றன; அடுத்துக் களிறும்

பிடியும் வருகின்றன. இப்படிக் காட்டு விலங்குகளிடையேதான், இந்தப் பின் புலத்திலேதான் - தலைவி - தலைவனுடைய உணர்வுகள் தமக்குரிய 'வெளியை'த் தேடுகின்றன.

தலைவன் வரவிருக்கிற அந்தக் காட்டு வழியிலேதான், காட்டுப் பன்றியொன்றனைக் கொன்று, பசியடங்காமல் இரை தேடித் திரியும் பிளந்தவாயையுடைய ஆண்புலியொன்று, மலையெல்லாம் புலால் நாற்றம் எடுக்கும்படியாக, அந்தக் காட்டுப்பன்றியை இழுத்துச் சென்றுகொண்டிருக்கிறது. இது கொடூரமான ஒரு காட்சி. ஆனால் இந்தக் காட்சியில் தலைவனுடைய ஈவிரக்கமற்ற கொடுமை உள்ளுறையுவமமாக அமைகிறது. இருக்க, அடுத்து - மூன்றாவதாக உள்ள ஒரு காட்சி.

> கழை நரல் சிலம்பின் ஆங்கண் வழையொடு
> வாழை யோங்கிய தாழ்கண் அசும்பில்
> படுகடுங் களிற்றின் வருத்தம் சொலிய
> பிடிபடி முறுக்கிய பெருமரப் பூசல்
> விண்தோய் விடரகத்து இயம்பும்

என அமைகிறது.

(கழை நரல் சிலம்பு = உயர்ந்த மூங்கில்கள் ஒலியெழுப்பும் மலை; வழை = சுரபுன்னைமரம்; அசும்பு = நீர் தேங்கிக் கிடக்கும் குழி; சொலிய = நீக்குவதற்கு; விடர் = மலைமுகடு)

மலையின் சாரலில் சுரபுன்னைமரங்கள் வளர்ந்து கிடக்கின்றன; அருகே கனிதரும் வாழைமரங்கள். சரிவில் புதைந்து கிடக்கிறது பெரிய குழி. அதிலே தவறி விழுகிறது ஓர் ஆண் யானை. அஞ்சிப் பிளிறுகிறது. அருகே அதன் பெண் யானை (பிடி); ஆண் யானையின் துயர் கண்டு பதறினாலும், அது, அறிவுடன் ஒரு காரியம் செய்கிறது. பக்கமாய் நின்ற பெரிய மரத்தை முறிக்கிறது. அதனை அந்தக் குழியின் உள்ளே சாய்க்கிறது. அதனைப் படியாகக் கொண்டு ஆண் யானை மேலே ஏறி வரட்டுமே. அந்த அலறலும் மரத்தை முறிக்கின்ற ஓசையும் மலையெல்லாம் எதிரொலிக்கின்றன. முதல் இரண்டு காட்சிகளுக்கும் இந்த மூன்றாவது காட்சிக்கும் வித்தியாசம் உண்டு.

இந்த மூன்று காட்சிகளுமே உள்ளுறை உவமங்களாக அமைந்திருப்பவை. முதல் இரண்டும், தலைவன், அறியாமலும்

அறிந்தும் தலைவிக்குத் துயரம் தருகிறதைக் குறிக்கின்றன. மூன்றாவது காட்சியில் தலைவனும் துன்பப்படுகிறான்; அதன் காரணமாகத் தலைவியும் அஞ்சுகிறாள். இந்தச் சூழ்நிலைமை யிலிருந்து மீள வேண்டும். இது, இறைச்சி எனும் உத்தி மூலம் தெரியப்படுத்தப்படுகிறது. பாடற் பனுவலின் மொத்தப் பொருளின் புறத்தே தோன்றுவதல்லவா, இது. மலைச் சரிவில் பின்னிப் பிணைந்து செல்லும் பாதைகளின் வழியாகக் காட்டு மிருகங்களின் அச்சுறுத்தும் காட்சிகளிடையே ஏன் அவன் வரவேண்டும் - எனவே இதிலிருந்து விடுபட வேண்டுமானால் திருமணமே வழி - திருமணம் பண்ணிக்கொள் என்று தலைவி அறிவுறுத்துகிறாள். இவ்வாறு, இறைச்சி வாயிலாகப் பாடலின் அடுத்த அடுக்குப் பொருள் - நோக்கமாகவுள்ள பொருள் - குறிப்பாகத் தோன்றுகிறது. இந்த யூகத்திற்குத் துணை செய்கிற மாதிரியாக, மூன்றாவது காட்சியின் செய்தி அமைந்துள்ளது. ஆண் யானையை அதன் துயரத்திலிருந்து பெண் யானை மீட்கிறது. இரண்டும் இணைந்திருப்பதால் இப்படி நன்மைகள் ஏற்படுகின்றன என்பதைச் சொல்லுகின்ற ஒரு குறிப்பும் இதிலே உண்டு. இருக்க.

அன்புறு தகுந இறைச்சியிற் சுட்டலும்
வன்புறை யாகும் வருந்திய பொழுதே

(பொருளியல்., 35)

(வன்புறை = திருமணத்திற்கான வற்புறுத்தல்)

என்று தொல்காப்பியம் சொல்லும். சங்கப்பாடலில் இவ்வாறு களவுக் காலத்தின் ஒரு கட்டத்தில் 'வன்புறைகள்' அமைகின்றன. உள்ளுறையுவமமும் இறைச்சியும் இத்தகைய சூழல்களில் அதிகம் இடம்பெறுகின்றன.

இப்படி உள்ளுறை, இறைச்சி என்ற இவை ஏன் அவசியமாகின்றன? இவை அகத்திணைக்குட்பட்ட சிறப்பியல் கூறுகள். அகத்திணைக்கு ஏன் இவை சிறப்பாக அவசியப்படுகின்றன? அகம் ஒன்றும் ரகசியமானது அல்ல. எல்லோரும் அறிந்தது, அனுபவிப்பது. ஆனாலும், அது தனிப்பட்ட உணர்வு நிலைகள் (private emotions) கொண்டது; நுண்மையானது (delicate), இந்த அகவய உணர்வுகள், மனதுக்குள் நுழைந்து பேசுகிறவை; இவை

தூலமான பொருட்கள் மேல், மெய்ப்பட்டு வரும் உடல் மொழி மூலமாகவோ, வார்த்தை மொழிகள் மூலமாகவோ வெளிப்பட்டு வரவேண்டும். இந்தத் தேவையை - படைப்பாக்க முறையைத் தொல்காப்பியம் பல இடங்களில் குறிப்பிட்டுள்ளது. சொல்லதிகாரத்தில் அது சொல்லும்,

உணர்ச்சி வாயில் உணர்வோர் வலித்தே

(உரியியல், 65)

என்று பின்னர், பொருளதிகாரத்தில் இத்தகைய உளவியல் பான்மை பல இடங்களில் சொல்லப்படுகிறது. காட்டாக, இன்பம் என்பது என்ன? எத்தகையது? இதனை உளவியல் நிலையில் வைத்துப் பேசுகிறது.

எல்லா உயிர்க்கும் இன்பம் என்பது
தான் அமர்ந்து வரூஉம் மேவற்றாகும்

(பொருளியல், 29)

என்று உளவியல் நிலையோடும் சார்பு நிலையோடும் இன்பத்தை வரையறுப்பது, சிறப்பு. இது கவனிக்கத்தக்கது. மேலும், ஒப்பு, உரு, வெறுப்பு, கற்பு, எழில், நாணம் என்பவற்றையும் தொல்காப்பியர், சார்பியல் தன்மையோடு விளக்குவார். (பொருளியல், 53) மேலும், மேற்கூறிய ஒப்பு, உரு முதலியவற்றைச் சார்புடையனவாக மட்டுமல்லாமல் நுட்பமானவை (abstract) என்றும் தொல்காப்பியம் அறுதியிடுகிறது. எனவே இவற்றை,

நாட்டிய மரபின் நெஞ்சுகொளின் அல்லது
காட்டலாகாப் பொருள என்ப

என்று வரையறுக்கிறது. நாட்டப்பட்ட மரபின் வழியாக, நெஞ்சில் உணரத்தக்கவையேயன்றி, இன்னது இத்தகையது எனத் துலாம்பரமாகக் காட்டக்கூடியன அல்ல. அகவய உணர்வு அத்தகையது. அத்தகைய உணர்வின் தன்மையை, மெய்ப் பாட்டியலில், இப்படிச் சொல்லுவார்!

கண்ணினும் செவியினும் திண்ணிதின் உணரும்
உணர்வுடை மாந்தர்க் கல்லது தெரியின்
நன்னயப் பொருள்கோள் எண்ணருங் குரைத்தே

(மெய்ப் பாட்., 27)

திண்ணிதின் உணரும் உணர்வுடை மாந்தர்க்கல்லது எளிதாகப் புரிய வராத நன்னயப் பொருள்கோள், பாடலின் கலையியல் - அழகியல் உத்திகள் மூலமாகக் கைவருகிறது. எனவேதான் உள்ளுறை, இறைச்சி போன்றவற்றையும் மெய்ப்பாடு முதலியவற்றையும் தொல்காப்பியம் வலியுறுத்தி விளக்கிப் பேசுகிறது.

காதல் உணர்வுகள் இப்படி நுண்மையாக விளங்குவதால்தான், அவற்றைச் சித்திரிக்கிறபோது அவ்வற்றின் மொழி, நுண்மை கொண்டும் ஆழப்பட்டுப் பொதிந்தும் அமைகின்றது. குறிப்பாக, இது, பெண்களை மையமிட்டு அவர்களின் உணர்வு வெளிப்பாடுகளை மையமிட்டு அமைவதால், பெண்மை சார்ந்த உணர்வு நிலைகள், பல இடங்களில் குறிப்பிட்டுப் பேசப்படுகின்றன. இதனை ஒரு கருத்தியல் நிலைக்கு உட்பட்டுத் தொல்காப்பியம் பேசுகிறது. அத்தகைய இடங்களில் ஒன்று,

காமத் திணையின் கண்ணின்று வரூஉம்
நாணும் மடனும் பெண்மைய ஆகலின்
குறிப்பினும் இடத்தினும் அல்லது வேட்கை
நெறிப்பட வாரா அவள் வயினான

(களவியல்., 17)

என்பதாகும். இதுபோலவே இன்னோரிடத்தில்,

உற்றுழி யல்லது சொல்லல் இன்மையின்
அப்பொருள் வேட்கைக் கிளவியின் உணர்ப.

(பொருள், 14)

என்றும், மேலும், இத்தகைய 'வேட்கை', புது மட்கலத்தில் பெய்த நீர் புறத்தே மெள்ளெனக் கசிந்தும் பொசிந்தும் வெளிப்படுவது போன்ற உணர்விற்று என்றும் உருவக நயத்தோடு பேசப்படுகிறது. கவிதையில் பெண்ணின் மொழி எவ்வாறெல்லாம் உளவியல் சார்ந்து அமிழ்ந்தும் பொதிந்தும் கிடக்கிறது என்பது இவ்வாறு சொல்லப்படுகிறது. சங்க இலக்கியத்தில் இத்தகைய நிலையோடு கூடிய சித்திரமே பெரும்பான்மை. ஆயினும் பல பாடல்களில் பெண்ணின் வேட்கைக் கிளவி, புதுமட்கலத்துப் பெய்த நீர் போல் கசிந்தும் பொசிந்தும் வராமல், வெடிப்புற வெளிப்பட்டு நிற்பதையும் காணுகிறோம். இவளே, இத்தகைய வேட்கையின் போது முன்னெடுத்து நிற்பதாகப் பல பாடல்கள் சுவையோடு

சித்திரிக்கின்றன. இதனைப் பார்க்க வேண்டுமானால், முக்கியமாக இளந்தேவனார் பாடல்களிலும் (அகநா., 58, 328) இன்னும் சற்று விளக்கமாகப் பார்க்க வேண்டுமானால், பரணருடைய "துஞ்சூர் யாமத்து. . ." (அகநா., 198) எனும் பாடலிலும் அருகில் சென்று கண்டறிந்துகொள்ளலாம்.

இவ்வாறு உள்ளுறையும் இறைச்சியும் சங்க அகப்பாடல்களை உள்சென்று பார்த்துப் புரிந்துகொள்வதற்குச் சிறந்த கருவிகளாக இருக்கின்றன. தொல்காப்பியம் இந்தத் திறவுகோலைத் தந்திருக்கிறது. அதனடிப்படையில், இவ்வுள்ளுறையை அதனுடைய வகை தொகைகளோடு மேலும் விளக்குவதற்கு இடம் தந்திருக்கிறது. மேலும், இதன் பின்னால், கி.பி. ஒன்பதாம் நூற்றாண்டில், வடமொழி ஆனந்தவர்த்தனரின் 'தொன்யாலோகத்'தோடு இதனை ஒப்பிட்டு ஆராய முடியும். இரண்டற்கும் அடிப்படையான பல வேறுபாடுகள் உண்டெனினும், தொல்காப்பியத்தின் தாக்கம் வடமொழித் தொனிக் கோட்பாட்டில் இருந்திருக்கக்கூடும் என்ற அடிப்படையில், ஒப்பிட்டுப் பேச இடம் உண்டு. அந்தச் சங்கதிகள் தனி. இங்கே - சங்க இலக்கியக் கவிதையாக்கம், பலவகையான கலையியல் உத்திகளையும் பார்வைகளையும் கொண்டிருக்கிறது என்பதை அறிந்துகொள்வதே முக்கியம். கவிதையின் வாசிப்புத் தளத்தை விசாலப்படுத்தி - அதனுடைய மரபையும் மையத்தையும் இழக்காமலும் காரண காரியங்களுடனும் பன்முறை வாசிப்புக்கு இட்டுச் செல்லுகின்ற வழிமுறைகளில், இப்படி, உள்ளுறை - இறைச்சிக்குச் சிறப்பானதோர் இடம் இருக்கிறது.

ஒரு பாடல் சிறப்பும் அழகும் கொண்டு அமைய வேண்டுமானால், ஒவ்வோர் அடியும் வலிமையும் பொலிவும் தன்னிறைவும் கொண்டனவாக அமைய வேண்டும். தொல்காப்பியம் இதனை வலியுறுத்துகிறது. சங்கப் பாடல்களில் இந்தப் பண்பு பெரிதும் காணப்படுகிறது; மேலும், தொடர்ந்துவரும் அடிகளில் கருத்தமைவு நிரவி வருவதும் பரவலாகக் காணப்படுகிறது. சங்கப் பாடல்களில் இறுதியடி, மிகவும் முக்கியத்துவமும் முத்தாய்ப்பும் உடையதாக விளங்குகிறது. எட்டுத்தொகையுள் உள்ளவை, சிறிய தனிநிலைப் பாடல்கள் எனின், பத்துப்பாட்டில் உள்ளவை 'பெரிய பாட்டுக்கள்'. ஆயின், உவமங்களும், அடைகளும், எச்சங்களும் கொண்டு பின்னப்பட்ட அடிகளின் பெருக்கம், கதை சொல்லுதற்காக அல்ல, வருணிப்பின் பெருக்கத்திற்கே பயன்படுகிறது.

14

அடியும் பாட்டும்

ஒரு பாடல் அல்லது கவிதை சிறப்புடையதாகவும் அழகுடையதாகவும் அமைய வேண்டுமானால் அதனுடைய அடித்தளம் (Base) வலிமை கொண்டதாகவும் பொலிவு கொண்டதாகவும் அமைய வேண்டும். இதனை நன்குணர்ந்தே, தொல்காப்பியம் (செய்யுளியலில்) யாப்புக்குட்பட்ட உறுப்புக்களையும் யாப்பினையும் பல கோணங்களிலிருந்து விளக்கிப் பேசியிருக்கிறது. அவ்வாறு பேசுகின்றபோதுதான், அது,

அடியின் சிறப்பே பாட்டெனப் படுமே (செய்யு., 34)

என்று அடியையும் பாட்டையும் ஒன்றிணைத்துச் சொல்லுகிறது. பாடலின் அடிக்கட்டுமானத்தின் உச்சம், 'அடி'. ஆனால் அடி, ஓர் உறுப்புத்தான். அசை, சீர் உள்ளிட்ட முன்னைய உறுப்புக்களுக்கும் அவற்றின் செயல்பாடாகிய தளைக்கும் அதுவே, இலக்கு. அது போலப் பின்னால் வருகிற யாப்பு, தூக்கு, தொடை, நோக்கு, பா முதலிய உறுப்புக்களுக்கும் அதுவே மையம்.

"அடியுள் ளனவே தளையொடு தொடையே (செய்யு., 32)

என்கிறது தொல்காப்பியம். அசை, சீர் கொண்டு அமைகிற தளை என்ற கட்டுமானச் செயலும், எதுகை, மோனை உள்ளிட்ட தொடை என்ற ஓசை ஒழுங்கமைவும் அடி என்பதனை மையமிட்டே அமைகின்றன. இப்படிச் சொல்லிவிட்டு 'யாப்பு' எனும் உறுப்பினைச் சொல்லுகிறபோது,

எழுத்து முதலா ஈண்டிய அடியில்
குறித்த பொருளை முடிய நாட்டல்
யாப்பென மொழிப யாப்பறி புலவர். (செய்யு., 77)

என்றும், அடுத்து 'நோக்கு' எனும் உறுப்பினைச் சொல்லுகிற போது,

மாத்திரை முதலா அடிநிலை காறும்
நோக்குதற் காரணம் நோக்கெனப் படுமே (செய்யு., 103)

என்றும் தொல்காப்பியம் அடையாளம் காட்டுகிறது. அடி ஓர் அலகு. குறித்த பொருள், கவிந்து முடிவாய் அங்கே இடம் கொள்ளுகிறது. யாப்பு எனும் உறுப்பு, உருவமும் பொருளும் ஒன்றிணைந்து அமைய வேண்டும் எனக் காட்டுகிறது.

அப்படி அது இறுக்கமாகவும் அழகாகவும் கட்டமைகிற போது, மீண்டும் மீண்டும் வாசிக்கத் தூண்டுகிறது. இடம் தருகிறது. நெருங்கி நின்று பனுவலை ரசிப்பது, பொருளின் அழகினை அனுபவிப்பது, நோக்கு குறிப்பிடுகின்ற பண்பு. இப்படி, நோக்கும் யாப்பும் அடியின் சிறப்பு மூலம் வெளிப்படும் ஆற்றல்களாய் விளங்குகின்றன.

சங்கப் பாடல்களில் இரு சீர் அடிகளும் (குறளடி) முச்சீர் அடிகளும் (சிந்தடி) உண்டெனினும் அளவடி எனப்படும் நாற்சீர் அடிகளே, அகவற்பா எனும் வடிவங்கொண்ட இவற்றின் பெரும்பான்மை வழக்கு. (நாற்சீர் கொண்டது அடியெனப்படும்). ஒவ்வோர் அடியும் தம்மளவில் முடிவதும், அல்லது முடிவது போல் தோற்றமளிப்பதும், அடுத்த அடியை அமைப்பியல் அளவில் அது சாராமல் இருப்பதும், பொதுவாகப் பல பாடல்களில் காணப்படுகிற பொதுவியல்பு. ஆனால் இது இறுதியான வரையறை அல்ல. பலபோது, சில தொடர்கள் அப்படி முடியும்; அல்லது, முழுத்தொடரின் ஒரு பகுதி (ஒருசீர் அல்லது இரண்டு சீர்கள்) அடுத்த அடி கொண்டு முடியும்; அல்லது தொடர்ந்து அது செல்லும்; அதனால் அவை பின்னிக்கிடக்கும்; முடிந்தும், முடிவதுபோல் தொடர்ந்தும், தொடர்ந்து சென்று பின்னியும் - எவ்வாறு அமைந்தாலும் அடிகள், தம்முள் "சார்பியல் சுயேச்சைத் தன்மையைப்" பெற்றிருக்கின்றன (relative-independence). சங்கப் பாடல்களில், அடியின் சிறப்பு, இவ்வாறு அறியக்கூடியதாக உள்ளது. எடுத்துக்காட்டுக்கு:

வைகா வைகல் வைகவும் வாரார்
எல்லா எல்லை எல்லவும் தோன்றார்

என்பதில் முதல் இரண்டு அடிகளும் தனித்தனியே அடியின் முடிவில் வினைமுற்றுக் கொண்டு முடிந்துவிடுகின்றன. ஆனால் இதே பாடலில் அடுத்துவரும் அடிகள்,

யாண்டுளர் கொல்லோ தோழி; ஈண்டிவர்
சொல்லிய பருவமோ இதுவே; பல்ஊழ்
. . . . (குறுந்., 285)

என்று இறுதியில் அல்லாமல் மூன்றாவது சீர்களுடன் அடியின் அமைப்பு முடிவு பெறுகிறது; இவ்வடியின் இறுதி நான்காம் சீர், தொடர்ந்து அடுத்த அடியோடு சென்று சேர்கிறது. இது, ஒருவகை. இந்த இரண்டாவது வகையே சங்கப் பாடல்களின் அமைப்பில் பெரு வழக்கு. பனுவல்கள் அடிதொறும் பின்னிக்கிடக்கவும், அதன் மூலம் வருணனை போன்ற உத்திகள் செயல்படவும் இந்தப் பண்பு பெரிதும் உதவுகின்றது. மேலும், தொடரின் சுரவிசையோடு (intonation) கூடிய சந்தநயமும் இதிலே இருக்கிறது.

அடிகள் தொடர்ந்து அடுத்த அடிகளோடு இணைந்து கிடப்பது என்பது, கலக்கமின்றி நடை பெறுகின்றது. பெரும்பாலும், வினையடை, பெயரடை (வினையெச்சம், பெயரெச்சம்) முதலியன கொண்டுதான் இயங்குகின்றது. அடுக்குதல், விளக்குதல், விவரித்தல், வருணித்தல் என்ற நோக்கும் போக்கும் கொண்டது. இவ்வடிவமைப்பு. காட்டாக, புறநானூற்றில் இரண்டாவது பாடல்; (முதலாவதாக உள்ளது, பின்னர், கடவுள் வாழ்த்தாக எழுதிச் சேர்க்கப்பட்ட ஒன்று ஆகும்.)

மண்திணிந்த நிலனும்
நிலனேந்திய விசும்பும்
விசும்பு தைவரு வளியும்
வளித் தலைஇய தீயும்
தீ முரணிய நீரும் என்றாங்கு,

(விசும்பு = வான், விண்; வளி = காற்று; தைவரும் = தழுவும், அணைக்கும்)

என்ற பாடலின் முதல் ஐந்து அடிகள், தனித்தனியே அவ்வவ் அடிகளின் இறுதியில் எண்ணும்மை கொண்டு முடிகின்றன. 'உம்' எனும் இந்த எண்ணும்மைகள் மூலமே அடுத்தடுத்த அடிகள் பின்னிக்கிடக்கின்றன. ஐம்பூதங்களும் அவற்றின் அடிப்படைப் பண்புகளும் வரிசையாக அடுக்கப்படுகின்றன. அடுத்த இரண்டு அடிகள், இவற்றைத் தொகுக்கின்றன.

ஐம்பெரும் பூதத் தியற்கை போலப்
போற்றார்ப் பொறுத்தலும் சூழ்ச்சிய தகலமும்

(சூழ்ச்சியதகலம் = கேட்டறிதலின் பரப்பு)

என்ற இந்த இரண்டு அடிகளுக்குப் பிறகு, தொடர்ந்துவருகிற பிற அடிகள், இறுதியில் பெயரெச்சம் அல்லது வினையெச்சம் பெற்றும், 'பெரும! பொருந' என்று விளி (முன்னிலை) கொண்டு தனித்தனியாகவும், சேர்ந்தும், பின்னியும் இயங்குகின்றன. இதனுடைய 24 அடிகளில் ஒரேயோர் அடி தவிர, ஏனைய யாவும் இவ்வாறு தனித்து அமைந்தும், அதேபோது ஒன்றற்கொன்று இணைந்து தகவல்களை அடுக்கியும் விளக்கியும் செல்லுகின்றன. இந்த வகையான அமைப்பு, சற்றுக் கூடக் குறைய, பல பாடல்களில் அமைந்திருக்கின்றது.

உண்மையில், இது போன்ற ஒரு போக்குத்தான், பத்துப்பாட்டிலும் பல இடங்களில் காணப்படுகின்றது. ஆனால் அவற்றிலே காணப்படுகிற தொடர்கள், (பெரும்பாலும்) எட்டுத் தொகையிலுள்ள பாடல்களைவிட நீளமானவை. அவற்றில் தொடரியல் சார்ந்த இடைவெளிகள் (sentence-pause) உண்டு; அதேபோது, தொடரியல் சார்ந்த பொருண்மைச் சிக்கல்கள் (semantic problems) இல்லை. அப்படியிருப்பதாகக் கருதி, மிகையான யூகங்களோடு 'மாட்டு' எனும் உத்தியால் மாட்டிக் கொள்கின்ற காரியத்தை நச்சினார்க்கினியர் செய்திருக்கிறார் என்றால், அதற்கு அவரே பொறுப்பு.

அடிகளின் கட்டமைப்பு, நேர்த்தியாக இருக்க வேண்டும் என்று கருதுகிற சங்க இலக்கியம், தொடர்ந்து பாடலின் வடிவமைப்பில் சில பொதுவான நெறிமுறைகளைக் கையாளுகிறது. மேலே சொல்லியவற்றைத் தொடர்ந்து, இன்னும் கொஞ்சம் தொகுத்து இங்கே பார்க்கலாம்:

1. சங்கப் பாடல்களில், பொதுவாக - பெரும்பான்மையாகப் - பாடலின் இறுதி அடி(கள்,) மிக முக்கியத்துவம் (relative importance) வாய்ந்ததாக அமைகின்றன. இன்றைச் சிறுகதைகளில், அவற்றின் இறுதி வரிகள் முத்தாய்ப்பாக விளங்குகின்றனவே, அது போன்றுதான். பாடலின் கருத்தினை / உணர்வினை முடித்துவைப்பது முத்தாய்ப்பாக அமைவது, இறுதி அடிகளின் பண்பு. அதனாலேயே, ஏனைய அடிகளில் உள்ள அமைப்பிலிருந்து பெரும்பாலும் வித்தியாசமாக, இறுதியடியின் அமைப்பு உள்ளது. இறுதியடி, நேர்வரிசையில் அமைந்து முடியாமல், 'தாம் வந்தனர் நம்காதலோரே' (ஐங்., 270) என்பதுபோல வரிசைப் பிறழ்வு, (Poetic inversion) பெற்று முடிகிறது. கவிதை மொழியை முன்னிட்ட, அங்கீகரிக்கப்பட்ட இத்தகைய பிறழ்வு இறுதியடியின் உரிமைப்பட்ட இயல்பு. மேலும் இத்தகைய இறுதியடியின் இறுதிச்சீர், 'ஏ' எனும் நெடில் ஓசையோடு - இடைச்சொல்லோடு - முடிகிறது. மேலும் இவ்வடியின் இத்தகைய இறுதி, 'பெருங்கவின் கொளவே.' (அகநா., 363) என்பதுபோல, வினையடையோடு கொண்டு முடிகிறது; இது பெரும்பான்மை. இதுவன்றி, சில, வினைமுற்றோடு முடியலாம்; 'யான்', 'யாம்' உள்ளிட்ட

தன்மையிடப் பெயர்களோ, பிற இடப்பெயர்களோ கொண்டு முடியலாம்.

2. இறுதியடியின் முக்கியத்துவத்தை வலியுறுத்துவது, ஏனைய அடிகளின் சிறப்பினை - பங்களிப்பினைக் குறைத்து மதிப்பிடுவதாகாது. முக்கியமாக முதலடி., முதல் இரண்டு அல்லது மூன்றடிகள் பாடலின் தூக்கலுக்கும் தொடக்கத்திற்கும் வலுத் தருவதாய் அமைய வேண்டும். முதலடி பல பாடல்களில், நேரடியாக ஒருவரை - தோழியை (அதாவது, தலைவியையும் சேர்த்துத்தான் குறிப்பிடுகிறது.) தலைவனை, முக்கியமாக நெஞ்சத்தை - பாணனை - அழைப்பதாக அமைகிறது. அப்போது நீண்ட அடைகொடுத்து வழங்குதல் வழக்கு. ஐங்குறுநூற்றுப் பாடல்களில் 'அம்ம வாழி, தோழி' எனத் தொடங்கும் பாடல்கள் பல உண்டு. குறுந்தொகையிலும் அகநானூற்றிலும் நற்றிணையிலும் உண்டு. 'விருந்து எவன் செய்கோ தோழி' என்று நற்றிணைப் பாடல் ஒன்று (112) தொடங்குகிறது. 'நோவினி வாழிய நெஞ்சே' என்று நெஞ்சத்தை அழைத்துப் பாடலைத் தொடங்குகிறது, இன்னொரு நற்றிணைப் பாடல் (190);

**அன்றவண் ஒழிந்தன்றும் இலையே வந்துநனி
வருந்தினை வாழியென் நெஞ்சே. . .**

என்று விளக்கத்தோடும் அடையோடும் நெஞ்சத்தைக் கூறி அதற்கு அழைப்புவிடுக்கிறது, ஓர் அகநானூற்றுப் பாடல் (351).

முதலடி இவ்வாறு முன்னிலைப்படுத்துவதாக அமையுமானால், இறுதி அடி பெரும்பாலும், பாடலின் நோக்கச் செய்தியைச் சொல்லி, அதனை முடித்துவைக்கிறதாக அமைகிறது; அல்லது, குறிப்பிட்ட செய்தியின் காரணத்தை - காரியத்தைத் தெரிவிப்பதாக அமைகிறது.

3. பாடலின் செய்தியை - நோக்கத்தை முன்கூட்டியே தெரிவிக்கின்றதாக முதலடி அமைதல், ஒருவகை. அப்படியானால் இறுதியடிகள், அந்தச் செய்திக்குரிய காரியத்தை முடித்துவைப்பனவாக அமைகின்றன. காட்டாக, 'நகையாகின்றே தோழி. . .' என்று பீடிகையோடும் நாடகச் சுவையோடும் ஒரு பாடல் தொடங்குகிறது; (அகநா., 56)

முன்னிலைப்படுத்திக் காட்சியை (அந்த ஆளிடம்) விவரிக்கிறது. இறுதியில் நகையாகின்றே என்பதற்கு உரிய காரணத்தைச் சொல்லி முடிக்கிறது.

என்னும் தன்னும் நோக்கி
மம்மர் நெஞ்சினோன் தொழுது நின்றதுவே

என்பது பாடல்.

4. முதலடியிலேயே பாடலின் பாடுபொருளுக்குரிய பின்புலத்தை - வருணிப்பினைத் தொடங்கி விடுதல் என்பது இன்னொரு வகை.

பசைபடு பச்சை நெய்தோய்த் தன்ன
சேயுயர் சினைய மாச்சிறைப் பறவை
பகலுறை முதுமரம் புலம்பப் போகி. . . (அகநா., 244)

எனத் தொடங்கி முல்லை நிலத்தை வருணித்துச் செல்கிறது ஒரு பாடல். அதுபோல்,

நீலத் தன்ன நீர்பொதி கருவின்
மா விசும்பு அதிர முழங்கி. . . ***(அகநா., 314)***

என்று அதே வகையான முல்லை நிலத்தை வருணிக்கப் போகிறது, இன்னொரு பாடல். இத்தகைய விவரணங்களோடு அடிகள் தொடங்கப்படுமானால், தொடர்ந்து இடையில் வரும் அடிகள், கேட்குநரை, அடைகளோடு கூறி முன்னிலைப்படுத்து கின்றன. மேலும் கூறுவோருடைய அகவயப்பட்ட தன்னிலைப் பண்புகளும் வெளிப்படுவதுண்டு. இறுதியில் பின்புல விவரணங்களின் 'பயன்', ஒரு செய்தியாக வெளிப்பட வேண்டும்.

5. பாடலின் இடையிலுள்ள அடிகள், கேட்குநரை முன்னிலைப்படுத்தி அழைத்தல் - கூறுவோரின் அகவய நிலைப்பாட்டைச் சொல்லுதல் என்ற தன்மையோடு கூடவும், முக்கியமான வருணிப்புக்கும் விவரக் குறிப்புக்களுக்கும் இடம் தருகின்றனவாய் அமைகின்றன. அதன்போது, உவமங்கள், வேற்றுமையுறவுகளோடு கூடிய சொற்றொடர்கள், வினையெச்ச, பெயரெச்ச வடிவங்கள் பரவலாக இடம்பெறுகின்றன. இடையிலே இடம்பெறும் இத்தகைய

அடிகள் பனுவலின் பின்னலுக்குப் பெரிதும் இடம் தருகின்றன.

6. இடையிலுள்ள அடிகள், பெரும்பாலும் இயற்கையையும் மனித உடல் அழகையும், போர்ச் செயல்களையும் வருணிப்பதில் அக்கறை காட்டுகின்றன என்பது ஒரு பக்கம் இருக்க - உள்ளுறையுவமம், இறைச்சி ஆகியவை பெரும்பாலும் இத்தகைய இடைநிலை அடிகளிலேயே பள்ளி கொண்டிருக் கின்றன. இறுதியடிகளில் அவை பள்ளியெழுந்து துலங்குகின்றன.

7. பெரும்பாலும், அடிகள் பலவற்றின் இறுதியில் - இறுதிச் சீரில் - வினையெச்ச வடிவங்கள் இயங்குகின்றன. இது அடிகளின் இறுதியிலுள்ள வடிவமைப்புப் பற்றிய, கவனிக்கத் தகுந்த ஒரு பண்பு. ஒரு நல்ல எடுத்துக்காட்டு, மதுரைக் காஞ்சி. 782 அடிகள் கொண்ட இப்பாடலில், அடிகளின் இறுதியில் மட்டும் (சற்று ஏறத்தாழ) 300 இடங்களில், வினையெச்ச வடிவங்கள் அமைந்திருக்கின்றன. 'நிற்புகழ்ந்து ஏத்த', 'மரந்தோறும் மைவீழ்ப்ப' என்பவற்றில் போல், 'அ'கரத்தில் முடிவன பெரும்பான்மை; மற்றும் 'பொலிந்து இனிது விளங்கி' என்பதில் பான்மை; மற்றும் 'பொலிந்து இனிது விளங்கி' என்பதில் போல, 'உ'கர இறுதி பெறுவனவும், 'உண்டு, இத்தகைய வினையெச்ச வடிவங்களன்றியும் பெயரெச்சங்களும், எண்ணலளவை அல்லது காலத்தொடர்ச்சி அல்லது பொருள் அழுத்தம் தருகிற 'உம்' எனும் இடைநில்லயும் அடிகளின் இறுதியில் (அடிகளின் இடையிலும் உண்டு; ஆனால் அது சிறுபான்மை என்பது வேறு செய்தி.) இடம்பெறுகின்றன. சிறுபான்மை என்பது வேறு செய்தி.) இடம்பெறுகின்றன. இத்தகைய அமைப்பு, மதுரைக்காஞ்சியில் துலங்கித் தெரிந்தாலும், இது சங்கப் பாடலடிகளின் பொதுவானதொரு பண்பே. இத்தகைய அமைப்பு - வருணிப்புச் செய்தல், காட்சிப்படுத்துதல், ஒன்றோடு ஒன்று பின்னுதல், அதன் மூலம் பனுவலுக்கு ஒட்டுமொத்தச் சீரமைப்பினைத் தருதல் ஆகிய நிலைப்பாடு களுக்குப் பெரிதும் துணை செய்கின்றது.

இப்படிச் சுட்டிக்காட்டியதன் மூலம், அடிகளின் அமைப்பு முறையில் இறுக்கமான வரையறைகள் இருப்பதாக எண்ணிவிடக் கூடாது. வரையறைகள் வசதிகளுக்கானவை. அடிகள் தன்னிறைவு பெற்றிருக்க வேண்டும் என்ற பொதுவான நியதிக்கு, அடிகளின் இத்தகைய அமைப்பு முறைகள் விளக்கம் தருகின்றன. அதுவே முக்கியம். அடிகள் என்பது ஓர் அடித்தளம். ஆனால் எல்லாப் பகுதிகளும் எல்லாக் கூறுகளும் நேர்த்திபட இயைந்தும் இயங்கியும் அமைந்திருக்க வேண்டும். மேலும், முழுமை அல்லது முழு அமைப்பு என்பது (the whole), எல்லா உறுப்புக்களின் ஒன்றிணைந்த இசைவில்தான் உள்ளது.

பெரிய பாட்டு

அடியின் சிறப்பியல் பண்புகளும் அவற்றின் தேவைகளும் தன்னிறைவும் சிறிய பாடல்களில் துலாம்பரமாகத் தெரிகிற அளவு, பெரிய பாடல்களில் தெரிவதில்லை. இது அமைப்பு முறைகளில் உள்ள ஒரு பண்பு. பத்துப்பாட்டில் உள்ள பாட்டுக்களின் அமைப்பு இத்தகையதுதான். பத்துப்பாட்டுக்களைப் 'பெரிய பாட்டுக்கள்' என்று இளம்பூரணர் (உரை., தொல்., செய்., 150) சொல்லுகிறார். இவற்றில் இடம் பெறுகிற பாடல்கள், எட்டுத்தொகைகளில் இருப்பனவற்றைவிட அளவால் பெரியவை; ஆனால் அதுவன்றிக் குறிப்பிட்டுச் சொல்லக்கூடிய வேறுபாடுகள் மிகக் குறைவு; மேலும் அவற்றைப் போன்றே இவையும் தனிநிலைப் பாடல்களே ஆகும். விளக்கமும் வருணிப்பும் உள்ளிட்ட வடிவம் (discription or illustrations), எட்டுத்தொகைப் பாடல்களில் எவ்வாறு உள்ளனவோ அவ்வாறுதாம் இவற்றிலும் உள்ளன. கருப்பொருட்களை மையங்கொண்ட இயற்கையே இங்கே அதிகம் வருணிப்புக் குட்படுகிறது; மேலும் தலைவன் தலைவியர் மாண்புகளும் புரவலர் பெருமைகளும் வருணிப்புக்கு அதிகம் உட்படுகின்றன. அளவு விசாலமாக இருக்கிறதே என்பதற்காகக் கதைப் பின்னல்கள் கொண்டு நிகழ்வுகளை எடுத்துரைப்புச் செய்கின்ற முயற்சி இல்லை. அந்த முயற்சி சிறிய அளவிலாயினும் எட்டுத்தொகையுள் சிலவற்றில் உண்டு; பத்துப்பாட்டில் இல்லை.

103 அடிகள் கொண்ட முல்லைப்பாட்டு, 180 அடிகள் கொண்ட நெடுநல்வாடை, 301 அடிகள் கொண்ட பட்டினப்பாலை,

583 அடிகள் கொண்ட மலைபடுகடாம், உச்சமாக 782 அடிகள் கொண்ட மதுரைக்காஞ்சி வரை இந்த நீண்ட பெரும்பாடல்களில் 'கதைசொல்லி'க்கு வேலை இல்லாமல் போய்விடுகிறது. மாறாக வருணிப்பாளருக்கு - நிறைய வேலை கிடைக்கிறது. பாடினியின் அழகை - புரவலர்களின் பெருமைகளை - மாண்புகளை - ஊர்களை - பயணிக்கும் பாதைகளை - கிடைக்கும் விருந்துகளை - யாழின் அழகு, அரசியின் படுக்கை முதலியவற்றை வருணிக்கிற காரியத்தைத்தாம் இவை செய்கின்றன. எனவே எட்டுதொகைப் பாடல்களின் நோக்கத்திலும் அமைப்பிலும் உள்ள பொதுத் தன்மைகளும் வடிவவியல் கூறுகளும் பத்துப்பாட்டிலுள்ள நீண்ட பாடல்களிலும் உள்ளன. இளம்பூரணர் சரியான பொருளில்தான் இவற்றைப் 'பெரிய பாட்டுக்கள்' என்கிறார்.

பத்துப்பாட்டில் சிறுபாணாற்றுப்படை, பெரும்பாணாற்றுப் படை, பொருநராற்றுப்படை, மலைபடுகடாம் மற்றும் இவற்றைப் பின்பற்றி வந்த திருமுருகாற்றுப்படை ஆகிய ஐந்தும் 'ஆற்றுப்படை' எனும் வகைமையைச் சேர்ந்தவை. முல்லைப்பாட்டு, குறிஞ்சிப்பாட்டு, நெடுநல்வாடை, பட்டினப்பாலை, மதுரைக்காஞ்சி ஆகிய ஐந்தும் அகம் சார்ந்த திணைகளையும் திணைசார் வாழ்க்கையையும் விவரிப்பன. புறநானூற்றில் இடம்பெற்றுள்ள 'ஆற்றுப்படை' எனும் துறையைச் சார்ந்த பாடல்களின் பொதுவான அமைப்புத்தான், பத்துப்பாட்டிலுள்ள ஆற்றுப்படைப் பாடல்களிலும் காணப்படுகின்றன. 'ஆற்றிடைக் காட்சி உறழத் தோன்றிப் பெற்ற பெருவளம், பெறாஅர்க்கு அறிவுறீஇச் (அறிவுறுத்தி) சென்று பயன் எதிரச் சொன்ன பக்கம்' - (தொல்., புறத்., 36) என்பது ஆற்றுப்படையின் அமைப்பும் நோக்கமும் ஆகும். இது உத்தியால் அமைந்த ஒரு வகைமை. பரிசில் பெற்றவன், பரிசில் பெற விரும்புகின்றவனைப், புரவலனை நோக்கி அனுப்புவதாக உள்ள ஆற்றுப்படை, புரவலன் பெருமையைப் பேசுவது; எனினும் நிலங்கடந்து பெரும் வெளிகள் சமைகின்ற - திணைசார் வாழ்க்கையின் ஊடுறவு களையும் ஒருமைப்பாடுகளையும் வடிவமைக்கிற பணியைச் செய்கிறது. புறநானூற்றில் உள்ள ஆற்றுப்படைப் பாடல்களை விடவும் பத்துப்பாட்டிலுள்ள ஆற்றுப்படைப் பாடல்கள் இதனைத் திறம்படவும் விளக்கம் அமையவும் செய்கின்றன. திணைசார் நிலங்களைக் கடந்து குறுக்கே

செல்லும் பாதைகள் பற்றிய விவரமான வருணிப்பு, அதன்போது, அவ்வந் நிலங்களில் எவ்வகையான மக்களிருப்பார்கள் என்ற விவரம், அங்கே எவ்வெவ் வகையான உணவுகள் கிடைக்கும், எவ்வெவ்வகையில் விருந்தோம்பல் கிடைக்கும் என்ற சேதி, என்று புவியியல் வரைவுகளையும் ஒருங்கிணைப்புக்களையும் திறம்படச் செய்கின்றன, பொருநராற்றுப்படை உள்ளிட்ட ஆற்றுப்படைப் பாடல்கள். இதற்கெனவே பாடல்களில் விசாலமான தளத்தை இவை விரும்பிப் பெற்றுள்ளன. விசாலமும் விரிவும் வீண்போகவில்லை; தமிழ் கெழீஇய புவியியல் பரப்பு விளக்கம் பெற்று நிற்கிறது.

ஆற்றுப்படை வகைமை கொண்ட பாடல்களில், பெரியது மலைபடுகடாம். பாணரோடும் விறலியரோடும் செல்லும் கூத்தர் தலைவனை நன்னன் சேய் நன்னன் எனும் சிற்றரசனிடம் ஆற்றுப்படுத்தி, இன்னொரு கூத்தன் பேசுகிறான். சேதி என்னவோ இவ்வளவுதான்; ஆனால் மடக்கி மடக்கி எப்படி யெல்லாம் நாடுகளும் புலங்களும் கடந்து செல்வது என்பதனை விலாவாரியாகப் பேசுகிறார், புலவர். ஆற்றுப்படை என்பது எளிய உத்தி; ஆனால் அதனை மிகையான மடக்குகள் மூலம் கடினமானதாக ஆக்குகிறது, மலைபடுகடாம். மலையில், 'படுத்துவைத்தன்ன பாறை மருங்கின் நெடுத்து நிறுத்தன்ன சிறுநெறி'களிடையே வில் அம்புகளோடு கானவர்கள் இடுக்கண் செய்யாது இயங்குகின்றனர். அதனை முதல் 50 அடிகள் வரை சொல்லிவிட்டு, அதன் பின்னர், (கூத்தர்) கண்ணுளர் ஒக்கல் தலைவ என்று சொல்லி அழைக்கிறது. பாடல், பல நிலப்பகுதி களுக்கு அழைத்துச் செல்கிறது. 'ஒரே' இடத்தில் நிற்காதே - போய்க்கொண்டே இரு' என்று அறிவுறுத்தப்படுகிறது.

'பலநாள் நில்லாது நிலனொடு படர்மின்'

ஒவ்வொரு நிலமாகக் கழிந்தும் (விலகியும்) புகுந்தும் செல்வதை 25 இடங்களில் திரும்பச் சொல்கிறது. இதற்காகக் 'கழிமின்' என்ற சொல் மட்டும் 21 இடங்களில் வருகிறது. 'புகுமின்' 4 இடங்களில் வருகிறது. தொடர்ந்து, இடையிடையே செல்லுகிற இடங்களில் இன்னின்ன பெறுவீர்கள் என்று 14 இடங்களில் சொல்லப்படுகிறது. இத்தகையவற்றினூடே சொல்லப்படுகிற வருணிப்புக்கள், பெரும்பாலும் வேறுபாடுகள்

இல்லாதவை. கழிமின், பெறுகுவீர் என்று விளியும் (அழைப்பு), வியங்கோளும் வந்தாலும் கருத்தோட்டத்தோடு கூடிய அமைப்பினைக் காணுகிறபோது, பாடல் முழுக்க ஒரே வாக்கியமாகக் கொள்ளத்தக்க முறையில் உள்ளது. இம்மலைபடுகடாத்தில் 61 இடங்களில் உருபுகளோடு கூடிய உவமங்கள் இடம் பெறுகின்றன; இவற்றுள் 'அன்ன' எனும் உருபு மட்டும் 45 இடங்களை நிரப்பியிருக்கின்றது. நீண்ட பாடலுக்குச் சங்கிலித்தொடர் போன்ற அமைப்பு, இத்தகைய கூறுகளால் ஏற்படுகின்றது. ஒரே மாதிரியான அமைப்பு, திரும்பத்திரும்ப வருகின்ற ஒரு முறைமை எனும் நிலைகள், இப்பாடலைக் கட்டுப்பட்ட ஒரு இறுக்கத்துடன் ஆக்குகின்றன. மலையும் காடும் இயற்கைச் செழிப்புடன் விளங்குகிற செய்தி, இப்பாடலின் செய்தி.

மலைபடுகடாம் உள்ளிட்ட பத்துப்பாட்டில் உவமங்கள் கணிசமாக உள்ளன என்பதற்கு முக்கியமான காரணம், இயற்கையையும் அதன் எழிலையும் காட்சிப்படுத்துதல் எனும் நோக்கமே ஆகும். பாடலாசிரியனுடைய அறிவுப் பரப்பையும் கற்பனைத் திறனையும் காட்டுவதோடல்லாமல், உவமங்களின் ஆளுகையென்பது, பொதுவான இலக்கிய மரபையும் வாய்பாட்டையும் (convention and formula) காட்டுகின்றது. நிற்க. உவமங்களைப் பத்துப்பாட்டு கையாண்டிருப்பதில் ஒரு கவன ஈர்ப்பு - பெரும்பாணாற்றுப்படையும் பட்டினப்பாலையும் ஒரே புலவரால் - கடியலூர் உருத்திரங்கண்ணனார் என்பவர் பெயரால் வழங்கப்படுகின்றன; ஆனால் உவமங்களைக் கையாள்வதில் இரண்டற்கும் குறிப்பிடத்தக்க வேறுபாடு உண்டு. பெரும்பாணாற்றுப்படையில் 63 உவமங்கள் உள்ளன. பட்டினப் பாலையில் இருப்பன 18 மட்டுமே. இந்த 63இல் 33, 'அன்ன' எனும் உருபு கொண்டவை. ஆனால் பட்டினப்பாலையில் 'அன்ன' உருபு, மூன்று இடங்களில் மட்டும் உள்ளது; 'போல' எனும் உருபு 13 இடங்களில் உள்ளது. அதேபோது, பெரும்பாணாற்றுப்படையில், 'போல' மிகவும் குறைவு. இவ்வேறுபாடு, இரண்டு பாடல்களுக்கும் ஆசிரியர் ஒருவரா, வேறுவேறு ஆசிரியர்களா என்ற கேள்வியைக் கிளப்பலாம். ஆனால் இந்த ஒன்றை வைத்துக்கொண்டு, முடிவுக்கு அவசரப்பட முடியாது. சற்று விரிவாகப் பனுவல் ஆய்வு (textual criticism) மூலம் இதனை நிறுவவேண்டும். ஒருவேளை முடியலாம்.

பத்துப்பாட்டுப் பாடல்கள், எட்டுத்தொகைப் பாட்டுகளில் உள்ளன போன்று - பெரும்பாலும் - நான்கு சீர்களால் ஆன அகவற்பாவினால் அமைந்தவையே. ஆயினும், மதுரைக்காஞ்சி உள்ளிட்ட சில பாடல்களில் குறளடிகளும் வஞ்சிப்பாவுக்குரிய அடிகளும் விரவிவருகின்றன. குறிப்பாக, பட்டினப்பாலை. இது, அகவற்பாவினால் முடிகிறது; ஆனாலும், பெரும்பான்மையாக வஞ்சியடிகளால் ஆனது. யாப்புப் பற்றி விளக்கம் தருகிற யாப்பருங்கல விருத்தியுரை, இதனைப் பற்றிப் பேசுகிறது. இது, "ஆசிரிய (அகவல்) அடி விரவிவந்த ஏந்திசைத் தூங்கல் ஓசை விரவிய குறளடி வஞ்சிப்பா" என்று இனங்கண்டு உரை செய்கிறது. மேலும் இதன் காரணமாக, இதனைப் 'பட்டினப் பாலையென்னும் வஞ்சி நெடும்பாட்டு' என்று விருத்தியுரையும் காரிகை உரையும் குறிப்பிட்டுத் தெளிவுபட அடையாளம் காட்டுகின்றன. எனவே யாப்பு அல்லது கட்டமைப்பு என்ற நிலையில், பெரும்பாணாற்றுப்படை உள்ளிட்ட ஏனையவற்றி லிருந்து பட்டினப்பாலை வேறுபடுகிறது. சங்க இலக்கிய அளவைகளுக்குள் இப்படி வஞ்சித்தளையோடு ஒரு முயற்சி மேற்கொள்ளப்பட்டிருக்கிறது என்பதும், அது வெற்றி கண்டிருக்கிறது என்பதும் இங்கே குறிப்பிடப்பட வேண்டும்.

பட்டினப்பாலையில் பாதிக்குமேல் வஞ்சிப்பா அடிகள் ஆட்சி செலுத்துகின்றன. 301 அடிகளுள், முதல் 163 அடிகளில் இவ்வாறு வஞ்சிப்பாவின் சீர்களும் தளைகளும் அமைந்திருக்கின்றன. தொடர்ந்து, எஞ்சியுள்ள அடிகளில்கூட, பல இடங்களில் அகவலடிகளுக்கு இடையே வஞ்சியடிகள் நிரவிக்கிடக்கின்றன. எனவேதான், அது 'வஞ்சி நெடும்பாட்டு, என்று மிகச் சரியாகவே அழைக்கப்படுகின்றது. பட்டினப்பாலை மட்டுமல்லாமல் பொருநராற்றுப்படையும் மதுரைக்காஞ்சியும் கூட வஞ்சிப் பாவுக்குரிய அடிகளைப் பரவலாகவும் நிரவலாகவும் கொண்டிருக்கின்றன. பொருநராற்றுப்படையில் முதல் 177 அடிகள் அகவற்பாவுக்குரிய அடிகளால் நிரம்பியிருக்கப் 'பிற அடிகள், வஞ்சியடிகளால் நிரம்பிக் கிடக்கின்றன. மதுரைக்காஞ்சியின் தொடக்கமே வஞ்சியடிதான். தொடர்ந்து 334 அடிகள் வரை அகவலடிகளோடு வஞ்சியடிகள் நெருங்கி

விரவிக் கிடக்கின்றன. ஏறத்தாழக் காற்பகுதி' வஞ்சிப்பாவின் ஆட்சியிலேயே உள்ளது. இருக்க.

புறநானூற்றிலும் சில பாடல்களில் - குறிப்பாக, 2, 3, 4, 7, 11 ஆகியவற்றில் வஞ்சியடிகள் கணிசமாகவும் கவனிக்கும்படியாகவும் இடம்பெற்றுள்ளன. மேலும் பல பாடல்களில் இருசீர் அடிகள், அகவற்பா - மயக்கங்கள் முதலியனவும் காணக்கிடைக்கின்றன. எனவே, 'யாப்பு' என்பது இறுகக் கட்டிய கட்டுமானமாக அல்லாமல் 'நெகிழ்வு' கொண்டதாகவே விளங்குகின்றது. பாடுபொருள் மாற்றங்களின் தேவைகளும், பாடற் சந்தங்களும் படைப்பாளியின் தனித்திறன்களும், பாடற் கட்டமைவில், பலபோது, விதிகளுக்கு மாறான விடுவிப்புக்களை வேண்டியே நிற்கின்றன.

பொருளுடைய ஒலிகளினால் ஆனவை, சொற்கள். கவிதையின் படைப்பிற்கும் அழகிற்கும் சொற்களும் சொற்களின் சேர்க்கைகளும் அடித்தளமாக உள்ளன. எழுத்திலும் சொல்லிலும் தொடரிலும் பரவிக்கிடக்கின்ற ஓசை, கவிதையின் உயிர்ப்போடும் உணர்வோடும் பொருளின் நோக்கத்தோடும் பொருந்திக் கிடக்கிறது. கவிதையில் 'குருதி ஓட்டமாக', அமைந்திருக்கின்ற ஓசை, அதன் கட்டமைப்பில் இசையையும் இயங்குநிலையையும் தருகின்றது. உயிரோட்டமாக அமைந்துள்ள ஓசையின் பின்னல், இசையின் ஆற்றலோடு கவிதையைச் சுவைக்கவும் அதனோடு ஒன்றவும் உதவுகின்றது. தூக்கு, தொடை, பா, வண்ணம் ஆகிய உறுப்புக்கள், ஓசையின் அழகைக் கவிதையின் அழகாய்க் காட்டுகின்றன.

15

ஓசைப் பின்னல்

செவிநுகர் கனி என்று கவிதையை வருணிப்பார், கம்பர். கவி, கண்காட்டும் என்று பேசுவார், பேராசிரியர். மொழியின் கூறுகளை ஒன்றிணைத்துக் கொண்டு, ஒழுங்கோசையின் வழியிலே உயிர்ப்பின் ஆற்றல் பெற்று அந்த மொழியின் மூலமாக இயங்குகிறது, கவிதை. செவிவழி அறியலாகும் ஓசையின் திறன், காட்சிப் படிமமாகவும் கருத்துலகமாகவும் விரிகிறது. செவிப்புலனும் கட்புலனும் சேர்ந்து, கவிதையைக் கனியாக ஆக்குகிறது. அது சரி, செவி, கனியை நுகருமா? நுகரும். அது கவிதையாகின் நுகரும்; தேனாகப் பருகும். அ -தருக்கம் அப்போது தருக்கமாக ஆகும். அழகின் வல்லாண்மை, இது.

ஆசை தரும் கோடி அதிசயங்கள் கண்டதிலே
ஓசை தரும் இன்பம் உவமையிலா இன்பமன்றோ?

என்று வியந்து கூறுவான், பாரதி. ஓசை தரும் இன்பம், செவியின் நுகர்வு. இந்த இன்பம், மொழியைக் கவிதையாக்குகிறது. கேட்போரையும் வாசிப்போரையும் வயப்படுத்துகிறது. கவிதையாகின்ற இந்த மொழி, பல சிறப்பியல் பண்புகளைக் கொண்டது. இந்த மொழியில் கவனங்கொள்ளச் சொல்கிறார். தொல்காப்பியர்.

நடைமுறையில் பலவிகற்பங்களோடு கூடிய இயல்புமொழி செய்யுள் மொழியாக ஆகிடவேண்டும். இதற்கான ஓசையொழுங்கு களும் பொருள் தேர்ச்சிகளும் உணர்வுப் பின்னல்களும் சரிவர அமைய வேண்டும். இவற்றைக் குறித்து நிற்பதுதான், உயிர்ம்மவியல் என்ற கட்டமைப்பு. இதிலே உள்ள கட்டுமான உறுப்புகள், உயிர்ப்புடன் கூடித், தம்முள் இரண்டறக்கலந்து 'முழுமை' என்ற ஒரு நிலையையடைகின்றன. அதற்கு வேண்டிய இசைவும் இயங்காற்றலும் தருகின்ற, குருதியும் நிணநீரும் போன்றது, ஒலி - ஓசை ஒழுக்கம். உயிர்ம்மவடிவத்துக்கு இது நீர்ம்மத்தோடு கூடிய இயங்குவிசையைத் (metabolism) தருகின்றது. உயிர்ம்மவியலின் இன்றியமையாத இந்தப் பண்பினை அறிவியல் அறிஞர்கள் மட்டுமன்றிக் கலைக்கோட்பாளர்களும் வலியுறுத்தியுள்ளனர். சூசன்லாங்கர், உயிர்வாழ்க்கையே கூடத் தாளலயத்தோடும் சந்தத்தோடும் கூடியதுதான் என்று பேசுவார். இது, உயிர்ம்மத்தின் இசை என்று கருதப்பட வேண்டும் என்றும், இந்த ஒத்திசைப்பா இல்லையென்றால் உயிர் வாழ்க்கையே சிதைந்துபோய்விடும் என்றும் கூறுவார்.[1]

மொழிக்கூறுகளின் இசைவுக்கு இந்த ஒழுங்கோசை மிகவும் இன்றியமையாதது. எனவே, தொல்காப்பியரும் பிற இலக்கணக்காரர் களும் செய்யுளுறுப்புக்கள் பற்றிப் பேசுகிறபோது, இதற்கு முக்கியத்துவம் தருகின்றனர். மாத்திரை என்ற அடிப்படை ஒலியளவு முதல் அசை, தொடை, தூக்கு, பா, வண்ணம் என்று பல நிலைகளிலும் இதனை முன்னிறுத்தி விளக்குகின்றனர். இந்த ஓசையொழுங்கு என்பது, இசையேயன்றி வேறில்லை. யாழ்,

---

1. Susanne K. Langer, Feeling and Form - Theory of Art, New York, 1963, p. 126

மற்றும் நரம்புக் கருவிகளின் வழி வெளிப்படும் இசையைப் பல இடங்களில் ஒப்பிட்டுக் கூறுகிறார், தொல்காப்பியர். எழுத்ததிகாரத்தில் முதல் இயலிலேயே ஓரிடத்தில்,

> "அளபிறந் துயிர்த்தலும் ஒற்றிசை நீடலும்
> உளவென மொழிய இசையொடு சிவணிய
> நரம்பின் மறைய. . ." **(*எழுத்., 33*)**

என்று கூறுவார். அதாவது, குறிப்பிட்ட அளவே ஒலிக்கும் உயிர் ஒலியும் மெய் ஒலியும் அந்த அளவுகளை மீறிச் சற்று நீளமாகவும் ஒலிக்கலாம். இசையொடு கூடிய மரபின் வழிப்பட்டது, இது. இந்த நூற்பாவுக்கு உரை கூறும் நச்சினார்க்கினியர், "இசையொடு சிவணிய எனவே, செய்யுளாதல் பெற்றாம்" என்று கூறுகிறார். தொடர்ந்து அவரே, "இவ்விலக்கணம் கூறாக்கால், செய்யுட்குப் 'பா' வென்னும் உறுப்பு நிகழாது. அவை உரைச் செய்யுள் போல நிற்றலின் இவ்விலக்கணம் கூறவே வேண்டுமென்று உணர்க." என்கிறார். இந்த இயல்பு இல்லையானால், பரந்துபட்டுச் செல்வதோர் ஓசையோடு கூடிய இறுதி வடிவமாகிய 'பா' என்பது நிகழாது. அதாவது, இது இல்லையாகுமானால், கவிதை செய்கிற முயற்சி, உரைநடையாக நின்றுவிடும். செய்யுட்கு இன்னோசை வேண்டும் என்பதைப் பேராசிரியரும் வலியுறுத்தியுள்ளார். மேலும் தொல்காப்பியர், இந்தக் கருத்தோட்டத்தை இன்னொரு நூற்பாவிலும் கூறுவார்.

> "அசையும் சீரும் இசையொடு சேர்த்தி
> வகுத்தனர் உணர்த்தலும் வல்லோராறே." **(*செய்யு., 11*)**

இசையின் பண்போடு கூடியது சந்தம் (rhythm); இதனையும் கவிதையின் கட்டமைப்பினைப் பேசும் யாப்பியலையும் (metrics) இணைத்துப் பேசும் விக்டர் ஃஜிர்முன்ஸ்கி (Zirmunsky) என்னும் ருசிய உருவவியல்காரர், இசையோடு கூடிய இந்தச் சந்தம் கவிதையையும் உரைநடையையும் வேறுபடுத்திக் காட்டும் முக்கியமான பண்பாகும் என்று சொல்லுகிறார்.[2] மேலும், சந்தம் இனக்குழு வாழ்கைநிலையோடு கூடிய மிகவும் பழங்காலத்திலிருந்தே பின்பற்றப்பட்டு வருகிறது என்றும் இசை, நடனம் ஆகியவற்றின் பகுதியாக அவற்றோடு மிகவும்

2. V. M.Zirmunsky, Introduction to Metrics. pp. 11-25

நெருக்கமாக இருந்து வந்த சந்தம், பலகாலம் கடந்த பின்னர்தான், தனியே அறியப்பட்டு வந்திருக்கிறது என்றும் கூறுவார். அதேபோது, பொருண்மையின் கட்டமைப்பு மற்றும் அதற்குரிய முக்கியத்துவம் இடையீடு செய்கின்றபோது, கவிதையின் சந்தம், இசையின் சந்தம் போல் தூய்மையாக இருப்பதில்லை என்றும் சொல்லுவார்.

செய்யுள் என்றும் பாட்டு என்றும் சொல்லப்பட்டுவரும் கவிதையில், ஓசையொழுங்கு என்று அறியப்பட்ட சந்தம் அதன் பகுதியாகவும் பண்பாகவும் இருப்பதாகத் தொல்காப்பியத்தினால் விளக்கப்படுகிறது. செய்யுளியலில் எண்ணப்பட்டு விளக்கம் பெற்ற இருபத்தாறு உறுப்புக்களில், மாத்திரை, அசை, சீர், தூக்கு, தொடை, பா வண்ணம் ஆகியவை கால அளவையைச் சார்ந்த ஒலிகளின் சேர்க்கைகளையும் அவற்றின் நடக்கைகளில் பரவி ஒருங்கிணைந்து கிடக்கும் ஒழுங்கிசையையும் குறிப்பிடுகின்றன. அவற்றுள், மாத்திரையென்பது, அடிப்படை ஒலிகளின் அளவீடுகளைக் குறிப்பிடுகின்றது; அடுத்துவரும் அசையும் சீரும், இசையோடு சேர்த்து வகுத்து உரைக்கப்படும் தன்மையோடு கூடியவை. இவற்றின் கட்டுமானத்தோடு கூடியதுதான், 'அடி' எனும் உறுப்பும் ஆகும். தூக்கு என்பது, விரவிக்கிடக்கும் ஒலிகளின் ஒழுங்கமைவோடு கூடிய பாடலின் இறுதி வடிவத்தைச் சொல்லுவது; அது இத்தகையது என்று துணித்தும் நிறுத்தும் அதன் அடையாளத்தை உணர்த்துவது. பா என்பது அதனுடைய தூலமான வடிவத்தைக் குறிப்பது. 'பாவென மொழியினுந் தூக்கினது பெயரே' என்று நத்தத்தனாரும்,

> யாப்புத்
> தூக்கும் பாட்டும் பாவும் ஒன்றென
> நோக்கிற்றென்ப நுணங்கியோரே

என்று பல்காயனார் என்ற இன்னொரு யாப்பியல் இலக்கணக்காரரும் கூறுகின்றனர். (யாப்பருங்கல விருத்தியில் மேற்கோள்). மேலும், யாப்பருங்கல விருத்தி, "தூக்கு எனினும் பாட்டு எனினும் பா எனினும் ஒக்கும்" என்று கூறுகின்றது.

'பா'க்கள் என்பவை, ஆசிரியம் (அகவல்), வஞ்சிப்பா, வெண்பா, கலிப்பா என்று நான்கு வகைப்படும் என்றால்

இவற்றை அவ்வாறு துணித்து நிறுத்தக்கூடியவை, அவற்றில் பாவிக்கிடக்கும் ஓசைகளே ஆகும். இவை ‘தூக்கு’ என்று அறியப்படுவன. அகவுதலை இயல்பாகக் கொண்ட அகவல் ஓசை அல்லது அகவலாகிய தூக்கு, ஆசிரியப்பாவுக்கு உரியது. அது, அவ் ஓசையின் பெயரால் “அகவற்பா என்றும் சொல்லலாம். வஞ்சிப்பாவுக்குரிய ஓசை, (அல்லது தூக்கு) தூங்கல் ஓசையாகும். வெண்பாவுக்கு உரியது, அகவுகின்ற ஓசையாக அல்லாமல், செப்புகிற இயல்போடு கூடிய செப்பலோசையாகும். கலிப்பாவுக்கு உரியது. துள்ளல் ஓசை, இவ்வாறு பாக்களும் அவற்றை இனங்காட்டுகின்ற ஓசைகளும் பகுத்தறியப்படுகின்றன. இவற்றைச் சொல்லி முடித்தவுடன் ‘பாக்கள் இவை’ என்று தொகுத்துச் சொல்லாமல்,

தூக்கியல் வகையே ஆங்கென மொழிப. ***(செய்யு., 86)***

என்று முடிக்கிறார், தொல்காப்பியர். தூக்கு - பா - பாட்டு. இவையெல்லாம் ஒன்றுதான் என்பதைக் காட்டுவதல்ல, இங்குள்ள வேலை. ஆனால், பாடல் அல்லது கவிதையின் அமைப்புக்கும், ஒன்றனை இன்னொன்றிலிருந்து வேறுபடுத்தும் அதன் அடையாளத்திற்கும் ஆதாரமாக இருப்பது, பாடலின் மொழியில் பரவிப்பாயும் ஓசையமைப்பே என்பதை நினைவிற் கொள்ள வேண்டும்.

ஓசையின் ஒழுங்கமைவாகப் பாக்கள் வடிவங்கொள்வதாகிய வழிமுறையில், பரந்துபட்டுச் செல்லும் அவ் ஓசையைச் சீர்தொறும், அடிதொறும் தொடர்ந்து முறைப்படத்தொடுப்பது, தொடையாகும். பூக்கள் தொடுக்கப் பெறுகிறபோது கண்ணிகள் குலையாமல் தொடுக்க வேண்டும்; சொற்கள் இணைந்து வரும்போது, அவற்றின் பொருண்மை சிதைந்து விடாமல் ஓசை ஒழுங்கு நிரவி அமைதல் வேண்டும். அடிதொறும் முதல் எழுத்துக்கள் ஒலி நிலையில் ஒன்றுபட்டு வருவது மோனை என்றால், அதல்லாமல், இரண்டாம் எழுத்துக்கள் ஒன்றிவரத் தொடுப்பது எதுகையென்றால், இறுதி எழுத்துக்கள் அவ்வாறு ஒன்றிவரத் தொடுப்பது இயைபு ஆகும். இப்படியே முரண், பொழிப்பு, ஒரூஉ, நிரனிறுத்தியமைத்தல், இரட்டையாப்பு, அளபெடை முதலியன தொடையின் வகைகளாகும்.

ஓசைகளன்றியும் பொருள் நிலையும் தொடையமைவதில் பங்கு பெறுகிறது. முரண் எனும் தொடை அத்தகையது.

"மொழியினும் பொருளினும் முரணுதல் முரணே"

(செய்யு., 94)

தொடையமைப்பு நெகிழ்வான வரையறைகளோடு கூடியது; மேலும், சங்கப்பாடல்களில், எதுகை, மோனை, இயைபு முதலியவை, எல்லா அடிகளிலும் ஒரே மாதிரியாக அமைவதில்லை. ஓசைஒழுங்கு, பலமுறைகளில் கட்டமைக்கப் படலாம். அடிகளின் இயக்கத்தில் ஒரு பொதுவான இசைவும் ஓசையின் செல்கையும் நடைபெறலாம். உதாரணமாக, அவ்வையாரின் பாடல் (குறுந்., 28)

"முட்டு வேன் கொல் தாக்கு வேன்கொல்
ஓரேன்; யானுமோர் பெற்றி மேலிட்டு
ஆஅ வொல்லெனக்கூவு வேன்கொல்
அலமர லசைவளி யலைப்ப வென்
உயவு நோயறியாது துஞ்சு மூர்க்கே."

இது போன்ற பரவலான ஓசை நயம் கவிதையின் கட்டமைப்பில் போற்றப்படுகிறது. தொடைகள் இவ்வாறு நெகிழ்வுடன் நிகழ்வதானால்தான். 'தெரிந்தனர் விரிப்பின் வரம்பில, பல்கும்' என்று அதன் புறனடை கூறுபடுகிறது.

பாடலின் மொழி, ஓசையின் தளத்தில், இவ்வாறு இயங்குகிறது என்றால், அது முழுமை பெறுவது அல்லது முழுமையின் வெளிப்பாடாகத் தோன்றுவது என்பது, வண்ணம் என்ற பண்பினால் ஆகிவருகிறது. ஓசைகள், அகவுதலாகவோ, செப்புதலாகவோ, துள்ளலாகவோ, தூங்குதலாகவோ அமைவது என்பது ஒரு வகை. அவ்வாறன்றி, உச்சரிப்புக்களின் வேறுபாடு களோடு அதாவது, குறிப்பிட்ட ஒலிகளின் அடர்த்தியோடு கூடிய இசைவுகளை ஒட்டி, ஒலிப்பின்னல்களின் தளம் இன்னொரு பரிமாணத்தையும் பெறுகிறது. வண்ணம் என்பது அதன் பெயர். வண்ணங்கள் இருபது. பிறகு, வேறு சில இலக்கணிகளால் நூறு வரை அவை எண்ணப்பட்டிருக்கின்றன என்பது வேறு சங்கதி.

அடைப்பொலிகள் (stops) என்ற பெயரால் அழைக்கப்படும், க, ச, ட, த, ப, ற என்ற வல்லின ஒலிகளின் பெரும்பான்மை கொண்ட வல்லிசை வண்ணம், மூக்கின மெய்கள் (nasals) என்றழைக்கப்படும். மெல்லின ஒலிகளின் பெரும்பான்மையோடு கூடிய மெல்லிசை வண்ணம் முதலியன ஒரு வகை; குற்றெழுத்துக்கள் அல்லது நெடில் எழுத்துக்கள் என்பவற்றின் பெரும்பான்மை பலத்தோடு கூடிய வண்ணங்கள் ஒரு வகை; அடுத்து சீர்களும் சொற்களும் நேர்வரிசையில் அல்லாமல், தாவுதல், முடிந்தது போன்று முடியாமல் இருத்தல், இடையிடையே அறுத்து அறுத்துச் செல்லுதல் போன்றவை ஒரு வகை. இப்படி வண்ணங்கள், சில வகையான ஒலிகளின் சேர்க்கையிலுள்ள ஒலிப்பு முறைகளின் திரண்ட நிலையினைக் கொண்டு அறியப்படுகின்றன.

பாடலின் இறுதியான வடிவத்தில் நிரவிக்கிடக்கும் இத்தகைய வண்ணம், ஓசை என்ற பொருள் தரும் சொற்களைத் தாண்டிப், பின்வரும் கருத்தியல்களாலும் அறியப்படக்கூடியது. இதில், நான்கு நிலைப்பாடுகள் காணப்படுகின்றன. 1) வண்ணம் என்பது நிறம். இறுதிநிலையிலுள்ள செழுமையின் குறிப்பீடாக இடம் பெறுவது. இது உயிரினங்களின் மேனியைப் போர்த்தி யிருக்கும் தோலோடு சம்பந்தப்பட்ட ஒரு நிலையாகவும் கருதப்படுவது இது. இது, கேட்புப் பொருண்மையை அல்லாமல், காட்சிப்பொருண்மையை முன்னிறுத்துகிறது. செவிநுகரும் ஓசைநயம் என்பது கண்வழிப்படும் காட்சியாக உருவாக்கம் பெறுகிற ஒரு நிலையை இது சொல்கிறது. எனவே, செய்யுளின் இறுதி அல்லது முழுமை, காட்சி வடிவமாக முன்னிற்கிறது. 2) இந்த வண்ணம், எங்கே அல்லது எதன் பிறகு வைக்கப்பட்டுள்ளது? தூக்கு, தொடை, பா என்ற உறுப்புக்களுக்குப் பிறகு, பொருண்மை சார்ந்தனவாகிய அகம், புறம் ஆகிய திணைகளையும் களவு கற்பு ஆகியவற்றையும் கூற்று, எச்சம், மாட்டு முதலிய அவற்றின் உத்திமுறைகளையும் சொல்லிய பிறகு, இருபத்தாறு உறுப்புக்களின் இறுதியில் வைக்கப்பட்டுள்ளது. அதற்குக் காரணம் இருக்க வேண்டும். பாடலின் ஓசை அல்லது சந்தம் என்ற அமைப்பு, அந்தப் பாடலின் பொருண்மைகளையும் உணர்வுகளையும் ஏற்றுக்கொண்டு அவற்றின் வெளிப்பாடாகவோ

அல்லது அவற்றை வெளிப்படுத்தும் ஒன்றாகவோ, அமைகிற தென்று பொருள். 3) வண்ணத்தின் வாயிலாக, ஒலிப்பின்னல் (sound texture) என்பது ஒலிக்குறியீடாக (sound symbolism) ஆகி நிற்கிறது. காட்டாக, வல்லின ஒலிகளை இசையொழுங்காகக் கொண்ட சந்தம் அல்லது ஒலிப்பின்னல், வீரம் அல்லது கோபம் முதலிய வன்மையான உணர்வுகளையும், அதுபோல, மெல்லின ஒலிகளின் இசையொழுங்கு, காதல், இரக்கம், ஏக்கம் முதலிய மென்மையான உணர்வுகளையும் குறியீடுகளாகக் கொள்ளுகின்றன.

4. இந்த வண்ணங்களில் பெரும்பாலானவை, இயற்கையோடு கூடிய உயிரினங்களின் அசைவுகளோடும் செய்கைகளோடும் பொருந்தி வருவனவாகவும் அவற்றின் போன்மை களாகவும் சித்திரிக்கப் படுகின்றன. யாப்பருங்கல விருத்தி இந்த ஒப்புமையைக் கண்டு சொல்கிறது. தூங்கிசை வண்ணம், முதுபிடி (வயதான பெண் யானை) நடந்தாற் போலவும் கோம்பி நடந்தாற் போலவும், வரும். ஏந்திசை வண்ணம், மதயானை நடந்தாற்போலவும், பாம்பு பணைத்தாற் போலவும், ஓங்கிப் பறக்கும் புள் போலவும் வரும். இவ்வாறு விருத்தியுரை வருணிக்கிறது. மேலும் அடுக்கிசை வண்ணம் ஒவ்வாத நிலத்தில் வண்டி உருண்டது போலவும், நாரை இரைத்தாற் போலவும் வரும்; பிரிந்திசை வண்ணம், பெருங்குதிரைப் பாய்த்தல் போன்று வரும்; மயங்கிசை வண்ணம், நகரம் எனும் முரசம் மற்றும் தாரை முதலியவை ஒலிப்பது போல வரும்; மெல்லிசை வண்ணம். அன்னநடை போலவும், மணல் மேல் நடந்தாற் போலவும் வரும். இப்படிச் சொல்லிக்கொண்டு போகிறது, யாப்பருங்கல விருத்தி.[3]

இவ்வாறு, பாடற் சந்தங்களை, வேறு வேறு கருவிகளின் ஒலிகளோடும் வேறு வேறு உயிரினங்களின் அசைவுகளோடும் ஒப்பிட்டுப் பார்க்கும் பார்வை, வண்ணங்களை ஒலிக்குறியீடு களாகவும் இயற்கையின் போன்மையாக்கங்களாகவும் கொள்ள முடியும் என்ற கருத்தியலைச் சொல்கிறது. மேலும், இதன் மூலம் செவிப்புலனுடைய் வேலை, கட்புலனுடைய வேலையாக நியமனம் ஆகிறது என்பதையும் இது சொல்லுகிறது.

3. யாப்பருங்கலம், அமிதசாகரர், (பழைய விருத்திரையுடன்). பதிப்பாசிரியர், மே. வீ. வேணுகோபாலப்பிள்ளை. Govt. Oriental Manuscript Library, Madras, 1960, பக். 30-322.

படைப்பாக்க முறையில், இரண்டும் இணைந்து தோன்றுகின்ற ஒரு தேவையைத் தமிழ்க் கவிதையியல் இவ்வாறு பேசுகிறது. அழகியல் என்பது ஒற்றைப் பரிமாணம் கொண்டதல்ல; ஒன்றற்கு மேற்பட்ட தளங்களையும் புலனுகர்வுகளையும் தழுவிச் செல்லுகின்ற ஒரு பண்பு ஆகும்.

பாடலின் இயங்கு தளத்தைக் குறிப்பது, பாடலின் ஓசை ஒழுங்கு என்றால், அது பாடலின் உணர்வுகளுக்கும் பாடற்பொருளின் புரிதல்களுக்கும் பொருந்துமாறு அமைகிறது. பொருளின் ஆழமும் தெளிவும் வாசிப்போரின் புலனறிவுக்குப் புலப்படவேண்டும். இதன் பொருட்டுப், பாடலோடு வாசகன் நெருங்கியிருக்க வேண்டும். பாடல் அடிகள் திரும்பத் திரும்பப் பார்க்கப்பட வேண்டும். இதற்குகந்த விதத்தில், பாடல் அமைப்பின் பண்புகள் கட்டமைக்கப்படவேண்டும். சொற்களும் சொற்கோலங்களும் மட்டுமல்ல; ஓசை ஒழுங்கும் இதற்கு முக்கியமான பங்களிப்பைச் செய்கின்றது. இது ஒரு உத்தியாகச் செயல்படுகிறது. ஓசையொழுங்கோடு கூடியதாக அமைகின்ற இதனை, 'நோக்கு' எனும் உறுப்பாகத் தொல்காப்பியம் பகுத்துணர்கிறது.

மாத்திரை முதலா அடிநிலைகாறும்
நோக்குதற் காரணம் நோக்கெனப்படுமே   (செய்யு. 103)

பாடலைச் சுவைப்பதற்கும், பொருளின் ஆழத்தையும் அழகையும் அறிவதற்கும் ஓசையொழுங்கும் ஒரு முக்கியமான பங்களிப்பைச் செய்கின்றது என்பதனையே இந்நூற்பா உணர்த்துகிறது. அடிநிலைகாறும் நோக்குதல் வேண்டும்; அதாவது, வேறு கவனங்களுக்கு ஆட்படாமல், பாடலின் அடிகளோடு நெருங்கிநின்று பாடலைக் காணவேண்டும். ஒரு சொல்லும், அடுத்த சொல்லும் அதற்கடுத்த சொல்லும் என்ற நிலையில் வாசிப்பின் கவனம் பிணைக்கப்பட வேண்டும்; பொருளின் நயம் புலப்பட வேண்டும். நோக்குதலாகிய செயல், அவ்வழியே நிகழவேண்டும். இதனை அமெரிக்கத் திறனாய்வு உலகம், 'closereading' அல்லது 'நெருங்கிநோக்கல்' என்ற திறனாய்வு முறையாகச் சொல்லுகிறது. இத்தகையதொரு முறையைத் தொல்காப்பியம், 'நோக்கு' எனும் உறுப்பினால் குறிப்பிடுகிறது. உரையாசிரியர் பேராசிரியர், இதனைப் பின்பற்றி,

> முல்லை வைந்நுனை தோன்ற இல்லமொடு
> பைங்காற் கொன்றை மென்பிணை யவிழ. . .

என்ற அகநானூற்றுப் பாடலை (4) எடுத்துக்காட்டாகக் கொண்டு விளக்குகின்றார்.

நோக்குதற்குக் காரணமாக அமைகின்ற இந்தச் செயலுக்கு மாத்திரையை அடித்தளமாகக் கொண்ட ஒலிப்பின்னலும் தளம் அமைத்துத் தருகின்றது என்பது இங்கே கவனத்திற்குரியது. இத்ததகைய ஒலிப்பின்னல், வண்ணம் என்ற அதன் இறுதி நிலையோடு காட்சிப்படுகிறது. ஓசையொழுங்குடன் கூடிய ஒலிப்பின்னல், பாடல் பிறந்த தொடக்க காலத்திய அமைப்போடும் பண்போடும் கூடிய ஒரு நடைமுறை. உரைநடையின் வீச்சு சுழன்று அடித்தாலும், கவிதை அத்தகையதொரு ஆதிவடிவத்தை இன்னும் இழந்துவிடவில்லை. இதன் மூலம் உணர்வின் செய்கையாய்ப் பொருளின் உண்மையாய், உள்ளார்ந்து இயங்கும் உயிர்ப்பாற்றலைப் பெற்று விளங்குகிறது கவிதை.

பாடற்பொருளும் அதன் உணர்வுநிலைகளும் சரியான முறையிலும் வலுவான முறையிலும் சென்றடைய வேண்டும். பேச்சு வழக்கு உள்ளிட்ட மொழிவழக்கு களிலிருந்து கவிதை மொழி வழக்கு, வித்தியாசப்பட்டும் சிறப்பியல் பண்புகள் கொண்டும் அமைவதை நடையியல் விளக்குகிறது. தொல்காப்பியத்தில் இக்கருத்துநிலை விளக்கமாகவும் தெளிவாகவும் உள்ளது. இதனடிப் படையில், சங்கப்பாடல்களில் ஒலிக்கோலம், சொற்புலம், தொடரியல் சிறப்புக் கூறுகள், வினையெச்சம், 'ஏ' காரம் உள்ளிட்ட இடைநிலைகள் மிகவும் கவனிக்கும்படியாக உள்ளன. நடையியல், அழகியலின் மிக முக்கியமான பண்பாகவும் பகுதியாகவும் உள்ளது.

16

நடையியலும் வடிவமைப்பும்

சங்க இலக்கிய அழகியலைக் கட்டமைக்கவும், அது இத்தகைய தெனக் கண்டறியவும் அதன் வடிவமைப்புப் பற்றிய சொல்லாடல் மிகவும் அவசியமாகும். இதற்காக, நடையியல் சார்ந்த அதன் இயங்கு தளத்தையும் அதனோடு முயங்கிக்கிடக்கிற வடிவத்தினையும் அத்தகைய வடிவத்திற்குக் காரணமாகிய கூறுகளையும் இனங்காண வேண்டும். வடிவமைப்பு என்பதனைப் பொதுப்புத்தியில் உறைந்துகிடக்கின்ற சொல்லாக அல்லாமல், கலைச்சொல்லாக நோக்கிட வேண்டும். இத்தகைய நோக்கில், வடிவமைப்பின் சொல்லாடலை இங்கே இரண்டு நிலைகள் கொண்டதாக நிகழ்த்தலாம். ஒன்று - மேல் கட்டுமானம் (super-structure); இன்னொன்று அடிக்கட்டுமானம் (basic or elementary structure). இவை மார்க்சியக் கலைச் சொற்கள்.

இவற்றை இங்கே ஒரு தோதுக்காக - ஒரு வசதிக்காகப் - பயன்படுத்துகிறோம். ஒப்புமை என்பது ஒருபுடை ஒக்கும்.

ஒரு பனுவலின் அல்லது ஒரு புனைவின் ‘மேல்கட்டுமானம்’ என்று நாம் இங்கே சொல்வது - அதனுடைய இறுதி வடிவத்தோடு கூடியதை. ஒரு நிகழ்வு / அதனைச் சேர்ந்த உணர்வு நிலை, அதனுடைய மொழித்தளத்தில் பதிந்துகிடக்கிறது. இறுதித்தோற்றம், அதனுடைய வெளிப்பாடு, வருணிப்பு, எடுத்துரைப்பு, பனுவலின் தொடக்கம், முடிவு, அதனுடைய நோக்குநிலை, கூற்றுமுறை, உள்ளுறை, இறைச்சி, குறியீடு. . . இப்படி இவை பாடலின் மேல்கட்டுமானத்தைக் குறிப்பன. இதனை மெய்ப்பித்தும் புதுப்பித்தும் மொழித்தளம் இயங்குகிறது. ஒலிப்பின்னல், சொற்புலம் - சொல்வளம், சொற்றொடர் அமைப்பு, வாக்கிய இடைமுறி, உவமம், உருவகம், மரபுத்தொடர் வழக்கு உள்ளிட்டவை, பனுவல் அமைப்பின் அடிக்கட்டுமானத்தைச் சேர்ந்தவை. இதன் மேலேதான், மேல்கட்டுமானம் அமைகிறது. பரஸ்பரம் செயல்படுகிற உறவுகள், பரஸ்பர மாற்றங்கள், சார்பு நிலைகள், வளர்ச்சிப் போக்குகள் முதலியவை, மேல்கட்டுமானத்தின் வலிமைக்கும் பொலிவுக்கும் காரணமாக அமைவதோடு, அமைப்புக்கு ஒட்டு மொத்தமான வடிவழகைத் தருகின்றன. இறுதித் தோற்றத்தின் - அமைப்பின் - சார்பியல் கொண்ட இத்தகைய உறவுகளில் கவிதையின் அழகு, தன்னைப் புலப்படுத்திக்கொள்கிறது.

ஒலிக்கோலம்

எந்தப் புராதன மொழியும் சமிக்ஞையிலிருந்தும் இசையிலிருந்தும்தான் தொடங்குகிறது. மொழி சார்ந்த கவிதையும், இசையோடும் இசைக்கருவியோடும்தான் பிறக்கிறது. ஓசையும் பொருளும் இணைந்து கிடக்கின்றன; கலைவடிவம் கொள்ளுகின்றன; தகவலியல், மற்றும் சமூகவியல் தளத்தில் இயங்குகின்றன. நிகழ்வுகளையும் அனுபவங்களையும் உணர்வுகளாக ஆக்கிக் கொள்ளுவதற்கும் அவற்றை அகவயப்படுத்திக் கொள்ளுவதற்கும் மட்டுமல்லாமல்- வெளியே புலப்படுத்திக் கொள்வதற்கும் இசை தழுவிய இயல்பு இணங்கிக்கிடக்கிறது.

மொழியின் தளங்களை இனங்கண்டு விளக்கிப் பேசுகிற தொல்காப்பியம், ஓசையும் பொருளும் மொழியின் பண்புகளாய்

இசைந்து கிடப்பதையும் - அது மட்டுமல்லாமல் - கவிதைக்கு அது ஓர் அடித்தளமாய்ப் பொருந்திக்கிடப்பதையும் விளக்கிப் பேசுகிறது. ஒலிச்சேர்க்கைகள் பற்றிச் சொல்லுகிற எழுத்ததிகாரம் ஓசை, ஒலி, இசை, பண், எழுத்து, செய்யுள் என்பவற்றை உறவு காட்டிப் பேசுகின்றது. அதன் முதல் இயலாகிய 'நூன்மரபு' என்பதில் இசை - இசைத்தல் என்ற சொல் ஆறு இடங்களில் திரும்ப வருகிறது. மொழியின் ஓசையும் யாழொடு சிவணிய ஓசையும் இசைந்து வருகின்றதை அந்த இயல் (நூற்பா., 33) குறிப்பிட்டுச் சொல்லுகின்றது. பொருளதிகாரத்தில் கவிதையைக் கட்டமைக்கும் யாப்புப் பற்றி விளக்கும் போது, அவ்விடத்தில் 'சொல்' என்பதை ஓர் உறுப்பாக அது விளக்கவில்லை. மாறாக, மாத்திரை (ஒலியளவு), எழுத்து (ஒலி), அசை, சீர் முதலானவை அலகுகளாக அமைகின்றன. யாப்பினை அலகிட்டுக் காண ஓசையின் ஒழுங்கமைவே அளவையாக அமைகிறது. மேலும், தொடை, தூக்கு, வண்ணம் ஆகியவை ஒலிக்கோலத்தின் வடிவங்களைச் சந்த நயங்களாகப் பிரதிநிதித்துவப்படுத் துவதையும் தொல்காப்பியம் (செய்யுளியல்) பேசுகின்றது. பா என்பது செய்யுளின் ஓர் உறுப்பு. இது 'பரந்து செல்வதோர் ஓசை' என்று விளக்கப்படுகிறது. பாவும் அதன் அளவைகளும், பாடலின் அளவைகளே.

ஒலிகளின் வருகைமுறையில் காணப்படும் வரன்முறைகள், இசைக்குரிய குணங்கள் ஆகும். ஒலிகளிடையே - அவற்றின் சேர்க்கைகளிடையே ஒலிப்பு முறையில் ஒன்றுபடலும் வேறுபடலுமாகிய சீர்மை இருக்கிறது; அவற்றிடையே கால அளவையின் முறைமை இருக்கிறது. இத்தகைய சீர்மையும் முறைமையும் பனுவலின் உணர்வும் பொருளுமாகிய தளத்தோடு இணைந்தும் ஒத்துநடந்தும் அமைகின்றன. இதனையே அந்தப் பனுவலின் - பாடலின் - ஒலிப்பின்னல் (sound texture) என்கிறோம்; ஒலிக்கோலத்தைக் காணுகிறோம். உதாரணத்துக்கு ஒரு பாடல்:

நோமென் னெஞ்சே நோமென் னெஞ்சே
யிமைதீய்ப் பன்ன கண்ணீர் தாங்கி
அமைதற் கமைந்த நங்காதலர்
அமைவில ராகுதல் நோமென் னெஞ்சே (குறுந்., 4)

ஒலிகளுக்கு உணர்வுகளோடு நெருங்கிய உறவு உண்டு. க, ச, ட, த, ப, ற எனும் வல்லின மெய்கள், வன்மையான

உணர்வுகளைக் காட்டக்கூடியன; ங, ஞ, ண, ந, ம, ன ஆகிய மெல்லின மெய்கள் (இடையின மெய்களோடு சேர்ந்தும்) மென்மையும் இரக்கமும் கொண்ட உணர்வுகளுக்கு இடம் தருபவை. நெடில் உயிர்கள், அழைப்பு என்ற பொருளோடு இரக்கம் என்ற உணர்வுக்கும் இடமாக இருப்பவை. இதனை ஒலிக்குறியீடு (sound symbolism) என்பார்கள். இருக்க.

காமஞ்சேர் குளத்தாரின் மேற்காட்டிய பாடலில், ஒலிப்பின்னல் குறிப்பிடத்தக்கதாக உள்ளது. நான்கே அடிகள் கொண்ட இப்பாடலில், மூன்று வாக்கியங்கள் இருக்கின்றன. இறுதியிலன்றியும் இடையில் இரு முறை ஒலிகளின் நேர் போக்கை இடைமறித்து விட்டிசைகள் அமைகின்றன. இப்பாடலில் இடம் பெறும் மொத்த ஒலிகள் 89; இவற்றுள் மெய்கள் 53 முறை இடம்பெறுகின்றன; உயிர்களின் வருகை 36. மெய்யொலிகளுள் வல்லின மெய்கள் 17 முறை மட்டுமே இடம்பெற, ய, ர, ல, வ உள்ளிட்ட இடையின மெய்கள் 9 முறை இடம்பெற, மெல்லின மெய்கள் மட்டும் 27 முறை இடம்பெறுகின்றன. இது, மெய்யொலிகளில் 51 விழுக்காடு ஆகும். உயிர் ஒலிகளுள் குறில் உயிர்கள் 21 முறையும் நெடில் உயிர்கள் 15 முறையும் வருகின்றன. இந்த நெடில் உயிர்கள், தொடர்ந்து வரிசையாக இடம்பெறவில்லை. ஒரு சீர் விட்டு ஒரு சீர் என்ற இடைவெளியில் அமைகின்றன. நீட்டத்தை இது துலாம்பரமானதாக ஆக்குகிறது. மேலும் 36 உயிர்களில் இ, எ, ஐ ஆகிய (இதழ்) விரியுயிர்கள் (unrounded vowels), ஏறத்தாழ சரி பாதி (17) இடம்பெறுகின்றன. ஒலிகளின் இந்தப் பங்கீடு, வன்மையற்றதும் மெலிவும் இரக்கமும் கொண்டதான உணர்வுப் புலப்பாட்டிற்கு உகந்ததாக உள்ளது. அடுத்து, இப்பாடலில் சொல்வளம் மிகக்குறைவாக இருப்பதைப் பார்க்கலாம். சொல் வளத்தின் திரட்சி, அறிவு, செயல்பாடு ஆகியவற்றின் அடையாளம் ஆகும். சொற்கள் குறைவாக இடம் பெறுவது, உணர்ச்சியின் மிகையைக் குறிப்பதாகும். உணர்ச்சிகள் மேலெழுந்து போகும்போது சொற்களின் எண்ணிக்கை குறைகிறது. இது இயல்பு. மேலும் இங்கே, நோ(கு)ம், நெஞ்சு, என், அமை - ஆகிய 4 அடிச்சொற்கள், தனித்தனியே மும்மூன்று தடவை இடம்பெறுகின்றன. இதுவே மொத்தத்தில் 12 இடங்களை நிரப்பிவிடுகிறது. இது, ஒரு சீரான ஓசை ஒழுங்கு முறையாகவும் அமைகிறது. குறிப்பிட்டுத் தெரியும்படியான இந்த வகையான

ஒலிக்கோலம், தலைவனைப் பிரிந்தவழி, வாடுகின்ற தலைவியின் உணர்வு மிகைக்கு ஏற்புடைய தளத்தை ஏற்படுத்தித் தருகிறது. மேற்காட்டிய பாடலொடு, இன்னும் சில பாடல்களை இங்கே இதனடிப்படையில் ஒப்பிட்டுப் பார்த்து ஒலிக்கோலத்தின் வலிமையை அறிந்துகொள்ளலாம். சிறுசிறு வாக்கியங்கள், பேசுவோரின் அறுதியிட்டுப் பேசுகிற தன்மையைக் காட்டுகின்றன.

படாஅ மீத்த கெடாஅ நல்லிசைக்
கடாஅ யானைக் கலிமான் பேக *(புறநா., 145)*

அகனக வாரா முகனழி பரிசில் *(புறநா., 207)*

அறவர் அறவன் மறவர் மறவன்
மள்ளர் மள்ளன் தொல்லோர் மருகன் *(புறநா., 299)*

மன்னர் மன்ன மறவர் மறவ
செல்வர் செல்வ செரு மேம்படுந
(பெரும்பாணாற்., 455-6)

புணரிற் புணராது பொருளே; பொருள் வயிற்
பிரியிற் புணராது புணர்வே *(நற்., 16)*

உடாஅ போரா ஆகுதல றிந்தும்
படாஅம் மஞ்ஞைக் கீத்த எங்கோ *(புறநா., 141)*

வியத்தொறும் வியத்தொறும் வியப்பிறந் தன்றே
(புறநா., 217)

வேண்டுப வேண்டுப வேண்டினர்க் கருளி
(பெரும்பாணாற்., 444)

நினவ கூறுவல் எனவ கேண்மதி *(புறநா., 35)*

நுந்தை தந்தைக்கு இவன்தந்தை தந்தை *(புறநா., 290)*

இப்படிப் பல. இங்கே, உயிர் ஒலிகள் - குறிப்பாக நெடில் ஒலிகளின் வருகையும், சில ஒலிகளும் சில சொற்களும் திரும்பவரல் தன்மை பெற்றிருப்பதும், இவற்றோடு சேர்ந்து நிகழ்த்தப்பெறும் சொல் விளையாட்டுக்களும், இங்கே கவனத்திற்குரியன. மேலும் மேற்கூறிய எடுத்துக்காட்டுக்களில் குறிப்பிடத்தக்க இன்னோர் அம்சம் - நான்கு சீர்கள் கொண்ட

அடிகளில், முதல் இரு சீர்களுக்கும் கடைசி இரு சீர்களுக்கும் இடையில், இடையறுத்து விட்டிசைத்துப் பாய்கிற பாய்ச்சல் இருக்கிறது. இந்த ஒலிக்கோலம் சங்கப்பாடல்களில் முக்கியமான ஒரு பண்பு.

நடையியல் : விளக்கம்

பாட்டு அல்லது கவிதையின் நடையியல் கூறுகளில், ஒலிக்கோலங்களும் சொற்களின் கோலங்களும் தொடரியல் போக்குகளும் மிக முக்கியமானவை. ஏனெனில், இவையே பாடலின் இயங்குமுறையைத் தீர்மானிக்கின்றன. பாடற் பொருள்களும் அவற்றின் உணர்வுநிலைகளும் கேட்போரைச் சரியான முறையில் சென்றடைய வேண்டும். பனுவல் மீது வாசகர்களுக்கு ஓர் ஏற்புடைமையும் எதிர்கோடலும் சரிவர அமைய வேண்டும். ஒரு பனுவலை, அதன் திறம் இன்னது, இத்தகையது என்று இனங்காணவும், அதனுடைய காலத்தின் சூழமைவினையும் பாடற்பொருளின் கருத்தமைவினையும் சார்ந்த அதனுடைய அடையாளம் இன்னதெனக் காணவும், சிலபோது, படைத்தோரின் தனித்திறனை நுழைந்து காணவும் நடையியல், ஏதுவாகவும் அளவையாகவும் பயன்படுகிறது. வாசகரை மீண்டும் வாசிக்கத் தூண்டுவதாகவும், ஒரு முன் அபிப்பிராயத்தைக் கட்டமைப்பதாகவும் நடையியல் அமைகிறது. நடை பற்றிய கருத்து நிலை எங்கிருந்தோ வந்ததுமல்ல; புதியதாகத் தோன்றியதுமல்ல. பாட்டைச் செய்கின்றபோதே - அதுபற்றிச் சிந்திக்கிறபோதே அழகு பற்றிய சிந்தனையும் தோன்றிவிடுகிறது.

மொழியின் தனிச்சிறப்பான கூறுகளும் அவற்றைக் கையாளுகின்ற வகைமைகளும் கவிதையின் உந்துசக்தியாக அமைகின்றன. மொழிக்குள் இருக்கும் ஒரு வீரிய சக்தி, கவிதைக்காக/ இலக்கியத்துக்காகத் தன்னை வெளிப்படுத்திக் கொள்கிறது. கவிதையின் இயங்காற்றல்தான் நடை. தொல்காப்பியமும் பிற இலக்கணங்களும் அவ்வாறே கருதுகின்றன. இயலும், நடக்கும், ஒழுகும் என்பன இதனை ஒட்டிச் சொல்லுகின்ற சில சொற்கள். 'நடைபெற்றியலும்' (கிளவியாக்கம், 26) என்றும் 'நடைநவின் றொழுகும்' (செய்யு., 135) என்றும் சில சொற்றொடர்களை, இந்நோக்கில், தொல்காப்பியம் கையாண்டிருக்கிறது. மேலும்,

> ஆசிரிய நடைத்தே வஞ்சி; ஏனை
> வெண்பா நடைத்தே கலி *(செய்யு., 107)*

என்று சொல்லுகிறது; நடை என்ற சொல், தெளிவான பார்வையோடு இங்கு இடம்பெறுகின்றது. இது கருதியே, உரையாசிரியராகிய பேராசிரியர், "நடையென்றது, அப்பாக்கள் இயலும் திறத்தை" என்று விளக்கம் சொல்லுகிறார். இத்தகைய திறனையறிந்தோரை, யாப்பருங்கல விருத்தியுரை, "நடையறி புலவர்" என்று சிறப்பித்துச் சொல்லுகிறது (ப., 426)பாநடை என்ற சொல்லை யாப். விருத்தி பயன்படுத்துகிறது. மேலும், ஓசை ஒழுங்கை - வண்ணத்தை - நடை என்பதாகவே இது, சில இடங்களில் குறிப்பிட்டுள்ளது. நடை என்ற சொல், விருத்தியுர்ரயில் கணிசமாகவே உள்ளது.

நடையியலின் முக்கியமான நிலைப்பாடு, பாடலுக்கெனச் சிறப்பியல் பண்புகள் - தனித்தன்மைகள் உண்டு எனச் சொல்லுவதாகும். எந்த மொழியிலும் பேச்சுமொழி உரைநடை மொழி, கலை மொழி, கவிதை மொழி, வட்டார மொழி, ஆவண மொழி, அறிவியல் மொழி. . . என்று மொழித்தளங்கள் பல இருக்கின்றன. இவை ஒரு பொதுமொழிக்குட்பட்ட அதன் கிளைமொழிகள் என்று சொல்லப்படுகின்றன. கவிதைமொழி, தனக்கெனத் தனிச் சிறப்பியல்புகள் கொண்ட வழக்காறுகளைப் பெற்றிருக்கிறது. இயல்பு வழக்கு செய்யுள் வழக்கு என்று இரு வேறுபட்ட நிலைகளைத் தொல்காப்பியம் பல இடங்களில் பேசிச் செல்கின்றது. மேற்கே, 20ஆம் நூற்றாண்டில் ரோமன் யகோப்சன், ட்ரூபெட்ஸ்காய், முக்ரோவ்ஸ்கி முதலியோரைக் கொண்ட ருசிய உருவவியலும், தொடர்ந்து வந்த பிராகு (செக்.,) அமைப்பியலும் ரோலந்பார்த், பால் டி மேன் என விரிந்த பிரெஞ்சு அமைப்பியலும் கவிதை மொழியின் வித்தியாசப்பட்ட பண்புகளை difference, defamiliarize என்ற வார்த்தைகளில் விளக்கிப் பேசுகின்றன; ஒரு கோட்பாடாகப் பேசுகின்றன. இதனைத் தொல்காப்பியம், அன்றைச் சூழலுக்கேற்பத் தெளிவாகப் பேசியிருக்கிறது. செய்யுள் வழக்கு என்ற தனிச் சிறப்பியல் வழக்காற்றைக் கவிதையியல் பற்றிப் பேசுகிற பொருளதிகாரத்துக்கு முன்னாலேயே, எழுத்ததிகாரத்திலும் சொல்லதிகாரத்திலும் பேசுகிறது.

எழுத்ததிகாரத்தில் வெவ்வேறு உயிர் ஒலிகள் தம்முள் சேர்ந்து நிற்றலைப் பற்றிப் பேசுவது, உயிர் மயங்கியல். இதிலேயே ஆறு இடங்களில் (நூற்பா, 6, 11, 32, 35, 56, 86) செய்யுளுக்கென வழங்கலாகும் சிறப்புப் பண்புகளைப்

பேசுகின்றது. 'செய்யுள் கண்ணிய தொடர் மொழி' என்று குறிப்பிடுகிறது. தொடர்ந்து, புள்ளி மயங்கியல், 'செய்யுள் மருங்கில் தொடரியலான' என்று குறிப்பிடுகிறது. ஒலிப்பின்னல் என்ற நிலையில், செய்யுள், தனித்தன்மைகள் கொண்டிருப்பதை எழுத்ததிகாரம் இவ்வாறு பேசுகின்றது. இதன்போது, தொடர் மொழி, தொடரியல் என்ற சொற்களை வழங்குவது, மேலும் சிறப்புடையது. ஏனெனில், ஒலிப்பின்னல் அளவிலேயே தொடரியல் என்ற கருத்துநிலை முன்வைக்கப்பட்டிருக்கிறது. எழுத்து - சொல் - தொடர் இவற்றின் ஒருங்கியையும் பாடல் நெறியின் வடிவமைப்பும் ஒருசேரக் கட்டமைக்கப்படுகின்றன.

நடையியல் எனும் கோட்பாடு, மொழியின் திட்டமிட்ட ஒரு சீர்மையோடும், சிறப்புக் கூறுகளோடும், ஒருங்கியைபு கொண்டு இயங்குகின்ற பண்புகளோடும் இனங்கண்டுரைக்கப் படுகிறது. இயைந்து இயங்கும் இந்தப் பண்புகளைச் சொல்-சொற்றொடர் - தொடரியல் ஆகிய தளங்களிலும் நாம் காணுகிறோம்.

சொற்புலம்

சொல்லுதல் என்ற பண்போடு கூடிய சொல், இலக்கியத்தின் கட்டுமானத்தை அர்த்தப்படுத்தும் சொல். சொல்லில் தான் உணர்வும் பொருளும் பொதிந்துகிடக்கின்றன; கலையும் பண்பாடும் வரலாறும் அரசியலும் பொதிந்துகிடக்கின்றன. சொல் பற்றித் தொல்காப்பியம் சொல்லியிருப்பது கவனிக்கத்தக்க நிலையுடன் கூடியது: எல்லாச் சொல்லும் பொருள் குறித்தன. ஆயினும், பொருட்குப் பொருள் தெரியின் வரம்பின்றி அது பெருகிப்போகும். சொல்லுக்கும் பொருளுக்கும் உள்ள உறவு நித்தியமானதோ பூரணத்துவமானதோ அல்ல. மொழிப் பொருளுக்குக் காரணம், விளங்குமாறு - விழிப்பத் தோன்றுவ தில்லை. ஒரு சொல், பொருளை உணர்த்துவது, அதனை உணர்வோரின் - வாசிப்போரின் திறனைச் சார்ந்தது; உணர்ச்சி வாயில் - உணர்ச்சியினைப் புரிந்துகொள்வது - உணர்வோர் வலித்து - அதனை உணர்கின்றவரின் திறனைச் சார்ந்தது. இப்படித் தொல்காப்பியம்தான் சொல்கிறது. இப்படியாகப்பட்ட சொல்தான் இத்தகைய பண்புதான் பாடலில் பொருளை இயக்குகின்ற அடித்தளமாக அமைகின்றது.

சங்க இலக்கியம், சொல்வளம் நிறைந்தது; சொல்லே அழகியதாய் நிறைந்திருப்பது. அகன்ற பரப்பும் ஆழங்கால்பட்ட பொருளும், அடுக்குநிலையும், உயிர்ப்புத்திறனும் கொண்டியங்கும் சொல்வளம், அதனுடைய கட்டமைப்பு, இயக்கம் ஆகியவை சங்க இலக்கியத்தின் அழகியலைப் பேசக்கூடியவை. சொல் வளம் என்பது, ஒரு பொருள் குறித்துவரும் பல சொல்லாய்ப், பல பொருள் குறித்துவரும் ஒரு சொல்லாய் வருதலும், பல துறைகளுக்கும் பல சூழல்களுக்கும் பல புனைவுகளுக்கும் உரியனவாய் வருதலும், உணர்வும் தெளிவும் கொண்டனவாய் வருதலும், என்று செழிப்பான தளத்தில் சொல் விளைச்சல் கண்டிருப்பதைக் குறிப்பது ஆகும். சங்க இலக்கியத்தில் இது மலர்ந்தும் கனிந்தும் கிடக்கிறது.

திணைசார்ந்த வாழ்க்கை நிலையில், மூன்று வேறு சூழமைவுகளில் அவற்றை இனங்காணுகிற விதத்தில், சொல்வளம் எவ்வாறு அமைந்திருக்கிறது என்பதை இங்கே எடுத்துக் காட்டுக்களுடன் பார்க்கலாம். முதலில் முல்லைத் திணையில், அந்த நிலத்தையும் அதனுடைய முக்கியமான கருப்பொருளாகிய ‘காளை’யையும் காட்டுவதற்கு இந்தச் சொற்கள் எப்படி வளத்தோடு நிறைந்துகிடக்கின்றன என்பதைப் பார்க்கலாம். ‘எம்மினத்து ஆயர் மகளிர்’ என்றும் ‘எம் ஆய்மகன்’ என்றும் இனப்பெருமை கூறுகின்ற முல்லைக்கலியில், காளைகளில் பல இனங்களைக் காட்டுகிற சொற்கள் நிரம்பிக்கிடக்கின்றன. களிறு, ஏறு, பல்லான், செங்காரி, கதழ்விடைக்காரி, சுடர் விரிந்தன்ன சுரி நெற்றிக்காரி, வெண்காற்காரி, கொல்ஏறு, கொலைஏறு, போர் புகல்ஏறு, வெறுத்தவெள் ஏறு, நாகு, கடுஞ்சூலா நாகு, நல்லேறு நாகு, கடுவிய நாகு, குரால், ஏந்திமிற் குரால், சிவலை, கதழ்வெள்ளை, புள்ளிவெள்ளை, செம்மறு வெள்ளை, வெண்காற்சேய், கோடணிசேய். . . இப்படிப் பல. எங்கே, அன்று முல்லை நிலத்தில் பசுக்களைப் பட்டியலிடாமல், காளைகளைப் பட்டியலிடுகிறார்கள் என்றோ, இன்று காளைகளையே காணோமே என்றோ நாம் கேள்வி கேட்கக்கூடாது. இருக்க. இன்றை இலக்கியத்தில், இப்படித்தான் கி. ராஜநாராயணன், ‘கிடை’ எனும் குறுநாவலில் பல்வேறு ஆடுகளின் அடையாளங்களைப் பல்வேறு பெயர்கள் சொல்லி அழைக்கிறார். சொல்வளம், ஒரு பண்பாட்டின் அடையாளமாகவும் இருக்கிறது.

ஆற்றுப்படை என்பது பரிசில் வேண்டுபவர்களைப், புரவலர்களை நோக்கி ஆற்றுப்படுத்தும் ஓர் உத்தியாகும். இவ் உத்திக்கு ஏற்றவிதத்தில், பசியோடுகூடிய அத்தகைய வாழ்க்கை நிலை சித்திரமாகிறது. இதனைச் சொற்கள் பெரும்வளத்தோடு அடையாளம் தருகின்றன. பொருநராற்றுப்படை, சிறுபாணாற்றுப் படை, பெரும்பாணாற்றுப்படை ஆகிய ஆற்றுப்படைப் பாடல்களில் வழங்கும் சொற்களின் தகைமையை இனங் காணலாம்: பழம்பசி, வாடுபசி, நீடுபசி, ஒடுங்குபசி, கழிபசி, வருத்தம், இடும்பை, துயர், அனந்தர் நடுக்கம், எவ்வம், அவலம், புன்மை, ஒக்கல், இரும்பேர் ஒக்கல், சோறு, சிலபத உணவு, நுண்புல் அடக்கிய அரிசி, ஆய்தினை அரிசி, அளை விலை உணவு, பழஞ்சோற்று அமலை, இன்புளி செஞ்சோறு, குப்பை வேளை (கீரை) உப்பிலி, துன்னற் சிதாஅர் - இவை ஆற்றுப்படை உணர்த்தும் சூழலோடு கூடிய வளமான சொற்கள். இங்கே, பசி பல சொற்களில் அடைகளோடு வெளிப்படப் புறநானூற்றில் பசிப்பிணி மருத்துவன் (173) பாண்பசிப் பகைஞன் (180) பசிப்பகைப் பரிசில் (181) பசியலைக்கும் பகை (133) முதலிய சொற்றொடர்கள் வழங்குவதையும் சேர்த்துக் காணலாம்.

மருதம், தலைவியின் ஊடலையன்றியும் தலைவனின் பரத்தமை ஒழுக்கத்தையும் சித்திரிக்கின்ற ஒரு திணை. இது குறித்து எழுந்த சொற்கள் தமிழில் வளமாய்க் கிடைக்கின்றன. மருதக்கலியில் (முதல் எட்டுப் பாடல்களில் மட்டும்) சம்பந்தப்பட்ட பெண்ணுடல் பற்றிய சொற்களன்றியும் பரத்தமையைக் காட்டும் சொற்களும் அதனோடுகூடிய, அதாவது அதன் சூழலை உணர்த்துகிற சொற்களும் சொற்களஞ்சியமாய் நிரம்பிக் கிடக்கின்றன: தண்டாப்பரத்தை, படுத்தவன், வீழுநர், நாணின்று புணர்ந்தவர், அடிசேர்பு, தாழ்ந்தாய், பணிந்தாய், புதிதுண்ட, பாய்ந்து, புனலாட, களிப்பட்டார், களிப்பிக்கும், இனஞ்சி, வாட, அழுது, அல்லல், அழிந்த நெஞ்சம், நொந்து, கவ்வையிற் கடப்பு, தனித்தே தாழும் தனியில் நெஞ்சு, கதவஞ் சேர்ந்து அசைத்த கை, முலை பாயக் கழைந்ததார், கமழ்நாற்றம், வேளாமுயக்கம், கனவு, நனவு, புலவி, ஊடுவென், கூடுவென், நீலமென் சேக்கை, தூவிமெல்லணை, தேறல் உண்பவள், பொறித்த புண், தொடி வடு, உகிர் செய்த வடு, சிவந்த வடு, அலைத்த புண் வடு, உரன் அல்லன், வரி வண்டு, திண் தேர், பாகன், தூதாடி - இப்படி ஓர் ஒழுக்கம் - பரத்தமை எனும் ஒழுக்கம் உணர்த்தும் சொற்கள் விளைந்துகிடக்கின்றன, சங்கப்

பாடல்களில். ஆனால் இதற்கு மட்டுமல்ல - அன்பொடு புணர்ந்த களவு, கற்பு, போர், அறம், பல்வேறு விழுமியங்கள், உணர்வு நிலைகள் இன்னோரன்னவற்றைக் குறிக்கின்ற சொற்களும் வளமாய் இந்தப் பாடல்களில் நிரம்பிக்கிடக்கின்றன. சொற்களின் வளங்களும் வகைகளும் பண்பாடுகளின் குறிகள்.

சொல்வளம் என்பது, தனிச் சொற்களாய் நிறைந்து அமைவதையும் குறிக்கும்; ஒன்றற்கு மேற்பட்ட சொற்கள் கவவுக்கை நெகிழாமல் முயங்கிக் கிடப்பதையும் குறிக்கும். அடையும் அடைகொளியுமாய் (attributes ad attributives) அமைகின்ற இந்த நிலை, ஒரு குறிப்பிட்ட பொருளை விளக்குகின்ற-சிறப்பிக்கின்ற விதத்தில், ஒரு தலைமைச் சொல், அதற்கு முன்னால் அதனை விளக்குகின்ற ஒரு சொல் அல்லது ஒன்றுக்கு மேற்பட்ட சொற்கள் என்ற முறையில் அமைவது ஆகும். அடைகொளி விவரிக்கப்படுகிறது; **வருணிக்கப்படுகிறது**. எனவே வருணிப்புச் செயல் இதன் **வேலையாக** இருக்கிறது. அடை ஒரு சொல்லாகவும் இருக்கலாம்; ஒன்றற்கு மேற்பட்ட பல சொற்களாகவும் இருக்கலாம்; தொடர்ந்து பல அடைகள் பெற்று அடுக்கு நிலையாகவும் இருக்கலாம். இன்பம் என்பது பற்றிப் பேசுகிறபோது, 'இருவேம் நீந்தும் பருவரல் வெள்ளம்' என்பது போலக் 'கனிபத' மாகவும் தொகைநிலையுடன் கூடிய மொழியை 'மகிழ்பத' மாகவும் மொழிவதில் சங்க இலக்கியம் தனிச் சிறப்புப் பெற்றிருக்கிறது. சங்க இலக்கிய மொழியின் அடையாளமாக உள்ள ஒரு பண்பு, இது. இதனைத் தொகைநிலை (compound words) என்று தொல்காப்பிய எச்சவியல் பேசுகிறது. பெயரும் வினையுமாக உள்ள சொற்கள் இணைந்து நடக்கின்றபோது இடையே, உவமஉருபோ வேற்றுமை உருபோ காலம் காட்டும் இடைநிலையோ பண்பு காட்டும் உருபோ இல்லாமல் - ஆனால் அவற்றின் பொருள் பொதிந்து கிடக்க - அமைவது தொகை நிலையாகும். 'நீர் படுகின்ற - அல்லது நீர்பட்ட - பசுமையான கலம்' என்பது, எதுவும் தொகாமல் வருகிற தொடர் மொழி; அதுவே, 'நீர்படு பசுங்கலம்' (நற்., 308) என்று ஆகும்போது, அது தொகை மொழியாகிறது, நிகழ்காலம் காட்டுகின்ற உருபு, இதில் இடம்பெறவில்லை. தொகைமொழி, செறிவாக்கப்பட்ட (precision) ஒரு வடிவமைப்பு. அது வாக்கிய அமைப்பில், ஒரு சொல் போலவே நடைபெறும்.

எல்லாத் தொகையும் ஒரு சொல் நடைய

என்று அதன் பண்பினை எச்சவியல் (24) காட்டுகிறது. தொகை மொழியில் முதன்மைச் சொல் - அதற்கு விளக்கமாக அமைகிற அடைமொழி - என்ற வரையறை இல்லை. இரண்டு பகுதிகளுக்குமே சமமான நிலை இருக்கலாம்.

வைகுறு விடியல், கன்னி விடியல், புல்லென் மாலை, நன்ளென் யாமம், காமர் வனப்பு, மாண்கவின், காண்டகு வனப்பு, கவினுறு வனப்பு, தீநீர், நெடுநீர், சின்னீர், பனிநீர், ஒலிவெள்ளருவி, பறைக்குரல், எழிலி, பொய்படு சொல், நகைக்கூட்டம், ஓவச் செய்தி... இப்படி ஓராயிரம். இத்தகையவை, தொடர்ந்து பல அடைகள் பெற்று அடுக்கு நிலையாக வருவதும் உண்டு. பாடலின் பல அடிகள், தொடர்ந்து பல அடைகளோடு அடுக்கிவருவதைப் பல பாடல்களில் காண முடிகிறது. சில பாடல்களில் இது மேலாண்மை பெற்று விளங்குவதையும் பார்க்கலாம். அடைகளும் அடைகொளியுமாக இருந்து காட்சிப்படுத்துகின்ற ஒரு வருணிப்பு. ஒரு நடையியல் உத்தி. இது, சிறப்பியலோடு, குறுந்தொகையின் முதற்பாடலில், அந்தப் பாடலின் நடையாகவும் வடிவமாகவும் அமைந்திருக்கிறது.

செங்களம் படக்கொன் றவுணர்த் தேய்த்த
செங்கோ லம்பிற் செங்கோட் டியானைக்
கழறொடிச் சேஎய் குன்றம்
குருதிப் பூவின் குலைக் காந்தட்டே

என்ற நான்கு அடிகள் கொண்ட இப்பாடலில் மூன்றாவதடியின் இறுதியிலுள்ள 'குன்றம்' என்பது எழுவாய்; காந்தள் மலரைக் கொண்டது எனும் பொருள்கொண்ட காந்தட்டே (காந்தள் + த் + ட் + ஏ) என்பது, குறிப்பு வினைமுற்று - பயனிலை. இவ்விரண்டுமே பல அடைகளைப் பெற்றிருக்கின்ற அடைகொளிகளாகும் 'குன்றம்' என்பது பல அடைகள் சேர்ந்து வடிவங்கொண்டிருப்பது கவனத்திற்குரியது. இப்பாடலில் ஏந்தச் சொல்லும் தனிச் சொல்லாக நிற்கவில்லை. ஒன்றோடு ஒன்று - ஒன்றுக்கு இன்னொன்று அடையாகப் பின்னியும் பிணைந்தும் வருகின்றன. செம் - கோல் - அம்பு, செம் - கோடு - யானை. . . என்று அடைகள், சங்கிலித்தொடராக வருகின்றன. இறுதியில் எல்லாம், குன்றத்தை நோக்கிக் குவிகின்றன. காட்சிப்படுத்துதல் - நீண்ட ஒரு தொடர்க் காட்சியை

முன்னிறுத்துதல் - முன்னிறுத்தி ஓர் இடத்திற்கு அழைத்துச் செல்லுதல் என்ற சூழமைவினை இந்தப் பாடல் வடிவமைத்துத் தருகிறது. உள்ளுறையுவமம், இறைச்சி கலையியல் உத்திக்கு இந்த அமைப்பு, வலுவான தளத்தை ஏற்படுத்தித் தந்துவிடுகிறது.

சொற்களின் தொகைநிலை, தமிழ் மொழிக்கேயுரிய பொதுப் பண்பாகவும் அமைந்திருக்கிறது. தமிழ்மொழியின் அமைப்பினைச் சொல்லுகின்ற மொழிநூலார், இதனை 'ஒட்டுநிலை அமைப்பு'க் கொண்டதாக (agglutinative) அடையாளங் காண்பர். அந்தப் பண்பினுடைய பகுதியாகச் சொற்றொடர் அமைப்பிலுள்ள 'தொகை நிலை'யைக் கூற வேண்டும். அதேபோது வருணிப்பு, காட்சிப்படுத்துதல், விளக்கி விவரித்தல் முதலிய காரணங்களுக்காக இத்தகைய சொற்றொடர் அமைப்பு, சொற்பின்னலாக வருகிறபோது, அது பிரத்தியேகமான சூழல்களில் வெளிப்படும் நடையியல் பண்பாக விளங்குகிறது. மதுரைக்காஞ்சியின் 782 அடிகள் கொண்ட வடிவமைப்பில் பிரதானமாக இருப்பதும், அவ்வடிவமைப்பை இனங்காட்டுவதாக (attributes and attributues) இருப்பதும் அடையும் அடைகொளி யுமாக - தொகைநிலையாக இருக்கின்ற சொற்றொடர் அமைப்புத்தான் என்று சொல்ல வேண்டும்.

ஓங்குதிரை வியன்பரப்பின்
ஒலிமுந்நீர் வரம்பாகத்
தேன்தூங்கு முயர் சிமைய

இப்படித்தான் தொடங்குகிறது, மதுரைக்காஞ்சி. மூன்றே அடிகளில், (ஓங்கு - திரை; வியன் - பரப்பு... ஒலி - முன் - நீர் எத்தனை தொகை நிலைகள்! நீங்களே கண்டுகொள்ளுங்கள். மதுரைக்காஞ்சி நெடுக, அடையும் அடைகொளியுமாக இருக்கிற சொற்றொடர்கள் சற்று முன் - பின், 560 ஆகும். (இது, ரொம்ப அதிகமோ?) மொத்த அடிகளில் இது 70 விழுக்காட்டிற்கு மேல் பதிந்துகிடக்கிறது. பெரும்பாலும் இவை அடிகளின் முதலிரு சீர்களில் அதிகமாக இடம்கொண்டிருக்கின்றன. அடிகளின் இறுதியில், ஏறத்தாழ 300 அடிகளில், வினையெச்ச வடிவங்கள் இடம்கொண்டிருக்கின்றன. தவிர, பல இடங்களில் பெயரெச்ச வடிவங்களும் இடம்பெற்றுள்ளன. இத்தகைய வடிவமைப்பு, வருணிப்பைக்கொண்டே, இடைவிடாமல் பின்னுகிற போக்கினை உருவாக்கியிருக்கிறது. இடைவிடாமல்

ஒரே மாதிரியாகச் சொல்லிச் செல்லும் உத்தி, சில சமயங்களில் சலிப்பும் அலுப்பும் கொண்டதாக இருக்கலாம். ஆனால் இவ்வமைப்பு மதுரைக்காஞ்சியின் அடையாளமாக இருக்கிற வடிவமைப்பு ஆகும்; அதன் தனித்தன்மையாகும். மேலும் இவ் ஆசிரியர்க்கு 'விழு' எனும் சொல்லடி மிகவும் பிரியமானது போலும். இதனை அடையாகக்கொண்டு, விழுச்சீர், விழுச்சிறப்பு, விழுநிதி, விழுத்தெரு, விழுச்சூர்ப்பு, விழுச்சூழிய, விழுச்செல்வம், விழுமுத்து, விழுமிய வீழ்ந்த குரிசிலர் முதலிய சொற்றொடர்கள் மதுரைக்காஞ்சியில் இடம்பெற்றுள்ளன. (இவற்றுள் விழுநிதியும் விழுச்சிறப்பும் தனித்தனியே இருமுறை எட்டிப் பார்க்கின்றன.) இப்பாடலில் தொடரியல் அமைப்பு, துணித்தறிய முடியாத மிக நீளமான அமைப்பினைக் கொண்டதாகும். இத்தகைய போக்கு மலைபடுகடாமிலும் காணக்கூடியதாக உள்ளது.

தொடரியல் மொழி

ஒலிக்கோலமும் சொற்புலமும் சொற்றொடர் நிலையும் பாடலின் தளத்தை ஏர் நடத்திப் பண்படுத்திப் போகின்றன என்றால், பாத்தி கட்டி வரப்புயர்த்தும் பணிகளைத் தொடரியல் வடிவம் செய்கின்றது. சொல்லுவோருடைய மொழித்திறன், கேட்போர் - வாசிப்போருடைய உளப்பாடாக (purport) மாறித் தாக்கம் (transform) பெற வேண்டும். பரிமாறப்படும் உணர்வுகளுக்கும் செய்திகளுக்கும் ஏற்பத் தொடர்கள் நேர் நடந்தும் ஏறியிறங்கியும் திரும்பியும் சுழன்றும் இயங்குகின்றன. தொடர்கள், பேச்சுமொழித்தளத்திலும் பிறவற்றிலும் சில பண்புகளைப் பெற்றிருக்கலாம். அழகியலைப் பண்பாகவும் வழிமுறையாகவும் கொண்ட கவிதையில் சில தனிச் சிறப்பியலான தன்மைகளை இவை பெற்றிருக்கின்றன. செய்யுள் கண்ணிய தொடர்மொழி என்று செய்யுளுக்கெனத் தொடரியல் அமைப்பில் காணப்படும் சிறப்புப் பண்புகளைத் தொல்காப்பியம் பேசியிருக்கிறது. அடைகள், எழுவாய், பயனிலை, வினையெச்சம் உள்ளிட்ட பல தொடரியல் கூறுகள், பாடலுக்கெனப் பிறழ்ந்தோ, வளர்ந்தோ, புதியனவாக மீண்டும் அமைகின்றன.

ஒக்கும்; அறிவல், யான்; எல்லா, வீடு   (கலித்., 112)

இது ஒரு தொடர். விரைவும் உரையாடலும் கூடிவரும் தொடர், பாடலை அர்த்தப்படுத்துகிறது; அழகுபடுத்துகிறது. ஐந்தே சொற்களில் - வினைமுற்றுக்கள் அமர்ந்திருக்கும் முறையும், யான் எனும் தன்மையிடப் பெயரும், விடு எனும் ஏவல் வினையும், எல்லா (ஏடா) எனும் அசைச்சொல் தருகிற அழுத்தமும் - எல்லாம் சேர்ந்து பாடல் அடியை வலிவும் பொலிவும் உடையதாக ஆக்குகின்றன. பாடலின் நோக்கம் நிறைவுபெறுகிறது. இதுபோன்று,

வருகுவை யாயின் தருகுவென் பால் (அகநா., 59)

எனும் தொடர், உறுதிமொழிக்கும் விரைவுக்குமான ஓர் உணர்வு நிலைக்குப் பொருந்துமாறு அமைகிறது. இதே வகையான உணர்வுகளுக்கு இதே வகையான எழுவாய் - பயனிலை இடமாற்றமும், குறுகிய தொடர் வடிவமும் சேர்ந்த அமைப்புமுறை, பல பாடல்களில் உள்ளது. 'செல்மோ நெஞ்சம்; வாரலென் யானே' (அகநா., 245) என்பதுபோலப் பலவுண்டு இங்கே.

உரைநடை வழக்கு, பேச்சுவழக்கு முதலியன உள்ளிட்ட இயல்பு வழக்கில், தொடரமைப்பு என்பது, எழுவாய் + (செயப்படுபொருள் அல்லது பிறவற்றுடன் கூடிய அமைப்பு) + பயனிலை (S → subj. ± obj. + Pred.) என்று வருவதே மரபு. ஆனால் சங்கப் பாடல்கள் பலவற்றில் இது பிறழ்ந்து வருகிறது. கவிதை மறுதலைத் தொடர், (poetic inversion) இது.

மிகப்பே ரெவ்வம் உறினும் எனைத்தும்
உணர்ச்சி யில்லோர் உடைமை யுள்ளேம்;
நல்லறி வுடையோர் நல்குரவு
உள்ளுதும் பெரும யாம்உவந்து நனிபெரிதே.

(புறநா., 197)

இதில் இறுதியிரண்டு அடிகள் முற்றுத்தொடர் அமைப்புடையவை. இவ்விரண்டு அடிகளில் உள்ள முதல் பகுதியாகிய 'நல்லறியுடையோர் நல்குரவு உள்ளுதும்' என்பதை இயல்பு வழக்காகக் கொள்ளலாம். ஆனால் இறுதியில் நிற்கும் 'உவந்து நனி பெரிதே' என்பது வினைமுற்று அல்ல. இது வினையெச்சத் தொடர் (adverbial clause); 'உவந்து' எனும் வினையெச்சத்தை

மையமாகக் கொண்டது. தொடரியலில் இது முதலில் வரவேண்டும்; 'உள்ளுதும்' எனும் வினைமுற்று இறுதியில் வரவேண்டும். மேலும், துணைநிலையிலுள்ள 'உவந்து நனிபெரிதே' எனும் இந்த வினையெச்சத் தொடர்கூட, 'யாம்' எனும் எழுவாய்க்குப் பின்னர், வினையெச்சம் + அடை என்று வருகிறது. தொகுத்துச் சொன்னால், பாடலில், இந்த இரண்டு அடிகளில் காணப்படுகின்ற தொடரியல் வடிவம், இப்படி இருக்கிறது:

செயப்படுபொருள் + பயனிலை (வினைமுற்று) + முன்னிலை + எழுவாய் + வினையெச்சம் + உரிச்சொல்லோடு கூடிய அடை சரி. பாடலின் அடி, இயல்பு வழக்கினதாக அமையுமானால், எப்படி இருக்க வேண்டும்?

பெரும! யாம், உணர்ச்சியில்லோர் உடைமையை
உள்ளேம்; நனி பெரிதே உவந்து, நல்லறிவுடையோர்
நல்குரவு (ஐ) உள்ளுதும்

என்று இருக்க வேண்டும். பொதுவான மொழித்தளத்தில் உரைநடைத் தன்மையோடுகூடிய இந்தத் தொடர்தான், மேற்காட்டிய புறநானூற்றுப் பாடலில், 'செய்யுள் கண்ணிய தொடர் மொழியாகக்' கவிதை மொழிக்கென வரிசைமுறை பிறழ்ந்து - வருகிறது. பொருளுக்குத் தருகிற அழுத்தம் எதில் விழுகிறது - பாடலின் நோக்கமான உணர்வுநிலை - செய்தி எதுவாக இருக்கிறது, என்பதற்கு ஏற்ப இந்தக் கலையியல் உத்தி அமைந்துள்ளது.

தொடரியல் வரிசைமுறைப் பிறழ்வு, பாடலின் இறுதியில் அமையப்பெறுகிறபோது, அது, திடும் என நிகழும் உணர்வு நிலை மாற்றத்தைக் காட்டுகிறது. கழார்க்கீரன் எயிற்றியனார், ஆற்ற முடியாத தலைவியின் பிரிவுத்துயரம் பேசுகிறார். அதற்குப் பின்புலமாக அழகியதோர் இயற்கைச் சூழல் விதந்து வருணிக்கப்படுகிறது. 'அகன்று உறை மகளிர் அணி துறந்து நடுங்க, அற்சிரம் (பனிக்காலம்) வந்தன்று' என்று சொல்லி அதனுடைய சூழலை 13 அடிகளில் வருணிக்கிறது, பாடல் (அகநா., 217). இந்த வருணிப்புக்கு இதன் நடையியல் துணை செய்கிறது. 'செய' எனும் வாய்பாட்டு வினையெச்சம் (கழிய, வர,

மலர, அவிழ. . .) தொடர்ந்து 7 இடங்களில் இடம்பெறுகிறது. இறுதியில், 'நல்காக் காதலர் நலனுண்டு துறந்து' சென்றதால், பாழ்படு மேனி, கடும்பனியில் நடுங்குவதாகச் சொல்லப்படுகிறது. இயற்கை ஒரு வருணிப்பாக விரிய, அதிலிருந்து திருப்பமாக (twist) ஓர் உணர்ச்சி, வலிமையோடு எழுகிறது. இதனை, இறுதியடியின் பிறழ்வரிசைத் தொடர், கலையியல் உத்தியோடு சித்திரிக்கிறது. இந்தத் தொடர், இப்படி அமைகிறது: (வரிசைமுறையைக் கவனிக்கவும்.)

5 2 1 3 4

நடுங்குதும் பிரிவின் யாம் கடும்பனி உறழ்ந்தே

புணர்வு வேட்டு (மிக விரும்பி) 'யாம், பிரிவின் கடும்பனி உழந்து நடுங்குதும்'.

சங்கப் பாடல்களின் பொதுவான அழகியல் உத்தியாக, முறைப்படுத்தப்பட்ட வடிவமைப்புப்போல, இத்தகைய தொடரியல் அமைந்திருக்கிறது. இதில் குறிப்பிடத்தக்க முக்கியமான செய்தி இன்னொன்றுமுண்டு. இத்தகைய சிறப்பியல் தொடரியல் அமைப்பு, பெரும்பாலும் பாடலின் இறுதியிலேயே அமைகிறது. பாடல்களின் வடிவமைப்பில் அதனுடைய பொதுவான கவிதைமொழிப் பண்பு என்பதாக இது ஆகியிருக்கிறது. மேலும், நேர்முக வரிசை முறைமை கொண்ட அமைப்பினைப் பாடலின் இறுதியில் காண்பது, அரிதாகவே உள்ளது. பாடலின் தொடக்கம் முன்னிலைக் குறிப்போடு அமைகிறபோது சில சமயங்களில், இத்தகைய நடையியல் மேற்கொள்ளப்படுகிறதெனினும் அது குறைவே. மேலும், பாடலின் இடைப்பகுதிகளில் இத்தகைய தொடரியல் கட்டுமானம் மிகக் குறைவாகவே உள்ளது. முத்தாய்ப்பாக முடியும் பாடலின் இறுதியில்தான் இந்தத் தொடரியல் பிறழ்வு நிலை பெரிதும் காணப்படுகிறது. இது துலாம்பரமாக உள்ளது. உதாரணத்துக்கு நம்பி நெடுஞ்செழியனுடைய சாவுச் சடங்கு சர்ச்சைக்கு உள்ளானது பற்றிப் பேரெயின் முறுவலார், பாடிய பாடல் (புறநா., 239). மன்னன் இறந்துவிட்டான். நல்லவன்; வல்லவன், அவன். அவனுடலைப் புதைப்பதா? எரிப்பதா? சூடான தகராறு. இறுதியில் எப்படியும் போ என்று சாடுகிறார், புலவர்.

இடுக வொன்றோ, சுடுகவொன்றோ;
படுவழிப் படுக, இப்புகழ் வெய்யோன் தலையே

இது இறுதி அடி மட்டும்தான்; ஓர் எளிமையான தொடரியல் பிறழ்வோடு இது அமைந்திருக்கிறது. ஏனைய 20 அடிகளில், தொடர்கள் வரிசையாகவும் திட்டமிட்டு நேர்படவும் செல்லுகின்றன. ‘தொடியுடைய தோள் மணந்தனன்’ எனத் தொடங்கி, ஒவ்வோர் அடியும் தனித்தனியே வினைமுற்றுக்களோடு, தன்னிறைவோடு முடிகின்றன. அவனுடைய பண்புகளை வரிசைப்படுத்துகிற ஓர் ‘எண்ணலளவை’ இதில் ஓர் உத்தியாக மேற்கொள்ளப்படுகிறது. இப்படிப் பெருமைப்படக்கூடிய ஒரு 18 பண்புகளை வரிசைப்படுத்திய பிறகு, தொகுத்துச் சொல்வது போல ‘ஆங்குச் செய்பவெல்லாம் செய்தனன் ஆகலின்’ எனக் கூறிவிட்டுப் போடா போ - புதைத்தால் புதை; சுட்டால் சுடு என்று அலுத்துக்கொள்கிறது - அன்று புதிதாய்த் தொடங்கிய சடங்கை இந்தப் பாடல் இடித்துரைக்கிறது. பாடலின் தொடரியல் சார்ந்த வடிவமைப்பு, இதற்குத் துணை நிற்கிறது.

செய்யுள் தொடர் மொழி பற்றிய சொல்லாடலை இங்கே நாம் முடித்துவைக்கிறபோது, இறுதியில் தன்மை - முன்னிலை - படர்க்கை எனும் இடப்பெயர்கள், (யான்/யாம் - நீ / நீர் / நீம் - தான் / தாம்) தொடரியலில், சில தனிச்சிறப்பியல் சூழல்களில் எவ்வாறு வடிவம் கொள்கின்றன என்பதனைக் குறிப்பிடாமல் இருக்க முடியாது. அதன் பொருட்டுச் சங்கப்பாடல் அடிகள் சில:

விட்டுச் சென்றனர் நம்மே *(ஐங்., 340)*
யாம் தற்கரையவும் நாணினள் *(நற்., 308)*
ஒரு நீ யாயினை
ஓர் யான் ஆகுவது எவன் கொல் *(அகநா., 82)*
ஒரு நின் உள்ளிவந்தனன் *(புறநா., 375)*
நின்னை வருதல் அறிந்தனர் யாரே *(புறநா., 138)*
ஒரு நின் பாணன் பொய்யனாக *(குறுந்., 123)*
ஒரு தாமாகிய பெரியோரும் *(புறநா., 366)*
நப்பிரிந்துறைந்தோர் *(ஐங்., 227)*
என் பயக்குமோ நம்விட்டுத் துறந்தே *(ஐங்., 227)*
என் பயக்குமோ நம்விட்டுத் துறந்தே *(ஐங்., 268)*

தாம் வந்தனர் நம்காத லோரே (ஐங்., 270)

நீ நயந்து உறையப் பட்டோள் யாவளோ (ஐங்., 370)

(தான், தாம் ஆகியவை படர்க்கை இடப்பெயர்கள்; பிற்காலத் தமிழில் இவற்றின் இடத்தை அவன், அவள், இவன், இவர்... என்ற சுட்டுப்பெயர்கள் எடுத்துக்கொண்டுவிட்டன.)

பாடலின் வடிவமைப்பில் நடையியலின் தேவையும் தாக்கமும் இப்படி, மூவிடப் பெயர்கள் அமைகின்ற முறையில், மாற்றங்கள் செய்துள்ளன. நான் /நாம் எனும் பெயர்கள் இங்கே, வேற்றுமையுருபினை ஏற்கின்றபோது (என்னை, நம்மை என்பதற்குப் பதிலாக) 'நா' என்ற சொல்லடி (stem) வடிவத்தைப் பெறுகின்றன. 'நம்மைப் பிரிந்துறைந்தோர்' என்பது நப்பிரிந்துறைந்தோர், என்று அமைகிறது. சங்க காலத்து மொழியமைப்பில் இது ஏற்கப்பட்ட வழக்கே. எனினும் கவிதையின் மொழிநடையில் இத்தகைய வழக்குகள், செய்யுள் தொடர்மொழி எனும் நிலைப்பாட்டுக்கு ஏற்புடையனவாக அமைகின்றன.

இடையும் நடையும் வடிவும்

சொற்களாலும் சொற்றொடர்களாலும் இயங்குகின்ற மொழியைக், கலை சார்ந்த நோக்கமொடு இலக்கியம் வயப்படுத்திக் கொள்ளுவதும் இலக்கியத்தை மொழி வயப்படுத்திக் கொள்ளுவதுமாகிய இந்த விளையாட்டில் இலக்கியத்தின் அழகியல் வெளிப்பட்டு நிற்கிறது.

சொற்களின் பலநிலைப்பட்ட சேர்க்கை, பாடலின் கட்டமைப்புக்கு ஏதுவாக அமைகிறது. மேலும், இந்தச் சொற்களேகூட, பல வகைப்பட்டவை. எல்லாச் சொல்லும் பொருள் குறித்தன என்பதால் பொருள் குறித்து வருவன மட்டுமே சொற்கள் என்று ஆகின்றன. பெயர்ச் சொற்களும் வினைச் சொற்களும் பொருள் தருபவை; தாமே தனித்தியங்கும் கட்டற்ற உருபன்கள் அவை (free - morphemes); அதேபோது, இடையும் உரியும், பெயர்வினை ஆகியவற்றைச் சார்ந்தே இயங்குகின்றன; 'தமக்கியல்பில்' என்று தொல்காப்பியத்தால் கூறப்படுபவை; அவை கட்டுருபன்கள் (bound-morphemes). தமக்கெனத் தனியே பொருள் (அகராதியளவிலான பொருள்) இல்லாதவை; ஆனால் சார்பையும் சூழலையும் ஒட்டி, இலக்கண அளவில் (grammatical meaning) பொருள் குறித்து வருவன.

இங்கு இப்படி இலக்கணங்கள் கூறும் இடைச்சொற்களை அறிமுகப்படுத்துவதன் நோக்கம் - காலம் காட்டும் இடைநிலைகள், வேற்றுமைகள், உவம உருபுகள் என்பனவும், அவையன்றியும் ஏ, ஓ, என, மற்று, உம், கொல், தில் முதலிய இடைச்சொற்களும் சங்கப்பாடல்களில் பலவாகவும் பரவலாகவும் இடம்பெறு கின்றன; இவை பாடல்களின் வடிவமைப்பிலும் நடையியலிலும் குறிப்பிடத்தக்க இடத்தை வகிக்கின்றன, பங்குபெறுகின்றன. மேலும், சங்கப்பாடல்களில் இவ்விடைச்சொற்கள் கணிசமாகவும் கவனிக்கும்படியாகவும் உள்ளன. காரணம் - எழுத்து வடிவத்தில், இந்தப் பாடல்கள், கற்றோர்வடிவமாக நிலைகொள்ளுவதற்கு முன், இவை வாய்மொழி மரபோடும், இசை மரபோடும் இருந்தன. அதன் பின்புலத்தில், தமிழ் மொழியமைப்பின் புராதன நிலையினை இவை உணர்த்துகின்றன. நேரடியான அகராதிப் பொருள்கள் இவற்றிற்கு இல்லையெனினும், மொழியின் புராதன மொழியமைப்பு மூலமாகவும், இசை வெளிப்பாடு மூலமாகவும் இவை பொருள்தளத்தை உணர்த்துவனவாக உள்ளன என்பதும் ஆகும்.

'ஏ' எனும் ஒற்றை நெடில் ஒலியாகிய இடைச்சொல், தேற்றம் (தெளிவுதருதல்), வினா எழுதல், பிரிநிலை (பிறவற்றிலிருந்து பிரித்து உணர்த்துதல்), எண்ணுதல், தொடரின் - சொற்றொடரின் - ஈற்றில் ஒலியினிமைக்காக வருதல் என்ற செயல்களைக் கொண்டதாகும். எனவே பாடலின் வடிவமைப்பில் குறிப்பிடும்படியான இடத்தை இது பெற்றிருக்கிறது. மேலும், உரைநடைத் தன்மைக்கு மாற்றாக, நடையில் கவிதைப் பண்பினைத் தரவும் இது வழங்குகிறது. காட்டுவதற்குப் பல இடங்கள் உண்டு. பேயனாரின் ஐங்குறுநூற்றில் புறவணிப்பத்து என்ற பகுதி; இதில் ஏகாரத்தின் ஆதிக்கத்தைக் காணலாம். மூன்று அடிகள் கொண்ட இப்பாடல்களில்,

நன்றே காதலர் சென்ற வாறே

என்ற முதல் அடி, ஒவ்வொரு பாடலிலும் திரும்பத் திரும்ப வருகிறது. பொருள் அழுத்தமும் தெளிவு காட்டுதலும் இந்த ஏகாரத்தின் வேலை. அதேபோது, 'ஏ' இல்லையானால், அசை கெடாது; நடைகெடும்; ஓசையினிமை கெடும். 'நன்று காதலர் சென்றவாறு' என்று வருமானால் அது, உரைநடைப் பண்பு. ஓசையழகோடும் பொருள் அழுத்தத்தோடும் இது, கவிதையாக வேண்டும்.

நன்றே காதலர் சென்றவாறே
சுடு பொன் அன்ன கொன்றை சூடி
கடிபுகு வனர்போல் மள்ளரும் உடைத்தே

(ஐங்., 432)

என்ற இப்பாடலில் 'ஏ'கார ஆட்சி இல்லையாகுமானால் இறுதியிலுள்ள 'மள்ளரும் உடைத்தே' என்ற சொற்றொடர்க்கு வலிமையூட்டுகிற இயைபு இல்லாமல் போய்விடும். மேலும் இந்த 'உம்' - அதுவும் இடைச்சொல்தான் - இங்கு இழிவுச் சிறப்பு (even -) எனும் பொருண்மையைக் குறித்து நிற்கிறது. 'ஏ'யும் 'உம்'மும் சேர்ந்து பொருளுக்கு அழுத்தத்தையும் உணர்வுக்கு வலுவான சூழலையும் தருகின்றன; உடன், ஓசை ஒழுங்கமைவும் வருகின்றது.

இதுபோல், 'ஓ'வும், ஏற்கெனவே குறிப்பிட்ட பிற இடைச் சொற்களும், பாடலின் வடிவமைப்பில் கலந்து இயங்கி வருகின்றன. தொல்காப்பியம் சொல்லாத, ஆனால் சங்கப் பாடல்க்ளில் பல இடங்களில் காணப்பெறும் இன்னொரு இடைச்சொல் 'அத்தை' என்பது. இது பாடலில் இரண்டு சொற்களுக்கிடையே ஒரு தனிச்சொல் போன்ற தோற்றத்தோடு இடம் பெறுகிறது:

முன்னும் அறிந்தோர் கூறினர்; இன்னும்
அதன் திறம் அத்தையான் உரைக்க வந்தது *(புறநா., 28)*

என்றும்

பெரிதால் அத்தையென் கடும்பினது இடும்பை *(புறநா., 169)*

உண்டும் தின்றும் ஊர்ந்தும் ஆடுகம்
செல்வல் அத்தை யானே
. . . .
நிலீஇயர் அத்தை நீ நிலமிசை யானே *(புறநா., 166)*

என்றும் அமைவனவற்றில் இரண்டு வெவ்வேறு சொற்களுக்கு இடையேயுள்ள விட்டிசையை அல்லது இடைவெளியை இவ் 'அத்தை' நிறைவுசெய்கிறது. பாடலின் வடிவமைப்பில் ஒரு சீரான போக்கினை இது தருகிறது.

மீண்டும் 'ஏ'க்கு வருவோம். சங்கப்பாடலின் வடிவமைப்பில் ஏற்கெனவே சொன்னதுபோக, மூன்று நிலைகளில் இதன்

பங்களிப்பு கவனிக்கத்தக்கதாக உள்ளது. முதலாவதாக யாப்புமுறையில், அசை குறைந்து வருமானால் அதனை நிறைவு செய்கிறது; கட்டமைப்பில் சீர்மை பாதுகாக்கப்படுகிறது, இரண்டாவதாக - பாடலின் தொடரமைப்பில் - சொற்றொடர் வரிசைமுறையில் தாக்கத்தைத் (structural pressure) தருகிறது. சங்கப்பாடல்களின் இறுதி, 'ஏ'யில் முடிவதே வழக்கம். (கலித்தொகையிலும் பரிபாடலிலும் புறனடைகள் உண்டு. 35 மருதக்கலிப் பாடல்களில், 4 மட்டுமே 'ஏ'யில் முடிகின்றன. ஆனால் பாலைக்கலியில் 7 நீங்கலாக மீதி 28 பாடல்களும் 'ஏ'யில் முடிகின்றன. கபிலரின் குறிஞ்சிக் கலியில் 9 பாடல்கள் தவிர ஏனைய 19 பாடல்களும் 'ஏ'யில் முடிவனதாம்.) அகவுகின்ற ஓசையோடு, யாழ் உள்ளிட்ட இசைக்கருவிகளின் தாக்கம், 'ஏ'கார இறுதியாக வெளித் தெரிகிறது. இது, பெரும்பாலும் இசையைக் கருத்தில்கொண்டே அமைகிறது. மேலும், கணிசமானவை, பொருள் அழுத்தம், தேற்றம், பிரிநிலை ஆகியவற்றின் பொருட்டு வருகின்றன. பழந்தமிழில், வாய்மொழி மரபாக இருந்து, பாடல்கள் வளர்ச்சிபெற்றன என்பதற்கு இது ஓர் அடையாளம். மேலும், வடிவமைப்பில் ஒரு சீர்மையை (pattern) -ஒரு வகைமாதிரியை (model) இது இனங்காட்டுகிறது.

மூன்றாவதாக - ஏகாரம், பாடலின் தொடரமைப்பில் வலுவான இடத்தையும் சீர்மையையும் பிடித்துக்கொள்ளுகிற போது, முழுமையான வாக்கியமே, அதற்குத் தக அமைகிறது; அதன் தாக்கத்தினால், இயல்பான வரிசை முறையிலிருந்து அது, 'பிறழ்ந்து' அமைகிறது.

எத்திசைச் செலினும் அத்திசைச் சோறே

(புறநா., 206)

என்பதுபோல, இறுதி அடி, இயல்பான வரிசை ஒழுங்கில் வருவது சிறுபான்மை. மாறாக,

உறையுள் முனியும் அவன் செல்லும் ஊரே

(புறநா., 96)

என்று வரிசை, பிறழ்ந்து - நடையியல் சிறப்போடு வருவதே பெரும்பான்மை. இறுதியிலுள்ள 'ஏ'காரத்தின் தாக்கத்தினால் இந்தச் சொற்றொடர் நடை, இவ்வாறு பொருந்தி அமைகிறது.

தொடரின் வரிசைப் பிறழ்வு, இறுதி 'ஏ' காரத்திற்கு வாய்ப்பாக இருக்கிறது. பாடலின் இறுதியில் மட்டுமல்ல, இடையிலும் கூடப் பல பாடல்களில் இது நிகழ்கிறது.

பெரும்புலம் பின்றே சிறுபுன் மாலை (நற்., 54 : 5)

ஒன்றே தோழி நம் கானலதுபழியே (நற்., 311 : 11)

சீறூர் இனிது மன்று அம்ம தானே (நற்., 135 : 5)

ஐதே காமம் . . . (நற்., 143 : 1)

எமக்கே வருகதில் விருந்தே (நற்., 120 : 10)

ஆகிய தொடர்களில் வடிவமைப்போடு நடையியல் பாணியும், இவ்வாறு 'ஏ'கார இடைச்சொல்லின் வழியே கட்டமைந்து வருகிறது. அகவுதல் ஓசையோடு கூடிய இந்த இடைச்சொல் மிகவும் முக்கியமானதுதான்; ஆனால் இது ஓர் உதாரணம். இது போன்று, இடைச்சொற்கள் பலவும், 'சங்கப்பாடலின் வடிவமைப்பிற்குத் தத்தம் அளவில் இசைவான பணியினைச் செய்துள்ளன.

இறுதியில், தொகுத்துச் சொல்வோம்: ஓர் இலக்கியப் பனுவலின் அழகிற்கும் வலிமைக்கும் அதன் எல்லாக் கூறுகளும்-தேவைகளையும் இடங்களையும் சார்ந்து பங்களிப்புச் செய்கின்றன. நடையியல், வடிவமைப்பின் பகுதிகளையும் முழுமையினையும் சார்ந்தேயிருக்கிறது என்பது மட்டுமல்லாமல், வேறுபட்ட - தனிச் சிறப்பான சில பண்பு நிலைகளையும் கொண்டிருக்கிறது; மேலும், கலையியல் வழி அவற்றை வழிநடத்தவும் இயக்கவும் செய்கிறது; அவற்றை அது பிரதிநிதித்துவப்படுத்தவும் செய்கிறது.

ஒவ்வொரு பண்பாட்டிலும், கதைசொல்லுதல் என்பது, அதனதன் மரபுக்கும் சூழலுக்கும் ஏற்பக் காணப்படுகிறது. சங்க இலக்கியத்தில் கதையெடுத்துரைப்பது சிறுபான்மை வழக்குதான். ஆயினும் தனிநிலைப்பாடல் என்ற எல்லைக்குள் 'கதைசொல்லி' இயங்குகிறார். அதனை மூன்று வகைமைகளில் காண முடிகிறது. ஒரே பாடலின் எல்லைக்குள் நிகழ்ச்சிகளையும் எதிர் நிலைகளையும் தொடர்ச்சிகளையும் உணர்வுகளாக்கிச் சொல்லுதல் ஒருவகை. இதில் குறியீட்டுத் தன்மைகளும் உண்டு. அடுத்து, வெவ்வேறு பாடல்களில் துணுக்குகள் போன்ற நிகழ்ச்சிகளைத் தொகுத்துக் காணுகிறபோது, வெளிப்படுகிற கதைசொல்லி. மூன்றாவது - ஒரு நிகழ்ச்சியை - தொன்மத்தை மறுவாசிப்புக்களுக்கு இடம் தருவதற்கான புனைவுகளுடன் அமிழ்ந்து கதை எடுத்துரைப்புச் செய்தல்.

17

கதைசொல்லி

கதை சொல்லுதல் மனித நாகரிகத்தின் அடையாளம்; அது, சக்தி வாய்ந்த ஓர் ஊடகவாயில். வரலாற்றுக்கு முற்பட்ட காலத்திலிருந்து, ஏதாவதொரு வடிவத்தில் கதை சொல்லுதல் இருந்துவந்திருக்கிறது. காலங்களின் பரந்த வெளியில், கதைகளின் வடிவங்கள் மாறுகின்றன; கதைகளின் தளங்களும் திறன்களும் ரசனைகளும் மாறுகின்றன. கதை என்றால் இதுதான், இப்படித்தான், இதற்குப் பிறகுதான் இன்னின்னார்க்குப் பிறகுதான் என்று எல்லைகள் போட முடியாது. மேலை நாட்டு வரையறைகளையும் மேற்கோள்களையும் கொண்டுவந்து வரப்புகள் கட்ட முடியாது.

கதை என்பதைப் பொதுப்புத்தியின் அடிப்படையில்தான் புரிந்துகொள்ள வேண்டும். உண்மைகளையும் சாயல்களையும் வரைபடங்களாக ஆக்கும்போது - கலை வடிவம் கொள்கிறபோது, அங்கே கதை பிறக்கிறது.

தொடக்கத்தில் ஆட்டங்களாக, சேர்ந்திசைகளாக, ஓவியங்களாகக் கதைகள் சொல்லப்பட்டிருக்கின்றன. பிறகு, எழுத்துக்களின் கூட்டுக்களியில் பாடல்கள், கவிதைகள், காவியங்கள் என்ற உருவெளிகளில் கதைகள் வந்திருக்கின்றன. சொல்லப்பட்ட கதைகளெல்லாம் மனிதக்குழு வாழ்க்கையின் வெளிப்பாடுகளாக வந்தவை; நிகழ்வுகளாயினும் அவற்றின் உணர்வுகளாயினும் வாழ்க்கையோடு இசைந்து வந்தவை. எல்லாம் நேரடியாக மட்டுமல்ல - மறைவுகளாகவும் குறிப்புக்களாகவும் குறியீடுகளாகவும், பல தோற்றங்களில் வந்தவை. புவியியல் வரைவுகளுக்கும் இனவியல் வரைவுகளுக்கும் ஏற்பச் சமூகம், கதைகளைப் பிறப்பிக்கிறது. கிரேக்கம், தேவதைகளை உருவாக்கி மனிதர்களோடு அவர்களை உலாவவிட்டுக் கதைகளை உருவாக்கியது. வாய்மொழி மரபாக நீண்ட கதைகள் திரண்டு காவிய மரபினை அங்கே தோற்றுவித்தது. ஆரியர்களின் வடமேற்கு இந்தியாவில், இயற்கைத் திரிபுகளும் மந்திரங்களும் புலம்பெயர் அனுபவங்களும் கதைகளைக் கொண்டுவந்தன. அவற்றின் திரட்சியில், திரட்சியின் திறனில் இதிகாசங்களாக வெளிவந்தன.

ஆனால் இவற்றிலிருந்து பழந்தமிழின் அடையாளம், வித்தியாசமானதாக இருந்தது. மந்திரங்களோ, தேவதைகளோ, ஆர்ப்பரித்து அடக்கும் அல்லது அடங்கும் கடவுளர்களோ, இயற்கைச் சீற்றங்களாலும், பெரும் போர்களாலும் ஏற்பட்ட பேரழிவுகளோ, அச்சுறுத்தல்களோ, குறிப்பிடும்படியாகப் பழந்தமிழகத்தில் இல்லை. அதிகாரம், அரசு, வீரம் என்ற நிலைகளோடு கூடிய முனைப்பான தனிமனித ஆளுமைகள், தனிமனித வழிபாடுகள், ஒற்றைச் சார்புநிலைகள் முதலியவை அதிகம் இல்லை; போற்றப்படவில்லை. இல்லையெனும்போது, இலக்கியத்தின் / கலையின் வடிவங்கள், வித்தியாசமாகத்தான் இங்கே பரிணமித்தன. தேவதைக் கதைகளும் இதிகாசங்களும் புராணங்களும் (Fairy takes, Fables, Mythologies) இல்லாமல், பாணர் மரபிலிருந்தும் புலவர் மரபிலிருந்தும், தனிநிலைப்

பாடல்களாகத் தமிழ் இலக்கியம் பரிணமித்தது. உணர்வு சார்ந்ததாக நிகழ்ச்சிகளைச் சொல்லுதலே அதன் முதன்மையான நோக்கம். ஒரு கருவை மையமாக்கிக் கொண்டு, அதன் சுழற்சியில், தொடர்புபட்ட பல நிகழ்ச்சிகளையும், மாந்தர்களையும் சில கருத்தியல் நிலைப்பாடுகளையும் கொண்டு பின்னி, அவற்றை ஒரே பனுவலின் இருப்புக்குள் கட்டமைப்பது சங்கப்பாடல்களில் மிகவும் குறைவு. உயிர்ப்புடைய சித்திரங்கள் சிறு விவரணைகளாக வெளிப்படுதலே பெரும்பான்மை. சங்கப்பாடல்களின் இந்த எல்லைக்குள்ளேயே, கதை சொல்லுதல் என்பதனுடைய பொருளையும் அதனுடைய நிலைப்பாட்டையும் புரிந்துகொள்ள வேண்டும்.

1

தனிநிலைப் பாடல்கள் என்ற முறையில் அமைந்திருக்கிற சங்கப்பாடல்களின் பெரும்பான்மையான கவனம், காதல் உணர்வுகளையும் புகழ், பெருமை, வீரம் முதலியவற்றையும் - இவற்றோடு இயற்கையையும் வருணிப்பதில் இருந்தது. இந்த வகையான வருணிப்பு என்பது வேறு, கதை அல்லது நிகழ்வுத் தொகுதிகளை எடுத்துரைப்பது என்பது வேறு. வருணிப்பு என்பது, சொல்லப்படும் ஒன்றனை விரிவுபட விளக்கிப் பேசுவது, அதன் பண்புகளை விதந்து சொல்லுவது; சித்திரிப்பது என்பவற்றோடு சேர்ந்தது. எடுத்துரைப்பு (Narrative or narration) கருத்தியல்சார்ந்த வெளியில் - புனைவுசார்ந்த வெளியில் சொல்லாடலாகவோ, நிகழ்வுகளின் கோவையில் வெளியாகும் கதைசார்ந்த பின்னலாகவோ கட்டமைவதாகும். கதைமை (fictionality) என்பது இதனுடைய முக்கியமான புலப்பாடு. எனினும், விவாதப் பொருள் என்ற முறையில், நிறுவனப்பட்ட - மரபுவழிப்பட்ட சொல்லாடலையும் (discourse) இவ்வெடுத் துரைப்பு குறிப்பிடுகிறது. சங்க இலக்கியத்தில் இத்தகைய கருத்தியல் இல்லாமலில்லை. ஆனால் விளக்கம் பெற்றிருக்க வில்லை; இத்தகையவை குறைவாகக் காணப்படுகின்றன.

கதை சொல்லுவது என்பது, ஓர் அனுபவத்தை, அனுபவ வழிப்பட்ட செயலை, அதனை முன்னிறுத்திய உணர்வை, வாய்மொழிப்பட்ட - எழுத்துவழிப்பட்ட ஒரு பனுவல் வடிவமாக ஆக்கித்தருவது - எடுத்துரைப்புச் செய்வது ஆகும். பனுவலில் நிரவிக்கிடக்கும் அறியப்படக்கூடியதாகிய ஒரு கதைப்

பின்னல் - அதற்கு மூலாதாரமாக உள்ள எதிர்வும் இணைவும் கொண்ட நிகழ்வுகள், அவற்றைப் பிரதிநிதித்துவப் படுத்துகிற பாத்திரங்கள் இன்னோரன்னவை, கதையாக வடிவங் கொள்கின்றன. சங்க இலக்கியம் என்ற 'வெளி'யில் அதனுடைய தனிச்சிறப்பியலான பரப்புக்குள்ளும் வரம்புகளுக்குள்ளும், இவ்வகையான வெளிப்பாடுகளைக், கலையியல் சார்ந்து காண முடிகிறது. இத்தகைய மரபுக்குள்ளிருந்தும் அதனுடைய இயல்பான சாத்தியப்பாடுகளுக்குள்ளிருந்தும்தான் சங்க இலக்கியத்தின் 'கதைசொல்லி' வெளிப்படுகிறார். குறுந்தொகை என்ற செறிவான, குறுகிய பாடல்கள் முதல் புறநானூறு, அகநானூறு, நற்றிணை, கலித்தொகைப் பாடல்கள் வரை சில பாடல்களிலேனும், கதைசொல்லி, தன்னை - தன் திறனை - வெளிப்படுத்தி யிருக்கிறார்; தேர்ந்தெடுத்த வடிவத்திற்குள் தன் இருப்பை வெளிப்படுத்தியிருக்கிறார். வாழ்க்கை பற்றிய அனுபவங்களும் நிலைப்பாடுகளும் உணர்வு வடிவங்களாக நேர்முகமாகவும் குறிப்பு - குறியீடுகள் மூலமாகவும், இயற்கையின் ஒத்திசைவோடு, எடுத்துரைப்புக்களாக வெளிப்பட்டிருக்கின்றன. உதாரணங்கள் பலவற்றுள் ஒன்று, இப்போது:

அது, ஓங்கியுயர்ந்த மலை, அடர்ந்து பரந்த காடு. அதிலே உயரமான மரத்தின் உச்சி. அங்கே அழகான ஒரு மந்தி. சோகமாய், குந்தியிருக்கிறது. அதற்கு ஒரு காதலன் உண்டு. அந்த ஆண் குரங்கு வலிமையோடும் கருமையான பெரிய கண்களோடும் கூடியது. திடுமென அது இறந்துவிட்டது. அந்தச் செய்தியைத் தாளமாட்டாமல், மனம் மருகிப் போகிறது, இந்தக் காமர் மந்தி. அடுத்து என்ன? இதற்கு ஒரு குட்டியும் உண்டு. மரம்விட்டு மரம் தாவவோ, பாய்ந்து செல்லவோ இன்னும் கற்றுக்கொள்ளாத இளமையான குட்டி. அதை விட்டுவிட்டு எப்படிப் போவது? காதல் குரங்கை இழந்துபோன இந்தக் காமர் மந்தி, முதலில் தன்னுடைய குட்டியை - மிகவும் பொறுப்பாகத் தன்னுடைய உறவுகளோடு சேர்க்கின்றது. பிறகு? கணவனில்லாத பெண்ணுக்கு 'விதிக்கப்பட்ட கைம்மை வாழ்வைச் சிறிதும் விரும்பாத அந்தக் காமர் மந்தி, மரத்தின் உச்சியிலிருந்து கீழே பாய்ந்து, தன் உயிரை மாய்த்துக்கொள்கிறது.

ஒரு மந்தியின்மேல் மனிதவுணர்வுகளை ஏற்றிக்கூறிய (humanization) குறியீட்டுக்கதை, இது. குரங்குகளின் காதல் வாழ்வு. ஆண் குரங்கின் சாவு. பெண் குரங்கின் சோகம்.

கணவனில்லாத கைம்மையை ஏற்றுக்கொள்ள முடியாத மனநிலை. குலவிச்சைக்கு இன்னும் வராத சிறிய குட்டி. அதனைத் தன் கிளை முதல் சேர்க்கின்ற (பொறுப்பான) செயல், இறுதியில் இந்தக் காமர் மந்தி, உச்சியிலிருந்து கீழே பாய்ந்து தன்னுயிரைத் தானே மாய்த்துக்கொள்வது - இவை கதைக் கூறுகள் (fabula); இவற்றை இழைத்து, தன்னுயிர் மாய்த்தல் எனும் செயலை மையமாகக்கொண்டு அமைகிறது. கதைப்பின்னல் (plot); பெண்ணின் கற்பு எனும் செய்தியைக் (message) கொண்டு அமைகிறது, இதன் கருப்பொருள் (theme). நிகழ்ச்சிகளின் எதிர்நிலைகள், வளர்ச்சி, ஆரம்பம், மையம், முடிவு என்பவை கட்டமைப்புக் கூறுகள். இவற்றுடன் இப்படி ஒரு சிறுகதை, செறிவாக உருவாகியிருக்கிறது. இது, ஓஹென்றி (O'Henry) யின் செட்டுமையான சிறுகதைகளை நினைவுபடுத்த வில்லையா? 'பழையன கழிதலும் புதியன புகுதலும் வழுவல' என்பதைச் செய்தியாகவும் இறுதிவாக்கியமாகவும் கொண்டு, அதற்கேற்பத் 'தெருவிளக்கு' என்ற சிறுகதையைச் செறிவாகவும் குறிப்பாகவும் எடுத்துரைத்திருப்பாரே புதுமைப்பித்தன் - இவர்களின் இந்தப் பாணிகளை - முறைமையை, இது நினைவுபடுத்தவில்லையா?

வரையறைகளை மூச்சுத்திணறவைக்கும் இறுக்கங்களாக் கினால், நினைவுகள், பாதைகளில் செல்லாது. போகட்டும். கதையும் கதை சொல்லுதலும் கதை கேட்டலும் காலம் - இடம் என்ற வெளிகளில் வேறுபட்டுத்தான் அமையும் - அதை மனதிலாக்கிக்கொண்டால், சரிதான். நாம், மேலே சொல்லிவந்த காமர் மந்தியின் அவலம் பற்றிய கதையைச் சொன்னவர், கடுந்தோட்கர வீரன் எனும் புலவர். குறிஞ்சித் திணையில் அமைந்த குறுந்தொகைப் பாடல் (69) அது. ஆறு அடிகள் கொண்ட அந்தப் பாடல்:

> கருங்கண் தாக்கலை பெரும்பிறிது உற்றெனக்
> கைம்மை உய்யாக் காமர்மந்தி
> கல்லா வன்பறழ் கிளைமுதற் சேர்த்தி
> ஓங்குவரை யடுக்கத்துப் பாய்ந்துயிர் செகுக்கும்;
>
> சாரல் நாட, நடுநாள்
> வாரல், வாழியோ; வருந்துதும் யாமே.

(தாக்கலை = ஆண்குரங்கு; பெரும்பிறிது = சாவு; செகுக்கும் = மாய்த்துக்கொள்ளும்; வரை = மலை; பறழ் = குரங்குக்குட்டி மற்றும் புலி, நாய், பன்றி, முயல் முதலியவற்றின் குட்டிகளையும் இது குறிக்கும்).

கதை, நான்கே அடிகளில் முடிந்துவிடுகிறது. ஒரு பெரிய கதையின் செறிவான கதைச் சுருக்கம்போல், குறுவடிவமாய் (epitome) அமைந்திருக்கிறது, இது. உண்மையில் கதை கூறுவது பாடலின் செய்தி அல்ல; 'இறைச்சி' எனும் உத்தி வாயிலாகத் தலைவனை இடித்துரைப்பதே இதனுடைய நோக்கம். சரி. ஆனால் அதற்காகக் கைம்மை நோன்பை ஏன் சொல்லிக் காட்டவேண்டும்? நோக்கம், ஒன்றிலிருந்து ஒன்று குறுக்கிட்டுத் தாவிச் செல்கிறது. போகட்டும். இடையில் ஒரு கதையும் இருக்கிறது; அதுதான் இங்கு முக்கியம்.

காமர் மந்தியின் அவலம், பூதபாண்டியனின் பெருங் கோப்பெண்டு பாடலை (புறநா., 246) நினைவுக்குக் கொண்டு வரவேண்டும். கணவனை இழந்து போன பெண்மணி. தீப்பாய்ந்தாலும் பாய்வனேயன்றி நீவிர் விதித்த கைம்மை நோன்புக்கு உடன்படுவேனோ என்று அப்பெண்மணி, சான்றோர் முன் அறைகூவல் விடுகிறார். அது ஒரு பாணி; அது ஓர் இடித்துரைப்பு; கலைவடிவமாக வெளிப்பட்ட ஒரு கலகக் குரல். ஆனால் கதைமை என்ற பண்புடன் நிகழ்ச்சிகளின் கட்டுக்கோவையாக அவர் அதனை எடுத்துரைப்புச் செய்யவில்லை. இதே வகையான ஒரு கருத்தியல்தான் - ஆனால் இதனை நிகழ்ச்சிகளாகக் கட்டமைத்து, கதைமைப் பின்னலோடு (plot) எடுத்துரைப்புச் செய்கிறார், கடுந்தோட்கர வீரனார். அவர், கருத்தியல் தளத்திலிருந்து, 'கதைசொல்லியாக'த் தன்னை முன்னிறுத்துகிறார்.

வைதீக நெறி கொண்டுவந்த கைம்மைக்கு மறுப்பு, பெண்மையின் புழுக்கம் / சீற்றம் - இந்தக் கருத்தியல் தளம். பெருங்கோப்பெண்டுக்கும் கடுந்தோட் கரவீரனுக்கும் பொது, ஆனால் அவர்கள் தேர்ந்தெடுத்த 'சொலல் முறை' வேறுபட்டது. அந்த வேறுபாட்டில்தான், கதைசொல்லியின் இடம் அமைகிறது. கரவீரனும் கதையை நேரடியாகச் சொல்லவில்லை. விளக்கமாகவும் சொல்லவில்லை. செறிவாகக், குறுவடிவமாகச்

சொல்லுகிறார். குறிப்புப் பொருள் உள்ளமைந்து கிடக்க, ஒரு குறியீட்டுக் கதை போலச் சொல்லுகிறார். விலங்குகளுக்கு மனிதவுணர்வுகளை ஏற்றி ஒரு புனைவு செய்கிறார்.

இப்படியாகக் கதை சொல்லுதல், ஒருவகை. ஒரே பாடலின் எல்லைக்குள் சொல்லப்படுவது, இது. சிறுபான்மையாக இருந்தாலும் இப்படிச் சில உண்டு என்பது கவனிக்கப்பட வேண்டும். இதுவன்றிக் கதையென்பது, ஒரே பாடலின் எல்லைக்குள் நிற்காமல், ஒன்றற்கு மேற்பட்ட பாடல்களில் நிரவிக்கிடத்தல் இன்னொரு வகை. முக்கியமாகப் புறநானூற்றில் இதனுடைய பரப்பினைக் காண முடிகிறது. முழுமையான ஓர் ஓவியம், துண்டுகளாகத் திணிக்கப்பெற்றுத் தனித்தனியாக வைக்கப்பட்டது போன்ற ஒரு தோற்றம், இது. வாசிப்புத் தளத்துக்குத் தாராளமான இடம் (space) கொடுக்கிறது, அங்கே ஒன்றிணைந்த ஒரு பனுவல் உருவாகிறது. இத்தகைய கதைகள், வெறுமனே அனுமானங்களாகத் தெரிவன அல்ல. மாறாக, சங்க இலக்கியப் பரப்பில், அகன்ற வாசிப்புத்தளத்தில் அவை துலாம்பரமாகத் தெரிவனவேயாகும். வாசிப்புக்கு - சரியான வாசிப்புக்குத் - தொகுத்தும் இணைத்தும் பார்க்கிற கண்ணோட்டம் அவசியம். குறிப்பாகச் சங்க இலக்கியங்களை வாசிப்போர்க்கு இந்த அகலமான பரப்பு மிகவும் அவசியமாகும்.

2

சங்க இலக்கியத்தில் கூறுபட்டுச் - சிதறுண்டு - கிடக்கிற கதைகளுக்குள் முக்கியமானது, பாரியின் கதை - சரியாகச் சொல்லப்போனால், 'பாரி மகளிரின் அவலம்' எனும் கதை. பாடல்களை ஒருங்குபடுத்திப் பார்த்தால், இக்கதை (வரலாறு அல்லது வரலாற்று அவலம்) மறித்து ஆக்கம் பண்ணுகிற விதத்தில், ஒரு தொன்மமாக நிரவிக்கிடக்கிறதை அறிய முடிகிறது. கதைசொல்லி யார்? கபிலர், இருபத்தைந்து பாடல்களில் சொல்லுகிறார். பாரி மகளிர் தம் பங்கிற்குத் தம் கூற்றாக ஒரு பாடலில் தங்களைச் சொல்லுகிறார்கள். இவர்கள், கதை சொல்லிகளாகவும் பங்குபெறும் கதைமாந்தர்களாகவும் ஒரே நேரத்தில் விளங்குகிறார்கள். ஆனால் இவர்கள் மட்டுமல்லர் இவர்களைச் சொல்லுபவர்கள் - அவ்வையார், நக்கீரர், மிளைக்காந்தன், நன்னாகனார், பெருஞ்சித்திரனார், சிறுபாணாற்றுப்

படையில் இடைகழி நாட்டு நல்லூர் நத்தத்தனார் - இவர்களும் ஏதாவதொரு விதத்தில் கதைசொல்லிகளாக இருக்கிறார்கள்.

பாரி பற்றிய செய்திகள் எப்படிச் சொல்லப்பட்டிருக்கின்றன? கபிலர்தான் பெரும்பகுதியைச் சொல்லுகிறவர். தன்னுடைய சொந்த அனுபவமாகவும் கதையில் பங்கேற்பவராகவும் இதனை அவர் சொல்லுகிறார். அவர், சங்க இலக்கியத் தளத்தில் ஆகப்பெருங்கவிஞர்; ஐங்குறுநூறும் புறநானூறும் இன்ன பிறவும் மட்டுமல்ல, குறிஞ்சிக்கலியும் 261 அடிகள்கொண்ட குறிஞ்சிப்பாட்டும் செய்தவர். பாரியோடு நெருங்கியிருந்த அவர், பாரியின் வாழ்க்கையை 25 வெவ்வேறு பாடல்களில் தனித்தனி நிகழ்ச்சிகளாகப் பேசுகிறார். அவற்றையெல்லாம் நேரடியாகவும் உணர்வுபூர்வமாகவும் அறிந்தவர், அவர். அவற்றையெல்லாம் ஒருங்குபடுத்தி ஒரே வரலாற்றுக் கதையாகச் சொல்லியிருக்கிறாரா? இல்லை; தனித்தனியாகச் சொல்லியிருக்கிறார். அன்றைக் கவிதையியலின் வரம்பு அது. அது, அவரைத் தடுத்திருக்கிறது.

பாரிமகளிர் அவலம் என்பது கதையின் முதன்மைச் செய்தி. அதனுடன், புகழோடு வாழ்ந்த பாரியின் அவலமும் இருக்கிறது; நெருங்கிய நண்பராக இருந்த கபிலரின் அவலம் இருக்கிறது. வளம் குறையாத பறம்புமலையின் வீழ்ச்சியிருக்கிறது. இந்த வீழ்ச்சிகள் மட்டுமா. . .? இந்தக் கதைக் கோவையின் ஊடே, சில பின்புலங்கள், சில பிரத்தியேக உணர்வுகள் முக்கியமாக இருக்கின்றன. பாரியின் குன்றம் திரும்பத்திரும்ப - கபிலரால் மட்டுமல்ல, பிறராலும் - வருணிக்கப்படுகிறது. தேனாய் இனித்திடும் தெண்ணீர் குன்றாது சொரிந்திடும் பைஞ்சுனை கொண்டது பறம்பு. அந்தக் குன்றம், எல்லோரும் கவனித்திடும் படியாக இருந்தது. இறுதியில் அந்தக் குன்றத்திற்கு என்ன ஆயிற்று?

பாடாத, பேசாத முல்லைக்கொடியொன்று படரும் கொழுகொம்பு இன்றி வாடுகிறதே என்று வலியச்சென்று, தான் ஏறிவந்த தேரைக் கொடுத்தான், பாரி; அது படர்வதற்கு வழி தந்தான். ஆனால், அவனுடைய மகளிர்க்குக் கொழுகொம்பு கிடைத்ததா? அன்பும் ஆதரவும் கிடைத்ததா? புலனழுக்கற்ற அந்தணாளன், கபிலன்; தன்னுடைய தோழரின் பிள்ளைகளுக்கு மணமுடிக்க விச்சிக்கோ, இருங்கோ வேள் சிற்றரசர்களிடம் அலைந்துசென்றான்; வெற்றி காண முடிந்ததா கபிலரால்? கதைப்

பின்னலில் இவை பிரதானமான பகுதிகள்; பாடல்களை ஒருங்கிணைத்துப் பார்த்தால், அவற்றில் இவை நிரவிக்கிடக்கின்றன என்பது தெரியும்.

கபிலரால் தன்னுடைய முயற்சியில் வெற்றிகொள்ள முடியவில்லை. இவ்வளவு புகழும் செல்வாக்கும் சொல்வன்மையும் இருந்தாலும் ஒரு நல்ல வாழ்வை அமைத்துத் தரமுடியவில்லை. அவலமும் பெருஞ்சோர்வும் பாரியின் இளமகளிர்க்கு மட்டும் அல்ல; கபிலர்க்கும்தான். கையற்று வழியற்றுப்போகும் கபிலர், இறுதியில், பாரியே, என்னை ஏற்றுக்கொள்; அழைத்துக்கொள் எனச் சொல்லித் தன்னை மாய்த்துக்கொள்ளவும் ஆயத்தமாகிறார்.

இறுதியில், இப்படிப் பாரி மகளிர், தம் தந்தையையும் குன்றத்தையும் இழந்து, நீடு நினைந்து, சோர்ந்து, ஏக்கத்தோடும், கண்ணீரோடும் நிற்கிறார்கள். அவலத்தின் உச்சம் இதுதான்.

இந்த அவலம், ஏற்கெனவே சொன்னதுபோல, தமிழர் சமூகத்தில் நிகழ்ந்த வரலாற்று அவலம். வளம் நிறைந்த குன்றம், கொடைமடம்படுத்த மன்னன், நெஞ்சு நேர்ந்த அவனுடைய தோழன், பேதைமைகொண்ட அவனுடைய இளம் பெண்கள் - இப்படி இவர்களைச் சுற்றித்தான், கதையாக, அது கட்டமைந்து கிடக்கிறது. வகைமாதிரியாகப் பல பாத்திரங்கள், நாடகச் சுவைகள், முரண்கள், தூலப்படுத்தப்பட்ட உணர்வு நிலைகள், திருப்பங்கள் என்று இவையெல்லாம் உயிர்ப்புடன் வெளிப்பட, இது ஓர் அவல நாடகமாக விழிகொள்கிறது. அன்றைய ஆட்டக்கலையின் அம்சங்களோடு ஒரு கதை இப்படிச் சொல்லப்படுகிறது. ஆனால் ஒருங்கியைந்த மொத்தநிலையாக அல்லாமல், அன்றைப் பாடல் நெறிக்கு ஏற்பத் தொகுத்துப் பார்த்து அறிந்துகொள்ளத் தூண்டுதலோடும் ஆர்வ நிலையோடும் தனிநிலைகளாகச் சொல்லப்படுகிறது.

3

பாரியின் கதை, யோசித்துப் பார்த்தால், ஒரு வரலாற்றைச் சொல்லுகிறது. அதிலே புனைவுகள், கற்பனைகள் மிகக்குறைவு. கதைசொல்லி, நேரடியாகவே வெளிப்படுகிறார். இது ஒரு பாணி. ஆனால் ஏதாயினும் ஒரு கருவை வைத்துக்கொண்டு, புனைவுகளுடன் கதைகள் பின்னுவது இன்னொரு வகை. ஆதிமந்தியின் அவலம்

எனும் கதை, அப்படிப்பட்டதுதான். அங்கே கற்பனையோடு கூடிய பல சூழமைவுகளையும் பாத்திரங்களையும் கொண்டு, ஒன்றிலிருந்து ஒன்றை வளர்த்து எடுத்துரைப்புச் செய்யப்படுகிறது. வளர்த்துவதும் பின்னுவதும், புனைவோடு கதை சொல்லுதலின் பண்புகளாக இங்கே உள்ளன. ஆதிமந்தி என்ற பெண்பாற் புலவர்; அவர் பெயரில் அமைந்த ஒரு பாடல்; அதுதான் மையம்; அதுதான் பிரச்சினைக்குள்ளாவது.

மள்ளர் குழீஇய விழவி னானும்
மகளிர் தழீஇய துணங்கை யானும்
யாண்டுங் காணேன் மாண்தக் கோனை;
யானுமோ ராடுகள் மகளே யென்கைக்
கோடீ ரிலங்குவளை ஞெகிழ்த்த
பீடுகெழு குரிசிலுமோ ராடுகள மகனே ***(குறுந்., 31)***

என்ற இது, தலைவியின் கூற்றாக அமைந்த பாடல். இதனுடைய அகப்புறச் சூழலை மையமிட்டு இதன் கொளு சொல்லுகிறது: "இது, நொதுமலர் வரைவுழி, தோழிக்குத் தலைமகள் அறத்தொடு நின்றது." இந்தக் கொளு பொருந்துமானால், இதனுடைய பொருள் இப்படி அமைகிறது: "அவள் ஒருவனைக் காதலிக்கிறாள்; ஆனால் பெற்றோரால், வேறொருவர்க்குத் திருமணப் பேச்சு நடக்கிறது. இதனை மறுத்துத் தலைவனுடன் மணம் நிகழ வேண்டும். ஆனால் தலைவனோ எங்கோ சென்றுவிட்டான். அவனைத் தேடிக் கண்டுபிடித்து மணக்க வேண்டும். அதற்காக அவள், தோழியிடம் சொல்லி அறத்தோடு நிற்கிறாள்."

கொளு அடிப்படையிலான இந்தப் பொருள், அப்படிச் சொல்லுகிறவருடைய ஒரு வாசிப்பு. ஆனால் இந்தப் பாடலில் நேரடியாக அப்படி ஒரு குறிப்பு இருக்கிறதா? இல்லை. பாடலைத் தொகுத்தோரின் குறிப்பு, இதனை மருதத்திணைக்குள் சேர்க்கிறது. மருதத்திணைக்குரிய உரிப்பொருள், 'ஊடுதலும் ஊடுதல் நிமித்தமும்' ஆனால் அப்படி ஏதாவது ஒரு குறிப்பு, பாடலில் இருக்கிறதா? மேலும், மருதம் - ஊடுதல் என்பது பரத்தமையோடு தொடர்புடையது. ஆனால் பாடலில், அப்படி ஒரு குறிப்பு, இருக்கிறதா? இல்லை. பாடலில் பொருள்தளம் கலங்கிக்கிடக்கிறதா, என்ன?

ஆதிமந்தியின் பெயரோடு வழங்கும் ஒரே பாடல், இது. தொகுப்புக் குறிப்பும் கொளு கூறும் சூழலும் ஒருபக்கம் இருக்க - இந்தப் பாடலில் சில இடைவெளிகள் (gaps) உண்டு; ஐயுறுகின்ற (ambiguity) சில நிலைகள் உண்டு. பாடலின் முதல் மூன்று அடிகளும் தெரிவிக்கிற செய்தி, 'வீரர்கள் கூடிக்களிக்கும் விழாக்களிலோ, மகளிர் கூடியாடும் துணங்கைக் கூத்துக்களிலோ தலைவனைக் காண முடியவில்லை.' இருக்க. அடுத்த மூன்றடிகள் தருகிற செய்தி, 'நானும் ஓர் ஆடுகள மகள்; நான் வருந்தும்படியாகப் பிரிந்து சென்ற என் தலைவனும் ஆடுகள மகன்தான்' என்ற செய்தியாகும். இந்தச் செய்திகளை ஒட்டித்தான், சங்க இலக்கியச் சூழலிலே பல வாசிப்புகள் நிகழ்த்தப்பட்டிருக்கின்றன. மேலும் இந்தப் பாடலின் ஆசிரியர், ஒரு பெண்பாற் புலவர். 'யான்' எனும் தன்மைக்கூற்றில் பாடல் அமைந்திருக்கிறது. ஆனால் கூற்று என்னவோ தலைவியின் கூற்றுத்தான். சங்க இலக்கிய மரபுப்படி இதன் நோக்குநிலை, (point of view), ஆசிரியரின் நோக்குநிலை அல்ல; அப்படி எடுத்துக்கொள்ளக் கூடாது. ஆனால் பாடியவர், பெண்பாற் புலவராயிற்றே; பாடற்பொருள் காதல் ஆயிற்றே. சங்க இலக்கியச் சூழலிலேயே, சில புலவர்கள், இதனைப் பிறழ் வாசிப்புக்கு (misreading) உள்ளாக்கிவிட்டனர். எனவே இந்தப் பனுவலும் சரி, படைப்பாளியாகிய ஆதிமந்தியும் சரி - அவர்களின் தளங்கள், மையத்தைவிட்டு நகர்த்தப்படுகின்றன. இந்த நகர்வுகள், புனைவுகளுக்கும் கதையாடலாக அவற்றின் எடுத்துரைப்புக்கும் இட்டுச் செல்கின்றன. ஆதிமந்தியைப் படைப்பாளி என்ற நிலையிலிருந்து கவிழ்த்திவிட்டு - கதைத் தலைவியாக்கிவிடுகின்றன, கதைசொல்லிகளின் முயற்சிகள்.

பாடலிலுள்ள தலைவியின் கூற்றைப் பாடலின் ஆசிரியர் கூற்றாகக்கொண்டு இந்தக் காரியத்தைச் செய்தவர், யார்? ஆதிமந்தி போன்ற இன்னொரு பெண்பாற் கவிஞராகிய வெள்ளிவீதியா? வரலாற்று நிகழ்வுகளைப் பாடல்களில் குறிப்பு உவமங்களாகவும் ஓரவரைவுகளாகவும் தருவதில் பெரும் அக்கறை காட்டுகின்ற ஆண்பாற் கவிஞர் பரணரா? பரணரிடம் கதை சொல்லுகிற மனநிலை நிறையவே உண்டு. வெள்ளிவீதி, ஆதிமந்தியைக் கதைத் தலைவியாகப் பிரிவால் துயரம் அடைந்த ஒரு பெண்ணாகக் காட்டுகிறார். ஆனால் விளக்கி வருணிக்கவில்லை.

ஆனால் பரணரோ, ஆதிமந்தி துயரமுற்றதாகக் கற்பனையை உருவாக்கி அதிலிருந்து ஒரு பெரிய ஓவியமே தீட்டிவிடுகிறார். இந்த இரண்டுபேர் தவிர வேறு யாரும் அன்றைப்போதில் ஆதிமந்தி பற்றிப் பேசவில்லை. ஆதிமந்தியின் கதையில் பரணரின் பங்களிப்பு அதிகம்.

வெள்ளிவீதி, ஒரு தலைவியைச் சித்திரிக்கிறார். (அகநா., 45) அந்தத் தலைவி, தன்னுடைய தலைவனைப் பிரிந்திருக்கிறாள். அதேபோது, இவளுடைய இந்தக் களவு ஒழுக்கம் பற்றி ஊரார் அலர் தூற்றுகின்றனர். இந்த அலர், வயிரியர் (கூத்தர்) எடுத்த இன்னிசையினும் அதிகமாகக் கேட்கிறதாம். சரி - பிரிவு, எத்தகையது? களிறு ஒன்றனைக் கொன்ற புலி அலைந்து திரிகின்ற அடர்ந்த காட்டின் வழியே தலைவன் சென்றிருக்கிறான். சென்றவன் திரும்பிவரவில்லை, இன்னும். தலைவியோ பிரிவு தாளாது வருந்துகிறாள். அது, எத்தகைய துயரம்? தலைவி சொல்லுகிறாள்:

. . . . யானே
காதலற் கெடுத்த சிறுமையொடு நோய்கூர்ந்து
ஆதிமந்தி போலப் பேதுற்று
அலந்தனென் உழல்வென் கொல்லோ
. . . .
அஞ்சுவரு நோயொடு துஞ்சா தோனே

என்று. ஆதிமந்தியின் பாடலில் தலைவி வருந்துகிற செய்தியை, வெள்ளிவீதியின் பாடல், ஆதிமந்தியின் மேலே ஏற்றிச் சொல்லுகிறது. ஆதிமந்தியைத் தலைவியாக்கி ஒரு கதையை உருவாக்க முனைவதில் வெள்ளிவீதியின் பாடல், முதலாவது படி. இதிலே, கதைப்படுத்துவதற்கு இன்னொரு குறிப்பும் இருக்கிறது.

ஆதிமந்தியின் தலைவி, மள்ளர்கூடும் விழாவிலும் மங்கையர் ஆடும் துணங்கைக் கூத்திலும் - தலைவனைத் தேடிவிட்டு 'யாண்டுங்காணேன்' என்று வருந்துகிறாள். வெள்ளிவீதியின் தலைவியோ. ஆண் யானை ஒன்றனைக் கொன்றுவிட்டு அதன் எக்களிப்பில் கொடும்புலி திரிகின்ற காட்டின் வழியே சென்ற தலைவனை நினைந்து அவனைக் காணோமே என்று ஏங்குகிறாள்; வருந்துகிறாள். இதிலே ஒரு குறிப்பு மறைந்து கிடக்கிறது. சாவு / இழப்புப் பற்றிய ஓர் ஐயம் -

அச்சம் இதிலே இருக்கிறது. இதற்காக அவள் ஏன் ஆதிமந்தியின் தலைவியை இழுத்துப்போட்டு ஒப்பிடுகிறாள்? இந்த ஒப்பீடும் குறிப்பும் ஆதிமந்தி காட்டுகிற தலைவனுக்கும் சென்று சேர்கிறது. கதைப்படுத்துவதற்கு ஒரு 'புனைவுவெளி' கிடைத்து விடுகிறது.

பரணர் வருகிறார். விளையாடுவதற்கு நல்லதொரு களம் கிடைத்துவிடுகிறது. அரசர், புலவர் உள்ளிட்ட தனிப்பட்ட மனிதர்கள் 52 பேரை உவமங்களோடுகூடிய குறிப்புக்களாகவும் ஓரவரைவுகளாகவும் கொண்டுவந்திருக்கிறவர், சங்க இலக்கியப் பரப்பில் 85 பாடல்கள் பாடிய பரணர். இவரிடமே இத்தகைய உத்தி - இத்தகைய பொருண்மை - அதிகம். அடுத்து, நக்கீரரிடம் இத்தகையவை 23; கபிலரிடமோ இத்தகையவை 17 மட்டுமே காணப்படுகின்றன. இருக்க, பரணருடைய இத்தகைய குறிப்பு வரைவுகளில் ஆதிமந்தியைப் பற்றி மட்டும் ஐந்து; அவருடைய கணவனாகக் கற்பனை செய்யப்பட்ட ஆட்டனத்தி பற்றித் தனியே ஒன்று. இவை எல்லாமே, அகநானூற்றுப் பாடல்களே (76, 135, 222, 236, 376, 396); ஆதிமந்தி பற்றிய வெள்ளிவீதியின் பாடலும், அகநானூற்றுப் பாடலே. பிரச்சினைக்குரிய ஆதிமந்தியின் பாடல், குறுந்தொகைப் பாடல்.

ஆதிமந்தியின் அவலம் பற்றிய புனைவைப் பரணர் ஒரே பாடலில் சொல்லவில்லை: ஆறு பாடல்களில் சொல்கிறார். இந்த ஆறுமே ஆதிமந்தி பற்றிச் சொல்லுவதை முதன்மை நோக்கமாகக் கொண்டவை, அல்ல. யாரோ ஒரு தலைவனுடைய அல்லது தலைவியினுடைய உணர்வுகளையோ நிகழ்வுகளையோ சொல்லுவதற்கு, உவமக் குறிப்புகளாக ஆதிமந்தி பற்றிய புனைவுகள், துணைப் புலங்களாக இடம்பெறுகின்றன.

பரணர் கொண்டுவந்து சேர்த்த புனைவுகள் எவை? இருந்தது எது; சேர்த்தது எது? என்று பார்க்கையில், ஒரு கதை எவ்வாறு உருவாகியிருக்கிறது என்பது தெரிகிறது.

ஆதிமந்தியின் பாடலை விரிவாக்கி வேறு தளத்திற்குக் கொண்டுசென்ற வெள்ளிவீதி, பரணர் ஆகிய இருவர் பாடல்களிலும் சில பொதுவான உணர்வுகள், சூழல்கள், சொல்லாட்சிகள் ஊடிழைந்து பங்குபற்றியுள்ளன; வளர்ந்துள்ளன. தலைவனைக் காண முடியவில்லை என்பது, இறந்திருக்க

லாமோ என்ற ஐயப்பாட்டுடன் கூடிய நிலைக்குத் தள்ளிவிடுகிறது. பிறகு, இறந்துவிட்டான் என்ற உறுதி கொண்டுவிட்ட நிலைக்கு அது உந்திச்செல்கிறது. இந்த வளர்நிலை, புனை திறனைக் கூர்மைப்படுத்தத் தொடங்குகிறது. ஆதிமந்தி பற்றிய வெள்ளிவீதியின் பாடலிலும் பரணர் பாடல்களிலும், ஆடுகளம், காதலற் கெடுத்த (தொலைத்த) சிறுமை, நோய் கூர்தல், பேதுறுதல் ஆகிய சொல்லாட்சிகள் பொதுவாக உள்ளன. தலைவி பேதுற்றாள் என்று வெள்ளிவீதி சொல்லியிருப்பார். அப்படியே அந்தச் சொல்லின் பொருண்மையை 'மதிமருண்டு அலமந்த', 'அறிவு பிறிதாகி' என்று பரணர் விரிவுபடுத்திக் கொள்கிறார். ஆதிமந்தியின் பாடலில்; தலைவன் மள்ளர் விழாக்களிலும் இல்லை; மங்கையர் கூத்துக்களிலும் இல்லை என்று மட்டுமே சொல்லப்படுகிறது. வெள்ளிவீதியின் பாடலில், இந்த இரண்டுமே இல்லை. மாறாகத், தலைவன் பற்றிய செய்தியில், சாவு பற்றிய அச்சம் தோன்றக்கூடிய சூழல் சொல்லப்படுகிறது. ஆனால், சாவு சொல்லப்படவில்லை. பரணர் ஒரு படி தாண்டிச் செல்கிறார். பின்னர் - அடுத்தடுத்து- மூன்று படிகள் மேலே சென்றுவிடுகிறார். தலைவன் இறந்துவிடுகிறான் என்று அறுதியிட்டுச் சொல்லிவிடுகிறார். எங்கே - எப்படி இறந்தான்? அதனையும் புனைந்துவிடுகிறார். காவிரியில் நீராடப் போனவனைப் பெரும் வெள்ளம் அடித்துப்போய்விட்டது என்கிறார். ஓர் அடித்தளத்தை அமைத்துவிடுகிறார். இப்போது, அந்தத் தலைவனுக்குப் பெயரும் வைத்துவிடுகிறார். ஆதிமந்தி என்ற பெயரோடு ஒத்திசைந்து வருவதாக பெயரைச் சூட்டுகிறார்; ஆட்டனத்தி என்ற பெயரோடு கூடிய ஒரு பாத்திரம் அவருடைய புனைவு.

புனல் நயந்தாடும் அத்தி அணிநயந்து
காவிரி கொண்டொளித் தாங்கு **(அகநா., 376)**

என்று ஒரு பாடலில் சொல்கிறார். தொடர்ந்து, அத்திக்கு இப்போது இன்னொரு பண்பினையும் ஏற்றிச் சொல்லி, அவனை இன்னொரு தளத்தில் சேர்த்துவிடுகிறார்.

அடுந்திறல் அத்தி ஆடணி நசைஇ
நெடுநீர்க் காவிரி கொண்டொளித் தாங்கு **(அகநா., 396)**

என்று ஆதிமந்தி கூறும் ஆடுகள மகன், அடுந்திறல் அத்தியாக ஆகிவிடுகிறான். அடுந்திறல் என்பது போர் செய்யும் வல்லமையைக் குறிப்பது. அப்படியானால், அவன் பிறப்பு? புனைவு சிறகு விரிக்கிறது. இறப்பு, காவிரியில்; அப்படியானால் பிறப்பும் சோழநாட்டுக்கே கொண்டு போகப்படுகிறது; சோழநாட்டு இளவலாக ஆகிவிடுகிறான் - ஆனால் இது, பிற்காலத்தவர் புனைவு. இவனை ஏற்கெனவே ஆதிமந்தி, ஆடுகள மகன் என்று சொல்லிவிட்டதால், பரணர் இவனை அடுதிறல் உடையவனாகவும் அதேபோது, 'ஆடணி நசைஇ'ச் சென்றான் என்றும் சொல்லுகின்றார். ஆடணி நசைஇ (விரும்பி) காவிரியில் நீராடப்போகிறான். வெள்ளம் இழுத்துப்போய் விடுகிறது. உடல் என்ன ஆயிற்று? கற்பனை ஊறுகிறது. பரணர் பதில் சொல்கிறார். உடலைக் காணவில்லை; ஆதிமந்தி தேடுகிறாள். காவிரிக்கரை பூராவும் தேடுகிறாள்; அலைகிறாள். காணோம். அலைந்து - பேதுற்று - இறுதியில் - காவிரி கடலில் கலக்கும் இடத்துக்கும் போகிறாள்.

கச்சினன் கழலினன் தேந்தார் மார்பினன்
வகையமைப் பொலிந்த வனப்பமை தெரியல்
சுரியலம் பொருநனைக் கண்டீரோ என
ஆதிமந்தி பேதுற்று இனைய. . . (அகநா., 76)

என்று முடிவின்றித் தேடுகிறாள்; பேதுற்று அலைகிறாள்; மதிமருண்டு அலைகிறாள்; அறிவு பிறிதாகி அலைகிறாள் என்றெல்லாம் பரணர், தான் படைத்த பாத்திரத்தின் பண்பு நலனைக் காட்ட, ஓர் உணர்ச்சிச் சூழலை மொழியாக்கிக் கூறுகிறார்.

கடல்கொண் டன்றன்ன புனல்ஒளித் தன்றெனக்
கலுழ்ந்த கண்ணள் காதலற் கெடுத்த
ஆதிமந்தி. . .

(அகநா., 236)

ஆட்டனத்தியைக் காணீரோ என
நாட்டின் நாட்டின் ஊரின் ஊரின் (அகநா., 236)

நெடுநீர்க் காவிரியில், நீண்ட நெடுங்கரைகள் முழுதும் கிடைக்காமல், அலைந்து அலறி, உடலத்தைக் கடல் கொண்டுவிட்டதோ என்று கடலைத் தேடியும் வருகிறாள்.

பரணரின் எடுத்துரைப்பு, தர்க்கமுறையில் போவது போன்ற தோற்றத்தோடு விரிந்து செல்லுகிறது. கதை, கூர்மையாகவும் வலிமையாகவும் ஒரு முடிவை முன்வைத்து நகர்கிறது. பரணரின் புனைதிறன், இப்போது இதற்கென இன்னொரு பாத்திரத்தைக் கண்டெடுக்கிறது. அவளும் பெண்தான். நேயமும் இரக்கமும் கொண்ட பெண். மருதி என்ற பெயரோடு வருகிறாள். காவிரி கடலோடு கலக்கும் இடத்தில் ஆட்டனத்தியின் சடலத்தைக் காண்கிறாள்.

முழவுமுகம் புலராக் கலிகொள் ஆங்கண்
கழாஅர்ப் பெருந்துறை விழவின் ஆடும்
ஈட்டெழில் பொலிந்த ஏந்து குவவுமொய்ம்பின்

ஆட்டனத்தி நலனயந் துரைஇத்
தாழிருங் கதுப்பில் காவிரி வவ்வலின்
மாதிரந் துழைஇ மதிமருண் டலந்த
ஆதிமந்தி காதலற் காட்டிப்

படுகடல் புக்க பாடல்சால் சிறப்பின்
மருதியன்ன மாண்புகழ் பெறீஇயர்
சென்மோ வாழி, தோழி. . . *(அகநா., 222)*

என்ற பாடலில் இந்த மருதி, மாண்புகழ் கொண்டவளாக ஆகிவிடுகிறாள். மதிமருண்டு அலைந்துவந்த ஆதிமந்திக்குக் காதலன் உடலைக் காட்டுகிறாள். 'யாண்டுங்காணேன் மாண்தக்கோனை' என்ற ஆதிமந்தியின் தலைவி உற்ற அறியமுடியாத ஆர்வநிலையும், 'காதலற் கெடுத்த (தொலைபத்த) சிறுமையோடு நோய்கூர்ந்து உழல்வென்' என்று வெள்ளி வீதியின் ஆதிமந்தி உற்ற துஞ்சமுடியாத அச்சமும் எல்லாம் தலைவனின் உடலைக் கண்டவுடன் அடங்கிப் போய்விடுகிறது. இருள் விலகுகிறது. சாவாக இருந்தாலும், கிடைத்தது செத்த உடலமாக இருந்தாலும், எல்லாம் விடிந்துபோகிறது.

பரணரின் ஆதிமந்தி அவலத்திலுள்ள இந்த 'ஆர்வநிலை', கு. ப. ரா.வின் 'விடியுமா' (1941) என்ற சிறுகதையை நம் நினைவுக்குக் கொண்டு வருகிறது. கணவன் சிவராமையர் உயிர்க்கு என்ன ஆயிற்று? மனைவி குஞ்சம்மாள் பிரமை பிடித்து அலமருகிறாள். சென்னைக்கும் கும்பகோணத்திற்கும் இடைப்பட்ட

தூரம், ஒரு நாளாக விரிந்துகிடந்தது. ரயில் வரும் வழியெல்லாம் என்ன ஆயிற்றோ என்ற துயரத்தின் அலைவுகள். இறுதியில் எதனை அவள் என்னவோ ஏதோ என்று தேடினாளோ - நேரே அதனைக் கண்டவுடன், திகில் உணர்வின் கொந்தளிப்பு அடங்குகிறது. இருள் விலகுகிறது. விடிந்து போகிறது.

> நோயாளி, நேற்றிரவு இறந்துவிட்டார். . . இறந்து. . .?
> அது எப்படி?. . . சற்று இருங்கள், பிரேதத்தைப்
> பெற்றுக்கொள்ளலாம். . . கொஞ்ச நேரம்
> கழித்துப் பிரேதத்தைப் பெற்றுக்கொண்டோம். . .
> பிறகு? விடிந்துவிட்டது.

உணர்வுகளின் கதை, உயிர்ப்புடன் கலக்கிறது. பரணரிடமும் கு. ப. ராவிடமும் இந்த உணர்வு, கோலம் செய்து முகம் காட்டுகிறது. பரணரின் ஆதிமந்தி, ஆட்டனத்தியின் உடலத்தைக் காணுகிறாள். திகில் போய்விடுகிறது. ஆனால் பரணர்க்கு இன்னும் மனநிறைவு ஏற்படவில்லை. கதைக்கு இன்னொரு சுழற்சி கொடுத்து, வாசிப்புத் தளத்திற்கு முடிவு இல்லாத, வரையறையை முன்மொழிந்து போகிறார். ஆதிமந்திக்கு, இறந்துபோன அவளுடைய காதலனைக் காட்டியவுடன், அந்த மருதி 'படு கடல் புக்கு. . .' போய்விடுகிறாள். ஏன், இவள் ஏன் கடல்புக்கு மாள வேண்டும்? யார் இவள்? இவளுக்கும் இதற்கும் என்னதான் உறவு - கேள்விகள் முளைக்கட்டும் என்று விதைகள் தூவிவிட்டு விலகிப் போய்விடுகிறார், கதைசொல்லி. பனுவலின் திறவைகளுக்கும் பன்முக வாசிப்புக்களுக்கும் இடம் தந்து கதை முடிகிறது.

பரணரின் குறிப்பிட்ட இந்தப் பாடல், (அகநா., 222) ஆதிமந்தியின் அவலம் என்றமைகிற இந்தக் கதையை முழுமையான தோற்றத்துடன் - சுருக்கமாகச் சொல்லிவிடுகிறது. ஆயினும், இது யாரோ ஒரு தோழி, தன் தலைமகளுக்குச் சொன்னதாக அமைந்த பாடல். ஒப்பிட்டுக்காட்டி எடுத்துரைப் பதற்காக அந்தத் தோழி, மருதியையும் ஆதிமந்தியையும் இங்கே கொண்டு வருகிறாள். இருப்பினும், இந்த ஓரவரைவுக் காட்சிதான் பாடலின் 15 அடிகளில் 10 அடிகளை எடுத்துக்கொள்கிறது. உண்மையில், இதுதான் பாடலின் இறுதி நோக்கமோ என்று கருதும்படியாகவும் உள்ளது. தனிநிலைப் பாடல்களானாலும் கற்பனைகளை அடுக்கி அடுக்கி இழைகளைப் பின்னிவிடுகிறார்.

பரணர். இதற்குள்ளேயிருந்துதான் கதைசொல்லி, தன்னைக் காட்டிக்கொள்கிறார். பரணருக்கு இது, ஆகிவந்த கலையாக அமைந்திருக்கிறது.

4

பரணர் கதையை எடுத்துரைப்புச் செய்கின்ற பாணி அல்லது திறன், கற்பனை - புனைவு - மற்றும் ஏற்கெனவே உள்ள பனுவலின் மீதான பன்முக வாசிப்புஎன்ற முறையில் தனது தளத்தைக் கட்டமைத்துக்கொண்டது ஆகும். பாரியின் பறம்பு பற்றிய கபிலரின் கதை, வரலாற்று நிகழ்வுகளைக்கொண்டது. எனவே புனைவுகளுக்கு வேலை இல்லை. ஆனால் உண்மைகளை, உணர்வுடையனவாகவும் அனுபவங்களை, ஆர்வமூட்டுகின்ற நிகழ்வுகளாகவும் ஆக்குகின்ற திறனும், இறுதி நிலைகளைப் புனைவுகள் போன்ற தோற்றத்துடன் கொண்டு வருகிற ஆற்றலும் கபிலரைக் கதைசொல்லியாக முன்னிறுத்துகின்றன. பாரியின் கதையைச் சொல்லுவதற்கு, மிகப் பரவலாகச் செல்லுகின்ற கபிலர்போல் அல்லாமல், ஆதிமந்தியின் கதையைச் சொல்லுவதற்குப் பரணர், குறுகிய வரம்பு கட்டிய பரப்பினையே தேர்ந்தெடுத்துக்கொள்கிறார். கபிலர், தம் பாடல்களில் பாரியைப் பற்றிப் பேசுவதையே நோக்கமாகக் கொண்டிருக்கிறார். பரணர் யாரோ சில தலைவி - தலைவன் பற்றிச் சொல்லப்போகிறார்; அப்படிச் சொல்லுகிறபோது, இடையே ஒப்புமைக் குறிப்புகள்போல் ஆதிமந்தியின் அவலத்தைச் சொல்லுகிறார். கபிலர் சொன்னவை வரலாற்று நிகழ்வுகள். பரணர் சொன்னவை, பன்முக வாசிப்புகள் செய்து படிப்படியாக வளர்த்தெடுத்துப் பின்னிய புனைவுகளானவை; திட்டமிடப்பட்டவை.

கடுந்தோட்கரவீரன், வித்தியாசமான தளத்திலிருந்து, தன்னைக் கதைசொல்லியாக அடையாளங்காட்டுகிறார். கபிலரோ பரணரோபோல் அல்லாமல் ஒரே பாடலில் - அதுவும், ஆறே அடிகள் கொண்ட மிகச்சிறிய பாடலில் - இவர், மிகச் செட்டுமையாகவும் செறிவாகவும் கதையைச் சொல்லிவிடுகிறார். மேலும், அவர்கள் போலல்லாமல், இவர், இயற்கையைச் சார்ந்து அந்த நிகழ்வுகளைப் புனைவுகளாக்கி, உணர்வுகளை மனித உணர்வுகளாக்கிச், சொல்லுபவற்றைச் செறிவாக்கிக் கதைமையை எடுத்துரைப்புச் செய்கிறார். இதன் காரணமாகவே

இந்தக் கதை, குறியீட்டுக் கதையாக ஆகிவிடுகிறது. மொழியின் திறன், கதையைக் கனபரிமாணம் உடையதாக ஆக்கியிருக்கிறது.

இப்படி, முன்னர் விவாதித்த மூன்றும், மூன்று 'கதைகளை'த் தமக்குரிய வழிமுறைகளில் சொல்லுகின்றன. பாடுபொருளின் நோக்கத்தினடிப்படையிலும் தேர்ந்தெடுத்த களத்தின் அடிப்படையிலும் புனைவுகளாக்கும் மொழித்திறன் அடிப்படையிலும் இவை மூன்றும், கதை சொல்லுதலின் மூன்றுவகைகள்; மூன்று உதாரணங்கள்.

5

இவையன்றியும், சங்க இலக்கியத்தில் கதை சொல்லுதற்குரிய முயற்சிகளும் தூலமான வெளிப்பாடுகளும் பல இடங்களில் காணப்படுகின்றன. அவ்வடிப்படையில், கலித்தொகையில் பல காட்சிகளை - அவை சொல்லப்படும் முறைகளைக் கொண்டு - காண முடிகின்றது; நற்றிணை, அகநானூறு உள்ளிட்ட அகப்பாடல்களிலும், வரலாற்று நிகழ்வுகளை எடுத்துரைப்புச் செய்ய முயலுகின்ற புறநானூற்றுப் பாடல்களிலும் இப்படிச் சிலவற்றைக் காண முடிகிறது. இப்படிக் கலைவடிவம் செய்யப்பட்ட வரலாற்று நிகழ்வுகள் சிலவற்றை இங்கே சுட்டிக்காட்ட வேண்டும். அவற்றுள் முக்கியமானது, கோப்பெருஞ்சோழன் பற்றிய வரலாற்றுக்கதை. இது, அவனுக்கும் அவனுடைய மகன்களுக்கும் இடையிலான சண்டைகளையும், பிசிராந்தையார், பொத்தியார் ஆகிய அவனுடைய நண்பர்களையும், கோப்பெருஞ்சோழன் நோன்பிருந்து (பிள்ளைகள் காரணமாக?) உயிர் மாய்த்துக் கொண்டதையும் அவர்களின் மனவுணர்வுகளையும் சொல்லுகிறது. அவனோடு அவனுடைய நண்பர்களும் சாகமுயன்ற சங்கடங்களையும் சொல்லுகிறது. இவற்றையெல்லாம் தொகுத்துப் பார்க்கையில், கதை விரிவாகிறது. இதுபோல் - சேரமான் கணைக்காலிரும் பொறை, புறப்புண் நாணி வடக்கிருந்தமை, நலங்கிள்ளி, நெடுங்கிள்ளி தாய உரிமைச் சண்டைகள், குமணன் தாயாதிச் சண்டைகள் அவனுடைய கொடைத்திறன், பெண்கொலை புரிந்ததாகக் கூறப்படும் நன்னன் பற்றிய செய்திகள், தலையாலங்கானத்துப் போர், அதியமான், அன்னிமிஞிலி, பெருஞ்சித்திரனார் முதலியோர் பற்றிய செய்திகள் உணர்வுகளாகவும்

நிகழ்வுகளாகவும், துண்டுச் சித்திரங்களாகவும் சங்க இலக்கியப் பரப்பில் பள்ளி கொண்டிருக்கின்றன. இவை கதைகளாக ஆகியிருக்கவில்லை என்பது உண்மை; அதேபோது, பூர்வாங்கமான முயற்சிகள் உள்ளார்ந்துகிடக்கின்றன என்பதைக் கண்டுகொள்ளாமலிருக்க முடியாது.

சங்க இலக்கியத் தளத்தில் இப்படிச் சில நிகழ்வுகள், உறைந்துபோய்த் தொல்படிமங்களாகத் - தொன்மங்களாக - ஆகியிருக்கின்றன. ஒரு நல்ல உதாரணம்:

ஏதிலாளன் கவலை கவற்ற
ஒருமுலை யறுத்த திருமாவுண்ணி

-நற்., 216 (மருதனிளநாகனார்)

என்ற பாடலில் தொன்மம் உறைந்துகிடக்கிறது. தொன்மத்தை நெகிழவைத்து, மீட்டுருவாக்கம் செய்தவர், இளங்கோவடிகள். சங்க இலக்கியப் பனுவலிலிருந்து நிறையவே எடுத்துக் கொண்டிருப்பவர். அவர். அதுபற்றிய விளக்கங்களுக்கு இங்கு வேலையில்லை. ஆனால் சங்க இலக்கியப் பரப்பில் கதைக்குரிய தளங்களும் தொன்மங்களும் நிரவிக்கிடக்கின்றன என்று இங்கு நினைவுபடுத்திக்கொண்டால், போதும்.

சொல்லப்போனால் - சொல்லுவது என்பது எல்லையற்ற வெளி. ஆனால் அழகாகச் சொல்லுவது என்பது வரையறுக்கப் பட்ட ஒரு திறன். நிகழ்வுகளும் உணர்வுகளும், அவற்றின் சூழமைவுகளோடும் உயிர்நிலைகளோடும் எடுத்துரைக்கப்பட்டுக் கலைவடிவங்கொள்வது என்பது, கதைசொல்லி என்ற படைப்புத் திறனாக அடையாளம் காணப்படுகிறது. சங்க இலக்கியத்தின் அழகியல் தளத்தில், அது படைப்பாற்றலாகவும் மொழித்திறனாகவும் வெளிப்படுகிறது. இதனுடைய பிரதிபலிப்பு அல்லது கோட்பாட்டளவிலான கருத்தாடல், தொல்காப்பியத்தின் பொருள் அதிகாரத்தில் விரவியும் பரவியும் கிடக்கின்றது. அதில் கூறப்படும் மாந்தர்கள், நிகழ்வுகள், உணர்வுகள் முதலியவை, கருப்பின்னலை உருவாக்கத் துணை செய்கின்றனவேயல்லாமல், எடுத்துரைப்பின் பண்புகளாக அவை காட்டப்படவில்லை. உணர்வுகளும் செயல்களும், தொடர்புபட்ட சூழல்களாகவும்

துண்டங்களாகவும் - சூழல்களின் சந்தர்ப்பங்களாக (contexts of situations) அடுக்கப்படுகின்றன. அகத்துக்குரிய கூற்றுக்கள் மற்றும் புறத்துக்குரிய துறைகள் இம்முறையிலேயே விளக்கப் படுகின்றன. கதை எடுத்துரைப்புக்குரிய உருவாக்கம், இன்றைய கோட்பாடுகளில் சொல்லப்படுவது போன்று - விளக்கப்பட வில்லை; மாறாக, அவ்வாறு உருவாக்கம் செய்வதற்குரிய மூலங்கள், அடிக்கூறுகள் - சொல்லப்படுகின்றன. இது ஒரு மரபு; மேலை நாட்டு மரபிலிருந்து வித்தியாசப்பட்டு வரும் ஒரு மரபு. அப்படித்தான் எடுத்துக்கொள்ளப்பட வேண்டும்.

நவீனத்துவ அளவீடுகளையும் மேலைநாட்டு வரையறை களையும் புதிய புதிய சொல்லாடல்களையும் கோட்பாடுகளையும் கொண்டு, சங்க இலக்கியத்தை விளக்கலாம்; எனினும் அவற்றையே அளவைகளாகக் கொண்டு வரம்புகள் கட்ட முடியாது. ஒவ்வொரு மொழிக்கும் - முக்கியமாக, வளமைகளும் மரபுகளும் அடர்ந்துகிடக்கும் எந்த மொழிக்கும், எந்தப் பண்பாட்டிற்கும் - அதனதன் அடிப்படையில், தனித்தன்மைகளும் சுயங்களும் உண்டு. தமிழுக்கும்தான். தமிழில் - அதன் செவ்வியல் காலத்தில் அதன் இலக்கியத்தில் உயிர்த்துக்கிடக்கும், இன்னின்ன என்று இனங்காட்டப்படுகின்ற, எல்லாவற்றிற்கும்தான்.

தி.சு.ந.வின் பிறநூல்கள்

- திறனாய்வுக் கலை
- கவிதையெனும் மொழி
- தமிழின் பண்பாட்டுவெளிகள்
- தமிழகத்தில் வைதீக சமயம் வரலாறும் வக்கணைகளும்
- சாதிச் சழக்குகள்
- உரைகளும் உரையாசிரியர்களும்
- தி. ஜானகிராமன் நாவல்கள்: மறுவாசிப்பு அனுபவங்கள்
- சிலப்பதிகாரம் மறுவாசிப்பு
- தொகுப்பு: "தமிழில் திறனாய்வுப் பனுவல்கள் –ஒரு தொகுப்பு" – சாகித்ய அகாதமி.

மொழிபெயர்ப்புக்கள்

- எழுதும் கலை — (அலெக்சி டார்ஸ்டாய்)
- கலையும் மொழியும் — (கான்ஸ்டான்டின் ஃபெடின்)
- கவிதை இயற்றுவது எப்படி? — (மாயகோவ்ஸ்கி)
- மொழியியலும் கவிதையியலும் — (ரோமன் யகோப்சின்)